ചായം പുരണ്ട തിര

chayam puranda thira
tamil novel
•
subrabharathi maniyan
•
translation
stanley
•
first edition
may 2009
•
typesetting
nakshathra graphotech, poojappura
•
published
chintha publishers, thiruvananthapuram
•
printed
repro india ltd, mumbai
•
cover
ambeesh kumar
•
price
rupees two hundred only

വിതരണം

ദേശാഭിമാനി ബുക്ക് ഹൗസ്
H O തിരുവനന്തപുരം–695 001

ബ്രാഞ്ചുകൾ

ദേശാഭിമാനി റോഡ് തിരുവനന്തപുരം • ഓവർബ്രിഡ്ജ് തിരുവനന്തപുരം • കെ എസ് ആർ ടി സി ബസ് സ്റ്റേഷൻ ആലപ്പുഴ • കെ എസ് ആർ ടി സി ബസ് സ്റ്റേഷൻ എറണാകുളം • ഐ ജി റോഡ് കോഴിക്കോട് • മാവൂർ റോഡ് കോഴിക്കോട് • എൻ ജി ഒ യൂണിയൻ ബിൽഡിംഗ് കണ്ണൂർ • സെൻട്രൽ ബസ് ടെർമിനൽ കോംപ്ലക്സ് താവക്കര കണ്ണൂർ

CO - 1315 / 2245

ചായം പുരണ്ട തിര

തമിഴ് നോവൽ

സുബ്രഭാരതി മണിയൻ

വിവർത്തനം

സ്റ്റാൻലി

ചിന്ത പബ്ലിഷേഴ്സ്
തിരുവനന്തപുരം-695 001
വില :200.00 രൂപ

സുബ്രഭാരതി മണിയൻ

പ്രസിദ്ധ തമിഴ് സാഹിത്യകാരൻ. ഏഴു നോവലുകളും 25 ചെറുകഥാ സമാഹാരങ്ങളും ഒരു യാത്രാവിവരണവുമുൾപ്പെടെ 27 കൃതികൾ പുറത്തിറക്കിയിട്ടുണ്ട്. ഇംഗ്ലീഷ്, ഹംഗേറിയൻ ഭാഷ കളിലേക്കും വിവിധ ഇന്ത്യൻ ഭാഷകളിലേക്കും ചെറുകഥകൾ വിവർത്തനം ചെയ്യപ്പെട്ടിട്ടുണ്ട്. 1986 മുതൽ തമിഴ് പ്രസിദ്ധീകര ണമായ *കനവി*ന്റെ എഡിറ്റർ. മികച്ച കഥാകൃത്തിനുള്ള പ്രസി ഡന്റിന്റെ 'കഥാ' അവാർഡ് (1993), മികച്ച നോവലിസ്റ്റിനുള്ള കോയമ്പത്തൂർ കസ്തൂരിശ്രീനിവാസൻ അവാർഡ് (2002–03), മികച്ച നോവലിസ്റ്റിനുള്ള തമിഴ്നാട് സർക്കാരിന്റെ അവാർഡ് എന്നിവയുൾപ്പെടെ സംസ്ഥാന-ദേശീയതലങ്ങളിൽ നിരവധി പുര സ്കാരങ്ങൾ. തമിഴ്നാട് സാഹിത്യ അക്കാദമിയുടെ ഉപദേശക സമിതി അംഗം. മികച്ച നോവലിനുള്ള സംസ്ഥാന സർക്കാരിന്റെ അവാർഡിനർഹമായ *സായത്തിരൈ* ഹിന്ദിയിലേക്കും *The Coloured Curtain* എന്ന പേരിൽ ഇംഗ്ലീഷിലേക്കും വിവർത്തനം ചെയ്യപ്പെട്ടിട്ടുണ്ട്.

വിലാസം : 8/2635, പാണ്ഡിയൻ നഗർ,
തിരുപ്പൂർ–641602, തമിഴ്നാട്

സ്റ്റാൻലി

1960 ൽ കോയമ്പത്തൂരിൽ സ്ഥിരതാമസമാക്കിയ ഫോർട്ട്കൊച്ചി സ്വദേശി.

നടൻ, നാടകകൃത്ത്, സംവിധായകൻ, ഗാനരചയിതാവ് എന്നീ മേഖലകളിലായി 290 നാടകങ്ങളിൽ ബന്ധപ്പെട്ടു പ്രവർത്തി ച്ചിട്ടുണ്ട്.

ആനുകാലികങ്ങളിൽ എഴുതാറുണ്ട്. കോയമ്പത്തൂർ മല യാളി സമാജത്തിന്റെ കുട്ടൻനായർ നാടക പുരസ്കാരം ഏഴ് തവണ കരസ്ഥമാക്കിയിട്ടുണ്ട്.

കോയമ്പത്തൂർ കേരള കൾച്ചർ സെന്ററിന്റെ 'കെ സി സി ആർട്സ് ആന്റ് ലിറ്ററി അച്ചീവ്മെന്റ് അവാർഡ് 2005' നേടിയി ട്ടുണ്ട്. സംഘടനാതലങ്ങളിൽ നിരവധി കലാ സാഹിത്യപുരസ്കാ രങ്ങൾ കരസ്ഥമാക്കിയിട്ടുണ്ട്.

നാല് മുഴുനീള നാടകങ്ങളും ഒരു കവിതാ സമാഹാരവും ഒരു ചെറുകഥാ സമാഹാരവും (തമിഴിൽനിന്നും വിവർത്തനം) പ്രസിദ്ധീകരിച്ചിട്ടുണ്ട്.

വിലാസം : 7, ധനലക്ഷ്മിനഗർ, ഉപ്പിലിപ്പാളയം പോസ്റ്റ്,
കോയമ്പത്തൂർ–641015, തമിഴ്നാട്

സമർപ്പണം

കവി, ശ്രീ. വിജയകുമാർ കുന്നിശ്ശേരിക്ക്

ഒന്ന്

ആകാശത്തു പറന്നുകൊണ്ടിരുന്ന വിമാനം താഴെയിറങ്ങാതെ ഇനിയും ചുറ്റിത്തിരിയുകയാണെന്നു ഭക്തവത്സലത്തിന് തോന്നി. ആകാശം നന്നെ വിളറി കാണപ്പെട്ടു. വിമാനത്തിന്റെ ആകാരം വ്യക്തമായും മനസിലാക്കാവുന്ന ദൂരത്തിൽ അതു പറന്നുകൊണ്ടിരുന്നതായി തോന്നിയില്ല. ങ്ഹാ! എങ്ങനെയായാലും അതും ഒരാശ്വാസമായി തോന്നി ഭക്തവത്സലത്തിന്.

പുൽത്തകിടിയിൽ കിടന്നു കണ്ണടച്ചപ്പോൾ പെട്ടെന്ന് ഉറക്കം വന്നിരിക്കണം. നിമിഷനിദ്ര. കണ്ണുകൾ തുറന്നപ്പോൾ ആദ്യം കണ്ട വിമാനം തന്നെയാണോ ആകാശത്തു ചുറ്റിത്തിരിയുന്നതെന്നൊരു സംശയം. രണ്ടും ഒന്നുതന്നെയാണെങ്കിലും അതിലെന്തോ അസാധാരണത്വം ഉള്ളതായി തോന്നിപ്പോയി.

പുൽത്തകിടിയിൽ കിടന്നു വശംതിരിഞ്ഞു നോക്കിയപ്പോൾ തന്റെ തൊട്ടടുത്ത് ഇടതുവശത്തായി രണ്ടുപേർ തായക്കട്ട ഉരുട്ടിക്കളിക്കുന്നു. ഉൾവസ്ത്രം കാണത്തക്കവിധത്തിൽ കാക്കിവസ്ത്രം ധരിച്ച അതിലൊരാൾ പുൽത്തകിടിയിൽ ബീഡി കുത്തിക്കെടുത്തി. തോൾപ്പട്ട കവിഞ്ഞു കിടന്ന അയാളുടെ മുടി മിനുമിനുത്തിരുന്നു.

"ബോംബെ ഫ്ളൈറ്റ് വന്നോ?" ഭക്തവത്സലം ചോദിച്ചു.

"ങ്ഹും! ഇനിയും വന്നിട്ടില്ല" ആകാശനീലിമയിൽ കണ്ണയച്ചുകൊണ്ടു ബീഡിക്കാരൻ പറഞ്ഞു.

വട്ടമിട്ടുകൊണ്ടിരുന്ന വിമാനം ഇപ്പോൾ ആകാശത്തിലില്ല. വെളിച്ചക്കൂടുതലിൽ ആകാശം ഇനിയും വിളറി.

"ഇപ്പോൾ വന്ന ഫ്ളൈറ്റ് ഏതാണ് സാർ" ഭക്തവത്സലം തിരക്കി.

"അത് എൻ ഇ സി പി വന്നിട്ടു തിരിച്ചുപോവുകയാണ്". തായക്കട്ട ഉരുട്ടിയവൻ പറഞ്ഞു.

“അപ്പോ.... ബോംബെ ഫ്ളൈറ്റ്” ഭക്തവത്സലം ആകുലചിത്തനായി.

“അതിനിയും വന്നിട്ടില്ല”.

ഭക്തവത്സലം വീണ്ടും ആകാശം നോക്കി കിടന്നു. ചെറിയ വേപ്പുമരം വിതറിയ നിഴൽ അയാൾക്കും തായക്കളിക്കാർക്കും മാത്രമാണെന്ന വിധത്തിൽ പുൽത്തകിടിയിൽ ചിതറിക്കിടന്നു. വേപ്പുമരച്ചോട്ടിലെ ചെറിയ പുറ്റ് മഞ്ഞളിൽ അഭിഷേകം ചെയ്യപ്പെട്ടിരുന്നു. കൂടെ കുങ്കുമവും കലർന്നിരുന്നു. മഞ്ഞളും കുങ്കുമവും കൂട്ടിക്കുഴഞ്ഞ ആ മണ്ണിൽനിന്നും തന്റെ ഇടതുകാൽ ഭക്തവത്സലം പെട്ടെന്നു മാറ്റി. ഒന്നുരണ്ടടി ദൂരെ കിടന്നിരുന്ന ഉണങ്ങിയ ആ അമേധ്യകഷണം അയാളിൽ അരോചകം ഉണർത്തി. പുൽത്തറയിൽ കിടക്കുന്നതിന് മുമ്പ്തന്നെ ഉണങ്ങിയ ആ വൃത്തികെട്ട വസ്തുവിനെ കാലുകൊണ്ടുതട്ടി ദൂരെയാക്കണമെന്ന് വിചാരിച്ചിരുന്നതാണല്ലോ. ഛേ! നാശം. അതവിടെ തന്നെ കിടക്കുന്നു. ഇത്രയും ആൾപ്പെരുമാറ്റമുള്ള ഈ സ്ഥലത്ത് ഇതേപ്പറ്റി ആർക്കും ഒരു ഉൽക്കണ്ഠയുമില്ലല്ലോ.

ഭക്തവത്സലം എഴുന്നേറ്റിരുന്നപ്പോൾ അയാൾക്കരികിലൂടെ ആരോ തൊഴിച്ചുവിട്ട ഒരു നായ വികൃതശബ്ദത്തിൽ നിലവിളിച്ചുകൊണ്ടോടി. ങേ! നിർത്തിയിട്ടിരുന്ന ടാക്സികളിൽ പാതിപോലും കാണുന്നില്ലല്ലോ! വന്നിറങ്ങിയ വിമാനം അവകളെ തള്ളിക്കൊണ്ടു പോയിരിക്കും. കാലി ട്രോളികൾ വരിവരിയായി വെയിലിൽ ഉണങ്ങിക്കൊണ്ടിരുന്നു. ഓഫീസ് മുറികളിലെ കറുത്ത കണ്ണാടി വാതിലുകൾ മാർഗ്ഗതടസ്സംപോലെ നിന്നിരുന്നു.

കൂടെ കൊണ്ടുവന്നിരുന്ന പ്ലാസ്റ്റിക് സഞ്ചിയെപ്പറ്റി ഓർമ്മവന്നപ്പോൾ ഒരുൾക്കിടിലം. ഇരുന്നുകൊണ്ടുതന്നെ പുറകുവശം തപ്പിനോക്കി. ‘ങഹാ!’ ഉണ്ട് ആശ്വാസം. പ്ലാസ്റ്റിക് സഞ്ചിയിൽ കൈ തടഞ്ഞപ്പോൾ കരകരശബ്ദം. സഞ്ചിയിലുണ്ടായിരുന്ന തോർത്തെടുത്തു മുഖം അമർത്തിത്തുടച്ചു. തോർത്തിൽ അഴുക്ക് പടർന്നുകയറി. തടിച്ച കാർഡ്ബോർഡിൽ നിർമ്മിച്ച ബോർഡ് സഞ്ചിയിൽ നിന്നെടുത്തുനോക്കി. “വെൽക്കം മരിയ റോസ” നീലവർണത്തിൽ അക്ഷരങ്ങൾ തിളങ്ങി. ഹോ! ഇതെങ്ങാനും ആരുടെയെങ്കിലും കയ്യിൽ കിട്ടിയിരുന്നാലോ! അവരിതു കളിപ്പാട്ടമാക്കുമോ? ങേ! ഒരുപക്ഷെ ആരെയെങ്കിലും സ്വീകരിക്കാനുള്ളതാണെന്ന തിരിച്ചറിവിൽ വിമാനം വന്നിറങ്ങുമ്പോൾ ഈ കാർഡും കാണിച്ചു മരിയ റോസയെ ആരെങ്കിലും കടത്തിക്കൊണ്ടു പോയിരുന്നുവെങ്കിലോ? ഓ.... ഒരുൾഭയം ഭക്തവത്സലത്തെ കിടിലംകൊള്ളിച്ചു.

എഴുന്നേറ്റുനിന്നുകൊണ്ടു ഷർട്ടിൽ പറ്റിപ്പിടിച്ചിരുന്ന മണ്ണും പൊടിയും തട്ടിക്കുടഞ്ഞു. വലിയ പെട്ടികൾ നിറഞ്ഞു കവിഞ്ഞു കിടന്നിരുന്ന ആ ഭാഗത്തേക്ക് സൈക്കിളിൽ ഒരു പെട്ടിയുമായി ഒരാൾ വന്നു കിതപ്പോടെ പെട്ടി ഇറക്കിവച്ചു. ഒപ്പം തന്നെ മറ്റൊരുവനും സൈക്കി

ളിൽ ഒരു പെട്ടിയുമായി വിയർത്ത മുഖത്തോടെ വന്നിറങ്ങി സൈക്കിളും പിടിച്ചു നിന്നു. വിമാനത്തിൽ സഞ്ചരിക്കാനെത്തിയ ഈ പെട്ടികൾ, സൈക്കിളിൽ വന്നിറങ്ങുന്നതു കണ്ടപ്പോൾ ഭക്തവത്സലത്തിന് തമാശ തോന്നി.

വന്നുനിന്ന ചുവന്ന വാനിൽനിന്നും ഇറക്കിയ ഈറനണിഞ്ഞ ചാക്കുകളിൽനിന്നും മുല്ലപ്പൂമണം കാറ്റിൽ പറന്നെത്തി. ശബ്ദമെന്യെ ചാക്കുകൾ വാനിൽനിന്നും തറയിലൂർന്നിറങ്ങി. ങേ! ഇത്രയും ചാക്കുകൾ ഈ വാനിലുണ്ടായിരുന്നോ! ആശ്ചര്യം. വാനിൽനിന്നുമിറങ്ങിയ ഡ്രൈവർ തന്റെ വലിയ കീശയിൽനിന്നും കുറെ റോസാപ്പൂവുകൾ പുറത്തെടുത്തു. അതിൽ പലതും ഞെരിഞ്ഞമർന്നമട്ടിലായിരുന്നു. വാനിൽനിന്നും ചാക്കുകൾ ഇറക്കിയവർ ഓരോരുത്തർക്കും അയാൾ റോസാപ്പൂക്കൾ നൽകി. ഭക്തവത്സലവും കൈനീട്ടി. ഡ്രൈവറുടെ സംശയക്കണ്ണുകൾ ഭക്തവത്സലത്തെ ഒന്നുഴിഞ്ഞുനോക്കി. എന്നാലും ഒരു പൂ ഭക്തവത്സലത്തിനും കിട്ടി. ഓ....ആശ്വാസം. ആ പൂ ഞെരിഞ്ഞമർന്നതായിരുന്നില്ല.

“ബോംബെ ഫ്ളൈറ്റ് എന്തായെന്നാ”

“ഒരു മണിക്കൂറെങ്കിലും ഇനിയും ലേറ്റാകുമത്രെ”

“ഹോ! ഈ പൂക്കളൊക്കെ വാടാതിരുന്നാൽ മതിയായിരുന്നു. എന്തോ പ്രശ്നമുണ്ടുപോലും. ബോംബെയിൽ നിന്നും പുറപ്പെട്ട വിമാനം ഗോവയിൽ ഇറക്കിയിരിക്കുകയാണ്. അവിടെനിന്നും പുറപ്പെടാൻ എങ്ങനെയും ലേറ്റാകും”.

ഈ വലിയ കറുത്ത കണ്ണാടികൾമൂലം വിമാന താവളത്തിൽ നടക്കുന്നതൊന്നും കാണാൻ കഴിയുന്നില്ല.

ഉള്ളിലേക്കുള്ള പ്രവേശനത്തിന് ടിക്കറ്റ് എടുക്കുന്ന കാര്യത്തിൽ ഭക്തവത്സലത്തിന് വിഷമം തോന്നി. ങ്ഹാ! എന്തുചെയ്യാൻ. എടുക്കുക തന്നെ. വിമാനത്താവളത്തിലെ മേൽത്തട്ടിലേക്കുള്ള പ്രവേശനടിക്കറ്റ് അയാൾ ഉറ്റുനോക്കി.

ഏകദേശം എല്ലാ ഇരിപ്പിടങ്ങളിലും ആളുകൾ നിറഞ്ഞിരുന്നു. താവളത്തിന്റെ വലത്, ഇടത് ഭാഗങ്ങളിലായി രണ്ട് വിമാനങ്ങൾ നിന്നിരുന്നു. വിമാനതാവളത്തിന് അൽപം ദൂരെയായി കാണപ്പെട്ട വിജനത അയാളിൽ അൽപം ഉൾഭയം ഉണ്ടാക്കാതിരുന്നില്ല. പച്ചപിടിച്ച ഒരൊറ്റ മരം പോലും എങ്ങും കാണുന്നില്ല. എല്ലാം തന്നെ വെയിലിൽ ഉണങ്ങിക്കരിഞ്ഞു വിമാനങ്ങളുടെ ഇരമ്പലുകളിൽ പ്രകമ്പനംകൊണ്ടു നശിച്ചുപോയിരിക്കാം. റൺവേ മാത്രം പുൽപ്പായ വിരിച്ചുവച്ച കണക്കെ കിടന്നിരുന്നു.

ഒഴിഞ്ഞൊരു പ്ലാസ്റ്റിക് കസേര ഭക്തവത്സലം കണ്ടു. അതിലിരുന്നിരുന്ന പെണ്ണ് കരയുന്ന കുഞ്ഞിനെ മാറത്തൊതുക്കി നടക്കാനാരംഭിച്ചു. അവളുടെ വെളുത്തുചുവന്ന നെടിയ ശരീരം അയാളുടെ മനസിനെ ഉല

ച്ചു. അണിഞ്ഞിരുന്ന ആഭരണക്കൂടുതൽ അവളെ ഇനിയും സുന്ദരിയാക്കി കാണിച്ചു. മുതുകിന്റെ അധികഭാഗവും മറയാതിരുന്നു. ഹോ! എന്തൊരാകർഷണം. ആ കസേരയിൽ പോയിരിക്കാമോ!

ഒരു പക്ഷേ ആ പെണ്ണ് വീണ്ടും വന്നിരുന്നാലോ? കുഞ്ഞിന്റെ കരച്ചിൽ അധികരിച്ചപ്പോൾ അടുത്തുണ്ടായിരുന്ന ഒരു മുതിർന്ന സ്ത്രീ ധൃതിയിൽ പോയി കുഞ്ഞിനെ വാങ്ങി. കണങ്കാൽ കാണും വിധം ധരിച്ച വെള്ള സാരിയും നെറ്റിയിലെ ചന്ദനച്ചാർത്തും കുറുകിയ ശരീരവുമുള്ള ആ സ്ത്രീ ഒരു കൗതുക വസ്തുവായി അയാൾക്ക് തോന്നി.

മുൻനിര ഇരിപ്പിടങ്ങളിലുണ്ടായിരുന്ന സ്ത്രീകളുടെ മുഖങ്ങളിലെല്ലാം തന്നെ ഒരു വിധ ആശ്ചര്യവും കുതൂഹലവും ഒക്കെയൊക്കെ മിശ്രണമായിരുന്നു.

ഇടതുവശത്തെ മൂലയിൽ ഒരു കസേര ഒഴിഞ്ഞിരുന്നതു കണ്ടപ്പോൾ ഭക്തവത്സലം അതിലിരുന്നു. അവിടിരുന്നാൽ വിമാനത്താവളത്തിന്റെ ഒരു വശം മാത്രമെ കാണുവാൻ സാധിക്കുമായിരുന്നുള്ളു.

നിന്നുകൊണ്ടിരുന്ന ഒരു വിമാനത്തിന്റെ അടിഭാഗത്തു രണ്ടുപേർ പ്രത്യക്ഷപ്പെട്ടു. അതിലൊരാൾ ഏണിയിലൂടെ കയറി ആയാസമെന്യെ ഒരു പടിയിൽ ഇരുപ്പുറപ്പിച്ചു.

ഭക്തവത്സലം കസേര മുറുകെ പിടിച്ചു. മിഴികളടച്ചിരുന്നപ്പോൾ എവിടെ നിന്നോ വീശിയടിച്ച കാറ്റ് എതിർവശത്തെ ചുമരിലിടിച്ചു തിരിച്ചുവന്നു തന്നെ സ്പർശിക്കുന്നതായനുഭവപ്പെട്ടു. കസേര പറന്നുകൊണ്ടിരുന്നു. അവൻ കാലുകൾ ഒന്നിന് മുകളിൽ ഒന്നായി പിണച്ചുവെച്ചു. കൈകൾ ഇരുവശത്തിലും വീശി. അവന് മേഘങ്ങളെതൊട്ട് കുളിർമ്മ തോന്നിത്തുടങ്ങി. പൊരിവെയിൽ അവന്റെ പാദങ്ങളെ ചുട്ടെരിച്ചു. രണ്ടായി പിളർന്നുപോയ ഒരു കസേര അവനെ മുട്ടിനിന്നു. അതിന്റെ ഒരു ഭാഗം താഴെ അടർന്നു വീണു. പെട്ടെന്ന് അവൻ അമർന്നിരുന്ന പ്ലാസ്റ്റിക് കസേര ഇരുമ്പായി മാറി കനംവെച്ചു തുടങ്ങി. അതിന്റെ തൂക്കക്കൂടുതലിൽ അതു താഴേയ്ക്കിറങ്ങാൻ തുടങ്ങി. അതു തറയിൽ മുട്ടിയപ്പോൾ തീപ്പൊരികൾ പാറി. ഉണങ്ങിയ ഇലകളെ എത്തിച്ചു പിടിച്ച തീ ഇളംചുവപ്പു നിറത്തിൽ പടർന്നുകയറി. അത്യുഷ്ണത്തിൽ അവന്റെ ഇരിപ്പിടം ഉരുകി വെയിലത്തു വെച്ച ചോക്കലേറ്റുപോലെ. ഉരുകിയുരുകി അലിഞ്ഞലിഞ്ഞില്ലാതാകുന്ന മാംസക്കഷണങ്ങളെ അവൻ വെറുതെ നോക്കിക്കൊണ്ടിരുന്നു.

പെട്ടെന്നിറങ്ങി വന്ന വിമാനത്തിന്റെ ഇരമ്പലിൽ ഭക്തവത്സലത്തിന്റെ ശരീരം പ്രകമ്പനം കൊണ്ടു. ആംഗലഭാഷയിലെ എൽ ആകൃതിയിൽ വിമാനം റൺവേ ചുറ്റിതിരിഞ്ഞു നിന്നു. ഏണിവണ്ടികളും സഹായ വാഹനങ്ങളും മങ്ങലായി തോന്നി. കണ്ണുകൾ തിരുമ്മി നോക്കിയപ്പോൾ വിമാനത്തിന്റെ മഞ്ഞനിറവും ചിറകുകൾക്ക് ഒടുവിൽ വരച്ചു തീർന്ന പട്ടുസാരി ബോർഡറും അവന് നന്നേ ഇഷ്ടമായി തോന്നി.

രണ്ട്

കണ്ണെത്താവുന്ന ദൂരങ്ങളിൽ ഓവുചാൽ കറുത്തു മിനുങ്ങിക്കൊണ്ടിരുന്നു. ദൃഷ്ടി കുറെക്കൂടി ദൂരെയാക്കിയപ്പോൾ, തുണികൾക്ക് ചായം മുക്കുന്ന ശാലകളിൽ നിന്നും ഒഴുകിയെത്തിയ മാലിന്യം പല വർണ്ണങ്ങളിൽ കൂടിക്കുഴഞ്ഞു കലർന്നു കാണപ്പെട്ടു.

റോസ അല്പം അലോസരത്തോടെ മെല്ലെ മെല്ലെ നടന്നു. ഉണങ്ങിയ മലവും മാലിന്യങ്ങളും മുൾച്ചെടികളും പാതയിൽ നിറഞ്ഞുനിന്നു. മുൾക്കൂട്ടങ്ങൾ സമൃദ്ധിയായി വളർന്നുനിന്നിരുന്ന ഒറ്റയടിപ്പാത നേർത്തു നേർത്തു നൊയ്യൽ ആറ്റിൽ മറയുന്നു. മാലിന്യങ്ങൾ പേറിപ്പേറി നൊയ്യൽ ആറ് കറുത്ത നിറത്തിൽ കാണപ്പെട്ടു. ഇടയ്ക്ക് നാലഞ്ചിടങ്ങളിൽ മൺകൂമ്പാരങ്ങളും കാണപ്പെട്ടു. അവകളുടെ മേൽ മേഞ്ഞു നടന്നിരുന്ന പന്നികളുടെ വികൃതരൂപങ്ങൾ കണ്ടപ്പോൾ അസഹ്യതയോടെ റോസ ശരീരം ഉലച്ചു.

"ഈ കാണുന്നവകളെല്ലാം എന്താണ് അസാധാരണമായി തോന്നുന്നല്ലോ" റോസ ഇംഗ്ലീഷിൽ ചോദിച്ചു.

ഒരുവിധ വിരക്തിയുണ്ടെങ്കിലും പുഞ്ചിരിച്ചു കൊണ്ടുതന്നെ ഭക്തവത്സലം പറഞ്ഞു "ഇതൊക്കെ ഇവിടത്തെ തദ്ദേശവാസികളുടെ കല്ലറകളാണ്"

"കല്ലറകളോ?"

"അതെ," ശവക്കുഴികൾ. ശ്മശാനത്തിലേയ്ക്ക് കുറെ ദൂരം പോകേണ്ടിയിരിക്കുന്നു. അതുകൊണ്ട് അവരവർ താമസിക്കുന്ന സ്ഥലത്തിനരികിൽ തന്നെ ഇടം കിട്ടിയാൽ ശവങ്ങൾ കുഴിച്ചിടുന്നു. തന്നെയുമല്ല ഇത്തരം കീഴ്ജാതിക്കാരുടെ ശവങ്ങൾ ശ്മശാനങ്ങളിൽ കുഴിച്ചിടാൻ അനുവാദവുമില്ല. അപ്പോൾ പിന്നെ കിട്ടിയ സ്ഥലം തന്നെ ശവക്കല്ലറ."

"ഓഹോ! അങ്ങനെയോ. അപ്പോൾ, മരിച്ചാലും കീഴ്ജാതിക്കാർക്ക് സമാധാനത്തോടെ ഉറങ്ങാൻ പറ്റില്ല എന്നർഥം. അല്ലേ! അങ്ങനെയെങ്കിൽ ഈ ആറ്റിൽ വെള്ളക്കൂടുതൽ ഉണ്ടാകുമ്പോൾ ശവക്കുഴികളിലെ അസ്ഥികൂടങ്ങൾ എഴുന്നേറ്റ് ഓടുമായിരിക്കുമല്ലോ! അസ്ഥികൂടങ്ങൾ ഓടുന്നതു കാണാൻ നല്ല രസമായിരിക്കും അല്ലേ!" റോസ പൊട്ടിപ്പൊട്ടിച്ചിരിച്ചുകൊണ്ടു മുഖത്തു പടർന്നുവീണ തലമുടി പിറകോട്ടൊതുക്കി.

ചായശാലകളിൽ നിന്നും പലപല നിറങ്ങളിൽ ഒഴുകിയെത്തുന്ന മാലിന്യജലം സംഗമിക്കുന്ന സ്ഥലത്തിന്റെ പല ദൃശ്യങ്ങളും റോസ തന്റെ ക്യാമറയിൽ പകർത്തി. പല നിറങ്ങളിലുള്ള ചായങ്ങൾ കലർന്നുണങ്ങിയ മണ്ണ് അവൾ കയ്യിലെടുത്തു നോക്കി. ആ മണ്ണ് അവൾ ദീർഘനേരം സാകൂതം നോക്കി.

മുൾപ്പടർപ്പുകളും കുറ്റിച്ചെടികളുമായി നിറഞ്ഞുനിന്ന നദിയെ നോക്കി റോസ ചോദിച്ചു.

"ഇതിനെ നദിയെന്നു വിളിക്കാമോ?"

"ങേ! എന്താ സംശയം"

റോസ ആരോടെന്നില്ലാതെ പറഞ്ഞു. "ഞങ്ങളുടെ നാട്ടിൽ നദികൾ എല്ലാം തന്നെ വർഷം മുഴുവനും നിറഞ്ഞൊഴുകും. നദിയുടെ സമീപ പ്രദേശങ്ങൾ വികസിതരൂപത്തിൽ നവീകരിക്കപ്പെട്ടു മനോഹരമാക്കിയിരിക്കും. കുളിർ കാലങ്ങളിൽ നദിയുടെ മേൽഭാഗം മഞ്ഞുകട്ടികൾ പൊതിഞ്ഞിരിക്കും കാണാനെന്തു ഭംഗിയാണെന്നോ. എല്ലാ അർഥത്തിലും നദി നദി തന്നെയായിരിക്കും. പക്ഷെ ഇവിടെയും നിങ്ങൾ ഇതിനെ നദി എന്നു തന്നെ പറയുന്നല്ലോ."

റോസ തന്റെ നാട്ടിൻ മഹിമയിൽ ഒന്നു തിളങ്ങി.

"ശരി, സാരമില്ല. മറഞ്ഞുപോയ നദി എന്നു പറയാം." ഭക്തവത്സലം ദീനനായി.

"അതു ശരിയായിരിക്കും. പക്ഷെ ഇതു നദി തന്നെയായിരുന്നുവെന്ന തിരിച്ചറിവിന്റെ ഏതെങ്കിലും അനുഭവങ്ങൾ നിങ്ങൾക്കുണ്ടോ" റോസ പ്രതികരിച്ചു.

"അതെ, ഇരുപതു വർഷങ്ങൾക്കുമുമ്പ്" ഭക്തവത്സലം നൊയ്യൽനദിയുടെ മൺമറഞ്ഞ ധന്യനാളുകളിലേക്ക് കൂപ്പുകുത്തി.

മില്ലർ നിറ്റിംഗ് കമ്പനിയുടെ ചേറ്റു മണ്ണിൽ നിന്നും മണ്ണിരകളെ ശേഖരിച്ചുകൊണ്ടു കൂട്ടുകാരൊത്തു സൈക്കിളിൽ മീൻപിടിക്കാൻ മണ്ണറൈ എന്ന സ്ഥലത്തേക്ക് പോയിക്കൊണ്ടിരുന്ന കാലത്തു നൊയ്യൽ കരകവിഞ്ഞൊഴുകുന്നതായി ഭക്തവത്സലം ഓർമിച്ചു. മഴക്കാലങ്ങളിൽ നുരയും പതയും തുപ്പി മാലിന്യങ്ങളെല്ലാം തൂത്തെറിഞ്ഞു പാലങ്ങളിൽ തുളുമ്പി നിന്നിരുന്ന നൊയ്യൽ. കറുത്തവാവ് നാളുകളിൽ നഗരത്തിൽ സിനിമ കാണാൻ പോകുമ്പോഴൊക്കെയും അച്ഛന്റെ കൈപിടിച്ചു പാലത്തിൽ നിന്നുകൊണ്ടു, പതഞ്ഞൊഴുകുന്ന നൊയ്യലിനെ ഭയത്തോടെ നോക്കി നിൽക്കാറുണ്ട്. അമ്മയോടൊന്നിച്ചു കല്ലറ വിശേഷനാളുകളിൽ ഉത്സവത്തിമിർപ്പോടെ പോകുമ്പോഴും കരിമ്പുനീർപോലെ ഒഴുകുന്ന നൊയ്യലിനെ വിസ്മയത്തോടെ നോക്കി നിന്നിട്ടുണ്ട്. അച്ഛന്റെ മടിയിരുന്നുകൊണ്ടു നൊയ്യൽ മണപ്പുറത്തു നടക്കുന്ന സമ്മേളനങ്ങൾ കാണുവാനും ധാരാളം സന്ദർഭങ്ങൾ കിട്ടിയിട്ടുണ്ട്. ഉത്സവ നാളുകളിൽ കരിമ്പിൻ തുണ്ടുകളും പൊരിയും കടലയും എണ്ണപ്പലഹാര അവശിഷ്ടങ്ങളും ചിതറിത്തെറിച്ചു നൊയ്യൽ മണപ്പുറം നിറം മാറി കിടക്കുന്നതും കണ്ടിട്ടുണ്ട്. കാലാന്തരേണ വൃത്തികെട്ട ഓവുചാലായി നൊയ്യൽ മാറിക്കൊണ്ടിരുന്നപ്പോഴും ദുർഗന്ധം സഹിച്ചുകൊണ്ടുതന്നെ നൊയ്യൽ ആറിനെ കാണുന്നത് ആശ്വാസമായിരുന്നു. ചായം മുക്കുന്ന ശാലകളിലെ വർണങ്ങളലിഞ്ഞുചേർന്ന മലിനജലം നൊയ്യലിന്റെ മുഖഛായ മാറ്റിയതിൽ തന്റെ ഖേദം ഭക്തവത്സലം ഒരു നെടുവീർപ്പിലൊതുക്കി.

ചായശാലകളിൽ നിന്നും പുറത്തേക്കൊഴുകുന്ന മലിനവർണ്ണജലം നോക്കിനിന്നപ്പോൾ റോസയിലും നെടുവീർപ്പുയർന്നു. അവളുടെ മാറിടംകുലുങ്ങി. കാറ്റിൽ തലമുടി പാറിപ്പറന്നു. മരങ്ങളുടെ പടം തുന്നിച്ചേർത്ത അവളുടെ ബനിയൻ ചുളുങ്ങിയിരുന്നു.

ദൂരെ കാണപ്പെട്ട ഒരു ചെറിയ പൂന്തോട്ടത്തെ ക്യാമറയിൽ പകർത്തിക്കൊണ്ടു റോസ ചോദിച്ചു.

"നിങ്ങളിൽ കടുത്ത അതൃപ്തിയുണ്ടെന്നു നിങ്ങളുടെ ദീർഘനിശ്വാസം പറയുന്നല്ലോ".

"ശരിയായിരിക്കാം. ഞങ്ങളുടെ ചുടു നിശ്വാസങ്ങളാവാം ഈ നാടിന് ഇത്രയും ഉഷ്ണവും പൊടിയും നൽകിയത്". ഭക്തവത്സലത്തിന്റെ പുഞ്ചിരിയിൽ എരിവ് മണം കലർന്നിരുന്നു.

റോസ തോളുകൾ കുലുക്കി ദൂരേക്ക് കൈചൂണ്ടി.

"അതൊരു പൂന്തോട്ടമാണ്. ഇവിടത്തെ മാലിന്യങ്ങളെയെല്ലാം മറികടന്ന നഗരവാസികൾ ചേക്കേറുന്ന സ്ഥലം. എല്ലാം കൃത്രിമ നിർമ്മിതികളാണ്. ഉണ്ടാക്കപ്പെട്ട ആ വെള്ളച്ചാട്ടത്തിൽനിന്നും വീഴുന്ന ജലം പോലും ലോറികളിൽകൊണ്ടുവന്നു നിറച്ചതാവാം. ഇവിടെ വളർന്നു നിൽക്കുന്ന ചെടികൾ എല്ലാം തന്നെ കുറിയവയായിരിക്കട്ടെയെന്നു ശപിക്കപ്പെട്ടവകളാണ്. അല്പം ആൾസഞ്ചാരം ഉള്ളതുമാത്രമാണ് ഇവിടത്തെ യാഥാർത്ഥ്യം. ബാക്കിയെല്ലാം കൃത്രിമം".

വിരക്തിയോടെ ഭക്തവത്സലം പറഞ്ഞു.

റോസ ചിരിച്ചു. അടുത്തുണ്ടായിരുന്ന പാറയിൽ അവൾ തൊട്ടുനോക്കി. വെറുപ്പോടെ കൈ പിൻവലിച്ചു. ഇരു കൈകളും തട്ടിക്കുടഞ്ഞു. അപ്പോൾ വെയിലിന്റെ കിരണങ്ങളിൽ പൊടിപാറുന്നത് അവൾ കണ്ടു. ഒരു കാക്കയുടെ ദീർഘമായ കരച്ചിൽ ശബ്ദം വാഹനങ്ങൾ കൂട്ടിമുട്ടുന്നതുപോലെ തോന്നിച്ചു. വെയിലിന്റെ ആവി പറന്നു പറന്നു സൂര്യനിലേക്ക് തന്നെ തിരിച്ചു പൊയ്ക്കൊണ്ടിരുന്നു.

"ഈ നദി എത്രടം വരെ പോകുന്നു."

"നദിയോ?" ഉദ്വേഗത്തോടെ ഭക്തവത്സലം.

"ങ്ഹാ! അല്ലെങ്കിൽ വേണ്ട. ചായശാലകളിലെ മാലിന്യങ്ങൾ" റോസ.

"പത്തു കിലോമീറ്റർ ദൂരെയുള്ള ഒരു അണക്കെട്ടിൽ".

ദൂരെയായി കാണപ്പെട്ട പനമരങ്ങളുടെ ഉച്ചികളിലേക്ക് റോസ നോക്കി നിന്നു. ആകാശത്തേക്കുള്ള ചൂണ്ടുപലകകളായി അവകൾ നിന്നിരുന്നതായി അവൾക്ക് തോന്നി. ആകാശനീലിമയെ ഇവകൾ അലിയിച്ചലിയിച്ചു വെളുപ്പാക്കിക്കൊണ്ടിരുന്നു. ആകാശം ആ വെളുപ്പിന് വേണ്ടി കാത്തിരുന്നു.

"നിങ്ങളുടെ നാട്ടിലെ ഇളനീർ കുടിക്കണമെന്നാഗ്രഹമുണ്ട്".

"വിപരീത ആഗ്രഹം" തമാശമട്ടിൽ ഭക്തവത്സലം പറഞ്ഞു.

"ങേ! വിപരീത ആഗ്രഹമോ!" റോസ പൊള്ളലേറ്റവളെപ്പോലെ ചോദിച്ചു.

"ചായശാലകളിലെ മലിനജലം ഇളനീരിലും ഉണ്ടാകും. ഇവിടങ്ങളിലെ കുഴിക്കപ്പെടുന്ന കുഴൽക്കിണറുകളിൽ നിന്നും ചീറ്റിവരുന്ന വെള്ളത്തിലും ചായശാലകളുടെ മാലിന്യം കാണും. എന്തിനധികം കരിക്കിൻ

വെള്ളത്തിലും പല വർണ്ണങ്ങൾ കാണാം" ദു:ഖമുഖത്തോടെ ഭക്തവത്സലം അവളെ നോക്കി.

ഒരു സാഹസംപോലെ കയറ്റിറക്കങ്ങളിൽ അവൾ മെല്ലെ മെല്ലെ നടന്നു. കാലുകളിൽ പൊടിപടലം പൊതിയപ്പെട്ടിരുന്നു. തടിച്ച കൊക്കിന് ചായം പൂശിയതുപോലെ അവളുടെ വസ്ത്രങ്ങൾ തിളങ്ങി.

ഒരു ചെറിയ കുന്നിൻ നിന്നും താഴെയിറങ്ങിയപ്പോൾ വാഹനങ്ങളുടെ കനത്ത ശബ്ദത്തോടെ റോഡ് ആരംഭിച്ചു. റോഡരികിൽ കിടന്നിരുന്ന കറുത്തപൈപ്പുകൾ വെട്ടിവീഴ്ത്തിയ പനമരങ്ങളിൽ കറുത്ത ചായം പൂശി വച്ചതുപോലെ തോന്നിച്ചു.

വലതുമൂലയിൽ ഒരു ചെറിയ ആൾക്കൂട്ടം. ആകാംക്ഷയോടെ റോസ അതിനരികിലെത്തി. ആൾക്കൂട്ടത്തിൽ നടുവിൽ ഒരു പൈപ്പ്. പൈപ്പിൽ നിന്നും ഇറ്റുവെള്ളം ഒഴുകുന്നുണ്ടായിരുന്നു. ഇറ്റുവെള്ളം പിടിക്കാനും കുടങ്ങൾ നിരനിരയായി കിടന്നിരുന്നു. തളർന്ന മുഖങ്ങളുമായി സ്ത്രീകൾ റോസയെ നോക്കി.

"ഇവരെന്താണ് ചെയ്യുന്നത്"

"കുടിനീർ പൈപ്പിൽ നിന്നും ഇറ്റുവെള്ളം പിടിക്കുന്നു" നിസ്സംഗനായി ഭക്തവത്സലം പറഞ്ഞു.

"ങേ! കുടിക്കുന്ന വെള്ളം കിട്ടാൻ ഇത്രമാത്രം ബുദ്ധിമുട്ടോ!" റോസയുടെ നീലക്കണ്ണുകൾ വിടർന്നു. "ഡോളറും പൗണ്ടുകളും വെള്ളമായി ഒഴുകുന്ന ഈ നഗരത്തിൽ."

ധൃതിയിൽ അവൾ വെള്ളം പിടിക്കുന്ന സ്ത്രീകളെ ക്യാമറയിൽ പകർത്തി.

റോസ ഇറ്റുവെള്ളം നോക്കിക്കൊണ്ടിരുന്നപ്പോൾ തന്നെ അതിന്റെ ഒഴുക്ക് അധികരിച്ചു. സ്ത്രീകളുടെയിടയിൽ തിക്കും തിരക്കും ആരംഭിച്ചു.

അടുത്തുവന്നു ബ്രേക്കിട്ടു നിന്ന സ്കൂട്ടറെ ഭക്തവത്സലം പകപ്പോടെ നോക്കി. സ്വാമിയപ്പൻ നിൽക്കുന്നു. പുകതുപ്പി നിന്ന വാഹനത്തെ റോസ അല്പം വിസ്മയത്തോടെ നോക്കി.

"ഭക്ത്! എത്രത്തോളമായി." സ്വാമിയപ്പൻ.

"ഇന്നത്തോടെ തീർത്തിട്ടു പോകുമെന്നാണ്."

"കമ്പനിയിലേയ്ക്ക് എപ്പോൾ വരും?"

"നാളെ വരാം. ഇന്നിവരെ അയച്ചിട്ട് നാളെ വരാം." പെട്ടെന്നോർമ്മ വന്ന മട്ടിൽ സ്വാമിയപ്പനെ കാണിച്ചുകൊണ്ടു ഭക്തവത്സലം പറഞ്ഞു.

"ഹീ ഈസ് മൈ ബോസ്"

"ഓ...." എന്നു റോസ മൊഴിഞ്ഞപ്പോൾ അതിൽ അതിശയം കലർന്നിരുന്നു. അവളുടെ ചുവന്നു തുടുത്ത അധരങ്ങൾ "ഓ...." ചൊല്ലലിൽ വൃത്താകാരമായി മലർന്നു. സ്കൂട്ടർ ഓഫ് ചെയ്തുകൊണ്ട് "ഓ... നൈസ് ടു മീറ്റ് യു" സ്വാമിയപ്പൻ പ്രതിവചിച്ചു. റോസയുടെ വലതുകയ്യുടെ മൃദുത്വവും തോലുരിഞ്ഞപോലുള്ള അവളുടെ ഉള്ളം കയ്യും സ്വാമിയപ്പൻ ഒരു നിമിഷം നോക്കിനിന്നുപോയി.

സ്വാമിയപ്പന്റെ കവിൾത്തടം ഇടതുഭാഗത്തേക്ക് ചായ്ച്ച് വച്ചുകൊണ്ടു റോസ പറഞ്ഞു "ഞാനൊരു പടമെടുത്തോട്ടെ".

"ആവശ്യമുണ്ടോ" സ്വാമിയപ്പൻ.

"ഉണ്ട്. എന്റെ പത്രത്തിലെ ലേഖനത്തിൽ താങ്കളുടെ പേരുവരുമ്പോൾ ഒരു സാക്ഷിയായി പടവും ഇരുന്നോട്ടെ".

റോസയോടൊപ്പം നടന്നുനീങ്ങുമ്പോൾ കടന്നുപോകുന്നവരുടെ കണ്ണോട്ടങ്ങൾ ഭക്തവത്സലത്തിന് സങ്കോചമുണ്ടാക്കി. ഈ രൂപവതിയോടൊപ്പം തന്റെ രൂപവും തുലനം ചെയ്തു നോക്കിയതിൽ നിരാശനായി അയാൾ അല്പം അകന്നു നടന്നു. റോസ എന്ന സുന്ദരി ആരാണ്, അവളുമായി തനിക്കെന്താണ് ബന്ധം എന്ന കാര്യത്തിൽ മറ്റുള്ളവരുടെ അന്വേഷണങ്ങൾ ഉണ്ടാകുമോ? ഭക്തവത്സലത്തിന് ഒരുൾക്കിടിലം.

കഴിഞ്ഞ മൂന്നു ദിവസങ്ങൾ ഒരു അന്യയുവതിയുമായി ഇടപഴകിയതിലും അവളുടെ ആവശ്യങ്ങളിൽ ശ്രദ്ധചെലുത്തി നടന്നതിലും അയാൾക്ക് അഭിമാനം തോന്നി. അവളുടെ ആഗമനം പല ദിനരാത്രങ്ങളിലെ മധുര ഓർമ്മകൾക്ക് വഴി ഉണ്ടാക്കും എന്നു ഭക്തവത്സലത്തിന് തോന്നി. റോസയുടെ മുഖം മനസിന്റെ ആഴങ്ങളിൽനിന്നും അത്ര പെട്ടെന്നു മാഞ്ഞുപോകാനിടയില്ല. അവളെ മാറോടണയ്ക്കുന്ന ഭാവനാചിത്രം തന്റെ മനസിൽ താലോലിക്കാൻ തുടങ്ങിയപ്പോൾ പൊരിവെയിലും കുളിർമ്മ അനുഭവപ്പെട്ടു. ആ മധുരവിചാരങ്ങളിൽ ലജ്ജിച്ചവനെപ്പോലെ ഭക്തവത്സലം തലകുമ്പിട്ടു നടന്നുതുടങ്ങി. റോഡിലെ പൊടിപടലം ചെരുപ്പുകളിലും പാന്റിന്റെ പാർശ്വങ്ങളിലും പടർന്നിരുന്നതു കണ്ടു.

മൂന്ന്

വർണപ്പൊലിമയോടെ, തൂക്കംനോക്കി യന്ത്രം നിന്നിരുന്നു. അതിന്റെ വെളുത്തചക്രം ചുറ്റിത്തിരിഞ്ഞു തിരിഞ്ഞ് കാഴ്ചകൾ കണ്ടു രസിച്ചു. ചക്രം ചുറ്റിത്തിരിയുന്നതിനനുസരിച്ച് പിന്നിലെ വർണ്ണവിളക്കുകളും താളംചവുട്ടി. വെളുത്ത ചക്രത്തിന്റെ അച്ചുതണ്ടായി അവന്റെ ദേഹം നിന്നു. ചക്രം തിരിഞ്ഞുകൊണ്ടിരുന്നപ്പോൾ അവന്റെ ശരീരം ബോംബ് സ്ഫോടനത്തിലെന്നവണ്ണം ചിതറിത്തെറിച്ചു ഛിന്നഭിന്നമായി. അവന്റെ ശിരസ്സ് മാത്രം നടുവിലായി ചക്രത്തിൽനിന്നു. അവന്റെ കണ്ണുകൾ ഇടതുംവലതുമായി ചതഞ്ഞു ചുവന്നിരുന്നു. ഭക്തവത്സലം കണ്ണുകൾ തിരുമ്മിനോക്കി. ങേ! വെളുത്ത ചക്രം നിശ്ചലമായിരുന്നു.

തൂക്കം നോക്കാമോ? അമ്പതിനുള്ളിൽ ഉണ്ടാകാം. റോസയുടെ കൂടെ മൂന്നുനാളും അലഞ്ഞുനടന്നതിൽ തൂക്കം കുറഞ്ഞിരിക്കുമോ? അതോ അവളോടൊപ്പമുള്ള മികച്ച ആഹാരത്തിൽ തൂക്കം കൂടിയിരിക്കുമോ? ഒരുവർഷം മുമ്പ് മഞ്ഞപ്പിത്തം തന്നെ തളർത്തിയതാണ്. ശരീരം ക്ഷീണിച്ചപ്പോൾ പാന്റുകളും ഷർട്ടുകളും തുന്നൽക്കാരൻ ചെറുതാക്കിത്തരികയും ചെയ്തു. അതിനുശേഷം ശരീരം പുഷ്ടിപ്പെട്ടിട്ടില്ല. തൂക്കം നോക്കുമ്പോ

ഴൊക്കെയും "ക്ഷമയും പക്വതയും നിന്നെ മേന്മയുള്ളവനാക്കും" എന്നൊരു പതിവ് കാർഡ് മെഷീൻ തുപ്പിത്തരും.

അൽപ്പമകലെയുള്ള പബ്ലിക് ടെലഫോൺ ബൂത്തിലേക്ക് നടക്കുന്നതിനിടയിൽ പെട്ടെന്നൊരു ബസ് ഇരച്ചു വന്നുനിന്നു. ആ ശബ്ദം കേട്ടു ഭയന്നവരെപ്പോലെ യാത്രക്കാർ ധൃതിയിൽ ബസിൽനിന്നുമിറങ്ങി. ചിതറിത്തെറിച്ച യാത്രക്കാരെ ശ്രദ്ധിച്ചുകൊണ്ടു ഭക്തവത്സലം ബൂത്തിലേക്ക് നടന്നു. കമ്പനിയിലേക്ക് ഫോൺ ചെയ്താലോ! ങ്ഹാ! ഡയൽട്ടോൺ ഉണ്ട്. ആശ്വാസം ഒറ്റനാണയമിട്ട് നമ്പറുകളിൽ വിരലമർത്തിയപ്പോൾ മറുപുറത്തുനിന്നും നാഗന്റെ വിറയാർന്ന ശബ്ദം. ഭക്തവത്സലം റിസീവർ ക്രാഡിലിൽ വച്ചു. നാഗന്റെ ദീനമായ ശബ്ദം കേൾക്കുമ്പോൾ തന്നെ പലരും ഇങ്ങനെ ചെയ്യും. ഇത്തരം പ്രതികരണം അയാളെ ദു:ഖിതനാക്കും. ഈ പ്രത്യേക സന്ദർഭങ്ങളിൽ കമ്പനിക്ക് ഏതെങ്കിലും ടെലഫോൺവിളികളുണ്ടായോ എന്ന അന്വേഷണങ്ങളും അയാളെ വിഷണ്ണനാക്കും.

തൂക്കംനോക്കിയന്ത്രത്തിനടുത്തേക്ക് ഭക്തവത്സലം വീണ്ടും നടന്നെത്തി. യന്ത്രപ്പലകയിൽ കയറിനിന്നു. വെളുത്ത ചക്രം ചുറ്റിത്തിരിഞ്ഞു നിന്നപ്പോൾ ഒരുരൂപാ നാണയം യന്ത്രദ്വാരത്തിൽ ചെലുത്തി കാത്തുനിന്നു. "ക്ഷമയും പക്വതയും നിറഞ്ഞ മേന്മയുള്ളവനാക്കും" എന്ന കാർഡ് പുറത്തുവരാതെ തന്നെ യന്ത്രം നിശ്ചലമായി. ങേ! ഇതിനെന്തുപറ്റി. അയാൾ വലതുകാലുയർത്തി ശക്തിയോടെ യന്ത്രപ്പലകയിൽ ചവുട്ടി. ആശ്ചര്യം! കാർഡ് തുപ്പിക്കിട്ടുന്ന ദ്വാരത്തിലൂടെ കുറെ ഒറ്റരൂപ നാണയങ്ങൾ വന്നുചേർന്നു. ചുറ്റും നോക്കിയശേഷം അയാൾ നാണയങ്ങൾ വാരിയെടുത്തു. ഒരിക്കൽകൂടി എന്ന വിചാരത്തോടെ തിടുക്കത്തിൽ കാലുയർത്തിയപ്പോൾ പെട്ടെന്നു യന്ത്രത്തിൽനിന്നും അസാധാരണമായ ഒരു മണിശബ്ദം. അയാൾ ഭയചികിതനായി. സാവധാനം യന്ത്രത്തിൽ നിന്നുമിറങ്ങി. ചീന്തിയെറിഞ്ഞ ലോട്ടറിച്ചീട്ടുകൾ ചിതറിക്കിടന്നിരുന്ന സ്ഥലത്തു നിലയുറപ്പിച്ചു. ലോട്ടറിച്ചീട്ടുകാരന്റെ കൺവെട്ടത്തുനിന്നും മറയാനെന്നവണ്ണം ഭക്തവത്സലം അടുത്തുള്ള മറ്റൊരു ടെലഫോൺ ബൂത്തിൽ ചേക്കേറി. പാന്റിന്റെ പോക്കറ്റ് നാണയങ്ങളാൽ കനത്തു. ഒരുൾക്കിടിലം. ദേവരാജനെ ഒന്നു വിളിച്ചാലോ! കിടിലം ഒന്നൊതുങ്ങി കിട്ടുമോ! ദേവരാജൻ തന്നെ അങ്ങോട്ട് ക്ഷണിക്കാതിരിക്കില്ല. ദേവരാജന്റെ നമ്പർ ഡയൽചെയ്തു. ങേ! ഫോൺ എടുക്കുന്നില്ലല്ലോ. ആരുമില്ലേ അവിടെ!

റോസ യാത്രയായപ്പോൾ നൽകിയ പണം മുഴുവനായും ചെലവായിപ്പോയല്ലോ. അൽപം ദു:ഖം തോന്നി. ങ്ഹാ! സാരമില്ല. നല്ല രണ്ടു ജോഡി പാന്റും ഷർട്ടും വാങ്ങിയല്ലോ. വിലയുയർന്ന ഒരു ബെൽറ്റും വാങ്ങാമായിരുന്നു.

തെരുവിന്റെ മൂലയിൽനിന്നും നോക്കിയപ്പോൾ ദൂരെ കമ്പനികെട്ടിടം മറച്ചുകൊണ്ട് ഏതോ ഒരു ലോറി നിൽക്കുന്നു. ലോറിയിൽ നിന്നും നൂൽക്കെട്ടുകൾ യാന്ത്രികമായി ഇറക്കിക്കൊണ്ടിരുന്നു. ഈ യാന്ത്രിക

തയിൽ പിഴവ് പറ്റുമോ! വേണമെന്നയാൾ ആശിച്ചു. ലോറിയെ സമീപിക്കുന്തോറും നൂൽക്കെട്ടുകളിൽ നിന്നും ഒരുവിധ ഗന്ധം പരന്നൊഴുകി. അലക്കിവെളുപ്പിച്ച തുണികളിൽ കലർന്നുണങ്ങിയ ചായങ്ങളുടെ ഗന്ധം ലോറിയെ കവർന്നിരുന്നു.

"ഇങ്ങനെ നമ്മുടെ കമ്പനിയിലേക്ക് ചരക്കുകൾ എപ്പോഴാണെത്തുക." ചോദിച്ചുകൊണ്ടു നാഗൻ അരികിലെത്തി. "ങാ! ദിവസേന ഇതേ മാതിരി കയറ്റിറക്കങ്ങൾ നടന്നിരുന്ന കമ്പനിയല്ലേ ഇന്നിങ്ങനെ കാലിയായി കിടക്കുന്നു." മുഖത്തെ വെളുത്ത ശ്മശ്രുക്കൾ അമർത്തിച്ചൊറിഞ്ഞപ്പോൾ ഒരുവിധ പ്രത്യേക ശബ്ദം കേട്ടു.

കാലിയായ ലോറി ശവപ്പെട്ട കണക്കെ കാണപ്പെട്ടു.

"എന്താ വെള്ളക്കാരി പോയോ" നാഗൻ ആരാഞ്ഞു.

"പോയി"

"വല്ലതും തന്നോ"

"ചോദിച്ചില്ല. സങ്കോചം തോന്നി"

"ങാ! സാരമില്ല. മൂന്നാല് ദിവസം നല്ല ഭക്ഷണമായിരുന്നല്ലോ. രണ്ട് സെറ്റ് ഡ്രസ്സും കിട്ടിയില്ലേ."

വാങ്ങിയ പുതുവസ്ത്രങ്ങൾ അണിയുമ്പോഴൊക്കെയും റോസയും ഓർമയിലെത്തും. വസ്ത്രങ്ങൾ പഴയതാകുമ്പോൾ റോസയുടെ മുഖവും അലിഞ്ഞലിഞ്ഞു ഇല്ലാതാകുമോ! അവളുടെ സാമീപ്യം നൽകിയ കുളിർമ്മ. ഹോ! കോരിത്തരിപ്പിക്കുന്ന ധന്യനിമിഷങ്ങൾ.

നാഗന് എന്തെങ്കിലും വാങ്ങിക്കൊടുക്കാമായിരുന്നു. ഡാമേജായി വരുന്ന ബനിയനുകളോ കോളർഷർട്ടുകളോ എന്തെങ്കിലും. എപ്പോഴും ചോദിക്കാറുള്ളതാണല്ലോ. അരയിൽ ചുറ്റിയ പഴയ കള്ളിമുണ്ടും തലയിലെ തോർത്തുകെട്ടും നാഗനെ കുറിയവനായേ തോന്നിക്കൂ.

മുൻവാതിലിൽ നിന്നും നോക്കിയപ്പോൾ ചാണകം മെഴുകിയ ഹാൾ വിശാലമായി കിടന്നിരുന്നു. ചാണകമണം ചന്ദനത്തിരി ഗന്ധവുമായി കൂടിക്കുഴഞ്ഞ അന്തരീക്ഷം.

"മുതലാളി അകത്തുണ്ട്. നിന്നെ തിരക്കി." നാഗൻ പ്രവർത്തനനിരതനായി.

അകത്തളത്തിൽ സ്വാമിയപ്പൻ നിന്നിരുന്നു. ഷർട്ടിനും മുണ്ടിനും തിളങ്ങുന്ന വെളുപ്പുണ്ട്. കൃതാവിന് നീളം വെച്ചിരിക്കുന്നു. പുഷ്കിൻ കൃതാവ്. ഷർട്ടിന്റെ പോക്കറ്റിൽ ചുവപ്പുനിറ കാർഡ് ദൃശ്യമായിരുന്നു.

ഭക്തവത്സലത്തെ കണ്ടതും സ്വാമിയപ്പൻ "എന്താ! പ്രയോജനം വല്ലതും ഉണ്ടായോ"

"ങ്ഹാ! തരക്കേടില്ല. ഒരു വ്യത്യസ്ത അനുഭവം"

"ങ്ഹാ! ശരി. ഞാനിന്ന് പഴയ വീട്ടിലേക്ക് പോകുന്നു. വരുന്നോ"

"വരണമെങ്കിൽ ആവാം"

"ങ്ഹാ! അല്ലെങ്കിൽ വേണ്ട. മറ്റേ ആൾ കൂടി എന്നോടൊപ്പമുണ്ട്. അസൗകര്യമെന്നു തോന്നിയാലോ"

ഭക്തവത്സലം ജ്യോതിമണിയെ ഓർമിച്ചു. തുടുത്ത മുഖവും ശോകം നിഴലിട്ടുനിൽക്കുന്ന വിടർന്ന കണ്ണുകളും. കമ്പനി കാര്യങ്ങൾ നാഗനെ ഏൽപ്പിച്ചു ജ്യോതിമണിയെ കാണാൻ പോയാലോ! സ്വാമിയപ്പന്റെ സ്കൂട്ടർ ശബ്ദം അലിഞ്ഞലിഞ്ഞില്ലാതായപ്പോൾ ഭക്തവത്സലം മൃദുശബ്ദത്തിൽ നാഗനോട് പറഞ്ഞു: "ജ്യോതിമണി വന്നിട്ടുണ്ട്. വരാൻ പറഞ്ഞു".

മുൻവാതിലിൽ നാഗൻ ഇരിക്കാറുള്ള കസേരയുടെ വയറുകൾ ഒക്കെയും തന്നെ പിഞ്ഞിപ്പോയിരുന്നതു ഭക്തവത്സലം ശ്രദ്ധിച്ചു. ഇരിക്കാൻ സാധിക്കുമോ ഈ കസേരയിൽ. ആശ്ചര്യം. നാഗന് വേണ്ടി പ്രത്യേകമായി നിർമിച്ചതാണോയീ കസേര. അവന്റെ മെലിഞ്ഞ ദേഹം സൗകര്യമായി അതിലൊതുങ്ങും. നാഗന്റെ ഇരുന്നുറക്കം കണക്കാക്കി കൈപ്പിടികൾ ബലമുള്ളതായി ആക്കിയതാണോ! പകലുറക്കം നാഗൻ ശീലമാക്കിയപ്പോൾ കൈപ്പിടികൾ പലതവണ മാറ്റപ്പെട്ട കാര്യം ഭക്തവത്സലം ഓർമിച്ചു. റോഡിൽ ചീറിപ്പായുന്ന വാഹനശബ്ദത്തിലും പ്രത്യേകമായി സ്വാമിയപ്പന്റെ സ്കൂട്ടർ ശബ്ദത്തിലും നാഗൻ കണിശമായും പിടഞ്ഞെഴുന്നേൽക്കും. ഉറങ്ങുന്ന നാഗന്റെ ചേഷ്ടകൾ കണ്ടുരസിക്കാൻ അയൽവീടുകളിലെ വികൃതിക്കുട്ടികൾ എത്തും. അവർ "ട്ർ, ട്ർ, ട്ർ" എന്നു വാഹനശബ്ദങ്ങൾ കൃത്രിമമായി ഉണ്ടാക്കും. കാതുതുളയ്ക്കുന്ന വിധത്തിൽ നാഗന്റെ ചെവികളിൽ "പോം പോം" എന്ന ഹോൺ ശബ്ദം മുഴക്കുമ്പോൾ പതർച്ചയോടെ ഉണരുന്ന നാഗൻ കയ്യിലുള്ള വടി ഓങ്ങി കുട്ടികളെ ആട്ടിപ്പായിക്കും. ഈ പകലുറക്കം തന്റെ ഇവിടത്തെ ജോലിക്കും വിനയായി തീരുമോ? നാഗൻ പലരോടും ചോദിക്കാറുണ്ട്. കാരണം വാച്ച്മാൻ ജോലിയിൽ പ്രവേശിച്ചതിന് ശേഷമുള്ള തന്റെയീ പകലുറക്കം പലയിടങ്ങളിലും ജോലി നഷ്ടപ്പെടുത്തിയിട്ടുള്ളതാണ്. സ്വാമിയപ്പന്റെ കമ്പനിയിലാണ് രണ്ടുവർഷമായി സ്ഥിരമായി നിൽക്കാനായത്. കഴിഞ്ഞ രണ്ടുവർഷങ്ങളിൽ കമ്പനിയിൽ ജോലിയും കുറവാണ്. ഫേബ്രിക്കേഷൻ വർക്കിലും സ്വാമിയപ്പൻ കുറച്ചുനാൾ കമ്പനി നടത്തി. നൂൽ വ്യവസായത്തിൽ ബ്രോക്കറേജ് എന്ന നിലയിലും എക്സ്പോർട്ട് ഓർഡറുകൾ ലഭിക്കാത്തവർക്കായി സ്വന്തമായി നിർമിച്ചു നൽകിയും ഒക്കെ ഒക്കെയായി പല പല രീതിയിലുള്ള ജോലികളും സ്വാമിയപ്പൻ ചെയ്തുനോക്കിയതാണ്.

നൂൽത്തറി ഗോഡൗണുകളിൽ നാഗൻ നെയ്ത്തു തൊഴിലാളിയായിരുന്നു. മികച്ചതെന്നറിയപ്പെടുന്ന നൂറാം നമ്പർ സാരികൾ നെയ്യുമ്പോൾ നാഗൻ വളരെ ശ്രദ്ധാലുവായിരിക്കും. കണ്ണിൽ വെള്ളെഴുത്ത് ആരംഭിച്ചപ്പോൾ അൽപ്പം ബുദ്ധിമുട്ടി. ഞരമ്പുകൾപോലെയും മുടിയിഴകൾപോലെയുമുള്ള നൂലിഴകളെ നോക്കി നോക്കി കണ്ണുകൾക്ക് ക്ഷീണം. പീള അടഞ്ഞിരിക്കുന്നതിനാൽ രാവിലെ എഴുന്നേൽക്കുമ്പോൾ കണ്ണുകൾ തുറക്കാൻ തന്നെ പ്രയാസപ്പെടണം. വെള്ളെഴുത്തു കണ്ണട ഒന്നു സംഘടിപ്പിക്കാമെന്നു വച്ചാലോ തന്റെ ഒരുമാസത്തെ ശമ്പളത്തോളം വരും വില.

അലഞ്ഞലഞ്ഞൊടുവിൽ ഒരു കടക്കാരൻ കുറഞ്ഞ വിലയിൽ ഒരു കണ്ണട തന്നു. ആ കണ്ണട നൂലിഴകളെ അൽപ്പം വലുതാക്കി കാണിച്ചു.

പകലുറക്കത്തിന്റെ സ്വാരസ്യത ഉൾമനസിലുണ്ടെങ്കിലും ഈ ശീലം മൂലം തനിക്കുണ്ടാകുന്ന നഷ്ടം നാഗനിൽ വെറുപ്പുളവാക്കി. കമ്പനികൾ മാറി മാറി മുതലാളിമാർ മാറി മാറി ജോലി ചെയ്യേണ്ട ഗതികേട് തന്റെയീ പകലുറക്കം തന്നെയാണെന്നു നാഗന് നന്നായറിയാം.

വർഷത്തിൽ മൂന്നാല് മാസമെങ്കിലും നാട്ടിൽ തെരുക്കൂത്തുകൾ നടക്കും. അപ്പോഴപ്പോഴായി നാഗനും ചില വേഷങ്ങൾ ചെയ്യും. ഇതില്ലാതെ തന്നെ വൈകിയുറങ്ങുന്ന ശീലമാണ് നാഗന്. പിന്നെയെങ്ങനെ പകലിൽ ഉറക്കം വരാതിരിക്കും.

രാത്രികളിൽ ചടുലമായ വേഗതയിൽ നാഗന്റെ കൈകൾ നൂൽത്തറികളിൽ ചലിക്കുമ്പോഴുണ്ടാകുന്ന "കട കട" ശബ്ദങ്ങളിൽ നൂൽക്കൂടങ്ങളിൽ അന്തിയുറക്കം സാധ്യപ്പെടുത്തുന്ന പാവപ്പെട്ട തൊഴിലാളികൾ അലോസരപ്പെടും.

സമീപഗ്രാമങ്ങളിൽ കൂത്ത് നടക്കുമ്പോൾ നാഗനും ക്ഷണമുണ്ടാകും. നാലഞ്ചു ദിവസങ്ങളിലെ തുടർച്ചയായ കളി. തിരിച്ചെത്തുമ്പോൾ താൻ നെയ്തുകൊണ്ടിരുന്ന തറയിൽ പുതിയ ആളുകളായിരിക്കും. "നിന്നെ വിശ്വസിച്ചാൽ നാലഞ്ചു ദിവസത്തേക്ക് തറിയെല്ലാം നിറുത്തിവയ്ക്കേണ്ടിവരും. നാലു മുഴംകൂടി നെയ്തിരുന്നാൽ ഒരു പുടവയെങ്കിലും തീർക്കാമായിരുന്നില്ലേ". ശകാരവർഷം കേട്ടു കേട്ടു മടുത്തു. ഇനിയും ജോലി ചെയ്യണമെങ്കിൽ മറ്റൊരു തറി ഒഴിഞ്ഞുകിട്ടാൻ കാത്തിരിക്കേണ്ടി വരും. ആ സമയങ്ങളിൽ നാഗൻ കൂത്തരങ്ങിന്റെ ഓർമകളിലായിരിക്കും.

നവരാത്രികാലങ്ങളിൽ നാഗന്റെ തറിക്കുഴിയെ ചുറ്റി എട്ടുപത്തുപേർ വന്നിരിക്കും. എന്നിട്ടവർ ചോദിക്കും. "ഇന്നെന്തു കളി കളിക്കാം."

"ഹോ! എന്തുകളി. വെള്ളമടിച്ചു കഴിഞ്ഞാൽ ആടാനും പാടാനും ആർക്കാ കഴിയാത്തത്. അതൊക്കെ സഹജം."

"അല്ലാ.... നമുക്കെന്താ കുഴപ്പം. എല്ലാവരും കളിക്ക് മുമ്പ് വെള്ളമടിക്കും. നമ്മള് കളി കഴിഞ്ഞാലും വെള്ളമടിക്കും."

"ങ്ഹും...നവരാത്രിമേളകളിൽ വെള്ളമടിച്ചുകൊണ്ട് കളിക്കരുത്. അവനൊക്കെ നാശമേയുണ്ടാകൂ."

"ങ്ഹാ... ശരി....ശരി...ശാപമൊക്കെ ഇരിക്കട്ടെ. കൂത്ത് നടത്തുന്ന കാര്യം ആലോചിക്കാം. ഒരു നാല് ദിവസമെങ്കിലും കൂത്ത് നടക്കണം. അല്ലെങ്കിൽ അരശാന്തി കഥയോ, നല്ലതങ്കാൾ കഥയോ, മഹിഷാസുരൻ കഥയോ ഏതെങ്കിലുമൊന്നു നടത്തണം".

"ങ്ഹാ! നാട്ടുയോഗത്തിൽ അനുവാദം ചോദിക്കാം"

കാങ്കയംപാളയത്തു തൈപൂയമേളയ്ക്ക് ഒരിക്കൽ നാഗൻ പെട്ടെന്നു പൊയ്ക്കളഞ്ഞു. ജോലിചെയ്തിരുന്ന തറി നാലുദിവസം അനാഥമായി കിടന്നു. ചെയ്തു തീർത്ത പാവ് പോലും മടക്കിക്കെട്ടി വെക്കാതെയാണ് പോയത്. ഒടുവിലെന്ത് പറ്റി! ഒരു വികൃതിപ്പൂച്ച അതിൽ കാഷ്ഠിച്ചു വച്ചു.

ഇനി ഉപയോഗിക്കാൻ സാധിക്കാത്ത വിധം പാവ് മുഴുവനും കറയായി. കൂത്ത് കഴിഞ്ഞു വന്ന നാഗനെ നോക്കി മുതലാളി അലറി "നീ മൂലം നല്ല നാലു തറിക്കാർ പോലും മോശമാകും. നിന്നെ എനിക്ക് വേണ്ട. പൊയ്ക്കോ". നാഗന് ജോലി നഷ്ടം.

ജോലിതേടിപ്പോയ സ്ഥലങ്ങളിലെല്ലാം കോറയും ബംബറും മാത്ര മായിരുന്നു. പിഞ്ചുകുഞ്ഞുങ്ങളുടെ മുടിനാരുപോലത്തെ ഇഴകൾ. കണ്ണു കളിലെ കൂർമത അധികരിപ്പിക്കണം. കണ്ണുകളിൽ പീള സമൃദ്ധിയായി.

വലതുകാലിൽ ചെറുതായിരുന്ന ആണിപ്പുണ്ണ് വലിപ്പം വച്ചുതുടങ്ങി. കാലൂന്നുമ്പോൾ അസഹ്യമായ വേദന. ഇനി പലകയിൽ ചവുട്ടി നാടയെ കറക്കാനാവില്ലെന്നുറപ്പായി.

അന്നൊരിക്കൽ ഒരാൾ പറഞ്ഞ "വാച്ച്മാൻ ഉദ്യോഗം" എന്ന കാര്യം കാതിൽ പെരുമ്പറയായി മുഴങ്ങിയപ്പോൾ നാഗൻ ഇവിടെ കാവൽക്കാര നായി.

നാല്

ഭക്തവത്സലം കണ്ണുകൾ ഇറുകെ അടച്ചു. അപ്പോഴും ലോറികളുടെ ഓട്ടം നിലച്ചിരുന്നില്ല. മണലും ഇഷ്ടികകളും നിറച്ചുകൊണ്ട് അവകൾ സാവകാശം ഓടിക്കൊണ്ടിരുന്നു. എന്നാൽ വെള്ളം നിറച്ചുകൊണ്ടുവ രുന്ന ലോറികൾ അങ്ങനെയായിരുന്നില്ല. കൂസലെന്യെ അവകൾ തലങ്ങും വിലങ്ങും ഓടി. വെള്ളം ചുമന്നുകൊണ്ട് ഓടുന്ന ലോറികളുടെ മുൻസീറ്റിൽ യമൻ യാത്രചെയ്തു കാഴ്ചകൾ കണ്ടു രസിക്കുകയാണോ? വേഗപ്പൂട്ടുകൾ അഴിച്ചുവച്ച അവകൾ അപകടങ്ങൾക്ക് നിയോഗങ്ങളായി മാറുന്നു. പുലർകാലങ്ങളിലെ പാൽക്കച്ചവടക്കാരെ തട്ടിത്തെറിപ്പിക്കുന്നു. തെരുവ് നായ്ക്കളുടെ ചതഞ്ഞരഞ്ഞ ശരീരങ്ങൾ റോഡിൽ പലയിടങ്ങ ളിലും കാണപ്പെടുന്നു. അന്തരീക്ഷമലിനീകരണത്തിൽ ആർക്കും ഒരുൽക്കണ്ഠയും തോന്നിയിരുന്നില്ല. ദിവസം മുഴുവനും പായുന്ന വാഹ നങ്ങൾ മേലും മേലും നായ് ശരീരങ്ങളെ അരച്ചലിയിച്ചു റോഡിന് ചന്ദനം പൂശിക്കൊണ്ടിരുന്നു. എന്തിനധികം ഒടുവിൽ രക്തക്കറപോലും കാണാത്ത വിധത്തിൽ വാഹനചക്രങ്ങൾ അവകളെ തുടച്ചെടുത്തിരിക്കും. വെള്ളം കൊണ്ടുവരുന്ന ലോറികൾ ഇങ്ങനെ നായ്ക്കളുടേയും കഴുതകളുടേയും ആടുമാടുകളുടേയും ജീവൻ അപഹരിക്കുന്നതു നിത്യസംഭവങ്ങളായി മാറിക്കഴിഞ്ഞിരുന്നു.

വെള്ളം വഹിക്കുന്ന ലോറികളുടെ പേരുകൾ ഗോമതി, പത്മാവതി, രേവതി എന്നിങ്ങനെ പെൺപേരുകളിൽ കാണുമ്പോൾ ഭക്തവത്സല ത്തിന് ചിരിവരും. പെൺപേരുകളിലെ സ്ത്രൈണത അയാളെ ഇക്കിളി പ്പെടുത്തും. ഇത്തരം ലോറികൾ അധികപക്ഷവും ചായശാലകളിലേ ക്കാണ് വരാറ്. ഗ്രാമങ്ങളിലെ ആഴക്കിണറുകളിൽനിന്നും വെള്ളം വലി ച്ചൂറ്റി നിറച്ചുകൊണ്ടു വരുന്ന ലോറികൾ ഭീകരശബ്ദത്തോടെ ചുറ്റിത്തി

രിയാറുണ്ട്. നൊയ്യൽ ആറിനോടൊട്ടിച്ചേർന്നു നിൽക്കുന്ന ചായശാലകളാണധികവും. ഉപയോഗശൂന്യമായ വെള്ളം നൊയ്യലിൽ ഒഴുക്കാമല്ലോ.

നഗരത്തിൽ എവിടെയും കുഴൽക്കിണർ കുഴിച്ചാൽ ആദ്യം മുകളിൽ എത്തുന്നതു വരണ്ട മണൽത്തരികളായിരിക്കും.

ലോറികൾ ലോഭമന്യേ ചായശാലകളിൽ വെള്ളം നിറച്ചുകൊടുത്താലും ഒന്നോ രണ്ടോ പ്രാവശ്യമെങ്കിലും പാർപ്പിടമേഖലകളിലെത്തും. ഒരുരൂപാ, ഒന്നരരൂപാ നിരക്കിൽ വെള്ളം നിറയ്ക്കാൻ എല്ലാ വീടുകളിലും കുടങ്ങൾ നിരനിരയായി വച്ചിരിക്കും. പാമ്പുപോലെ വളഞ്ഞുപുളഞ്ഞു പോകുന്ന ക്യൂവിൽനിന്നും വെള്ളം പിടിക്കാൻ സ്ത്രീകൾ നൈപുണ്യം നേടിയിരുന്നു.

വെള്ളം ചുമക്കും ലോറികൾ ഭക്തവത്സലത്തെ തുടർച്ചയായി പീഡിപ്പിച്ചുകൊണ്ടിരിക്കുന്നു. അവന്റെ ശിരസിനുള്ളിൽ ആയിരം ലോറികൾ കനംവച്ചു തൂങ്ങിനിന്നു. അവകൾ 'കിർ കിർ' ഹുങ്കാരശബ്ദത്തോടെ പാഞ്ഞുകൊണ്ടിരുന്നു. അത്തരം അധികശതമാന ശബ്ദങ്ങൾ അവന്റെ മിഴികളെ ചുവപ്പുനിറത്തിലാക്കി. കണ്ണുകളിൽ നിന്നും ജലം ചീറ്റിയൊഴുകി. കാതുകളിൽ പഞ്ഞി കുത്തിനിറച്ചാലും 'കിർ കിർ' ശബ്ദം തുടർന്നുവന്നു. ദീർഘനാളുകളായി വെള്ളംവണ്ടികളെ അവൻ വെറുത്തിരുന്നു. അവന്റെ മരണകാരണമായി അവകളുടെ അപാരവേഗത ഉറപ്പാക്കിവെച്ചു. ലോറി ടാങ്കുകളുടെ ഉൾഭാഗത്തെ തുരുമ്പുകൾ വെള്ളം പോലെ തന്നെ അവർക്ക് പണമുണ്ടാക്കി കൊടുത്തു. ചായശാലകളുടെ ആവശ്യാർഥം വെള്ളത്തിനായി ഗ്രാമങ്ങളിൽ കടക്കരുതെന്ന ഗ്രാമവാസികളുടെ കൽപ്പനകൾ അവനിൽ അൽപ്പം ആശ്വാസകുളിർമ ഉണ്ടാക്കി. വെള്ളം നിറയ്ക്കാനെത്തുന്ന ലോറികൾക്ക് നേരെ കല്ലെറിയാൻ ഗ്രാമവാസികൾ ഒരുങ്ങിനിന്നു. അവനും ഉരുളൻ പാറക്കല്ലുകൾ കയ്യിലേന്തി നിലയുറപ്പിച്ചു.

തന്റെ സാമീപ്യം ജ്യോതിർമണിയിൽ ഒരു ഭയപ്പാടുണ്ടാക്കുന്നതായി തോന്നി ഭക്തവത്സലത്തിന്. കണ്ണുകൾ ഭയംകൊണ്ടു ചുവന്നു.

"ഞാൻ മുഖാന്തിരം നിങ്ങൾക്കൊരു പരിരക്ഷ നൽകണമെന്നുണ്ട്. പക്ഷെ നിങ്ങളുടെ കണ്ണുകൾ എന്നെ ഭയപ്പെടുത്തുന്നു." അവൾ മൊഴിഞ്ഞു.

"അതൊന്നും സാരമാക്കേണ്ട. നീയെനിക്ക് പരിരക്ഷയാണ്. ഈ പരിരക്ഷയാണ്. ഈ പരിരക്ഷ നിരന്തരമാകണമെന്നാണ് എന്റെ ആഗ്രഹം."

"എനിക്കും അങ്ങനെതന്നെ. പക്ഷെ.... പക്ഷെ.... ഒന്നും മനസിലാകുന്നില്ല."

നാലഞ്ചുപേർ കൂടി നിൽക്കുന്നതു കണ്ടാലും ജ്യോതിർമണിയുടെ വിടർന്ന കണ്ണുകൾ ഭയംകൊണ്ടു ചുവക്കും.

ബസ്സ് കാത്തു നിൽക്കുന്നവരുടെ എണ്ണം രാവിലെയാകുമ്പോൾ അധികരിച്ചിരിക്കും. വെയിറ്റിംഗ് ഷെഡിന്റെ മേൽക്കൂര തുരുമ്പെടുത്ത് അടർന്നു

തൂങ്ങി കിടന്നിരുന്നു. ബസ്സ് കാത്തുനിന്നവർ സ്വയംരക്ഷ കരുതി ഷെഡിന് പുറത്താണ് നിന്നിരുന്നത്. ഒരു വാർത്തയും നൽകാനില്ലാത്ത വണ്ണം പതിക്കപ്പെട്ട പോസ്റ്ററുകൾ താറുമാറായി ചിതറി കിടന്നിരുന്നു. സർവോദയ സംഘത്തിന്റെ മുൻപുറവാതിൽത്തളം കോലമിട്ടു മിനുക്കിയിരുന്നു.

വെയിറ്റിംഗ് ഷെഡിന് അരികിലായി വിദ്യാർഥികൾ പൂത്തുലഞ്ഞ പൂക്കളെപ്പോലെ കൂട്ടംകൂട്ടമായി നിന്നിരുന്നു. വാഹന ഇരമ്പത്തിലും പെട്രോൾ ഗന്ധത്തിലും പൊടിപടലത്തിലും ഒരു മങ്ങിയ തിരശ്ശീല കൊണ്ടു മറയപ്പെട്ടതുപോലെ റോഡ് കിടന്നിരുന്നു. അതാ! പെട്ടെന്നൊരു ഹോൺശബ്ദം....... നിന്നുകൊണ്ടിരുന്ന ഒരു വാഹനത്തെ വെള്ളം ലോറി മറികടക്കാൻ മുതിർന്നതും എതിർദിശയിൽ നിന്നും വന്നുകൊണ്ടിരുന്ന ഒരു ഇരുചക്രവാഹനത്തിൽ കൂട്ടിമുട്ടാതിരിക്കാൻ ലോറി പെട്ടെന്നു തിരിച്ചതും കണ്ടപ്പോൾ വിദ്യാർഥികൾ ഒന്നടങ്കം നിലവിളിച്ചു.

ജ്യോതിർമണി "അയ്യോ"എന്നലറിയശേഷം ഭക്തവത്സലത്തെ ഇറുകെ പിടിച്ചു. ആ അണച്ചുപിടിക്കൽ അവനിൽ മധുരമായ ഒരു വൈദ്യുതിപ്രവാഹം ഉണ്ടാക്കിയെങ്കിലും പെട്ടെന്നവൻ പക്വത പാലിച്ചു. അലമുറകളും ആർത്തനാദങ്ങളും തുടർന്നുവന്നു. വെട്ടിവീഴ്ത്തിയ മട്ടിൽ പലരും തറയിൽ തുള്ളിത്തുടിച്ചിരുന്നു.

വെള്ളംലോറിക്ക് നേരെ കല്ലുകൾ ശരമാരിയായി വീശിയെറിയപ്പെട്ടിരുന്നു. പനിനീർ തെളിക്കുന്ന കണക്കെ ആരോ ഒരാൾ ചെറിയൊരു ടിന്നിൽ നിന്നും ദ്രാവകം ഒഴിച്ചു. പൊടുന്നനെ അഗ്നിജ്വാലകൾ പടർന്നു കയറി.

അവൻ തന്റെ മുഖം തോർത്തുകൊണ്ടു മുറുകെ കെട്ടി. എന്നാലും തീക്കണ്ണുകൾ അവന്റെ മുഖം പൊള്ളിച്ചു. ഉള്ളംകാലുകളിൽ കരിങ്കൽ ചീളുകൾ പതിച്ചപ്പോൾ അവന്റെ ശരീരം വിറയൽകൊണ്ടു. അവന്റെ ദേഹത്തെ രോമങ്ങൾ കരിഞ്ഞുപോയിരുന്നു. അവന്റെ തോൽവെന്തുരുകിയുണ്ടായ വെളുത്തപുണ്ണുകൾ വേദന അസഹ്യമാക്കി. അവന്റെ തലമുടി കരിഞ്ഞമണം അവിടെങ്ങും പരന്നു. ശിരസ്സ് തൊട്ടപ്പോൾ അവന്റെ കൈരേഖകൾ ശിരസിൽ പതിഞ്ഞു. കാതുകൾ ഉരുകിയൊലിച്ചു. ങേ!.... തന്റെ ശ്വാസോച്ഛ്വാസത്തിന് അർഥവ്യാപ്തിയുള്ള വിവിധ ശബ്ദങ്ങളോ! ശ്വാസശബ്ദങ്ങൾ എല്ലാം തന്നെയും "അപായം അപായം" എന്നു നിലവിളിച്ചു കൊണ്ടിരുന്നു.

കത്തിജ്ജ്വലിച്ചുകൊണ്ടിരുന്ന ശരീരം തണുക്കാനാരംഭിച്ചു. അവന്റെ അരികെ ചൂടുവെള്ളം നിറച്ച പാത്രമുണ്ടായിരുന്നു. അവനതിൽ വിരൽമുക്കിയപ്പോൾ മനസിന്റെ പിരമുറുക്കത്തിന് അയവ് തോന്നിത്തുടങ്ങി. നേർത്തചൂട് ശരീരത്തിൽ പടർന്നു. ഹോ! ആശ്വാസം തോന്നുന്നു. പനി ശരീരത്തിൽനിന്നും വിട്ടുമാറുന്ന ആശ്വാസം. ശരീരം മെല്ലെ ഉയർത്തി അവൻ മതിലും ചാരിയിരുന്നു. അതേ നിലയിൽ തന്നെ ശിരസുയർത്തി നോക്കിയപ്പോൾ ഇടത്തെ മൂലയിൽ പടർന്നു കയറിയിരുന്ന വലിയ ചിലന്തിവല. അതവനെ വല്ലാതെ ഭയപ്പെടുത്തി.

അഞ്ച്

"**അ**ല്ലാ....ഞാനൊന്നു ചോദിക്കട്ടെ. എല്ലാ മുറികളിലും മാറാല പൊതിഞ്ഞിരിക്കയാണല്ലോ. ഈ മുറിമാത്രം എന്താ വൃത്തിയായത്." മുഖത്തു പടർന്ന മാറാല തുടച്ചു മാറ്റുന്നതിനിടയിൽ അവൾ മൊഴിഞ്ഞു.

"എനിക്ക് മാറാത്ത അലർജിയാണ്. തുമ്മിക്കൊണ്ടേ ഇരിക്കേണ്ടി വരും. ങാഹാ! ഇന്നു എന്താകാൻ പോകുന്നോ. ഈശ്വരന് മാത്രം അറിയാം" അവളുടെ സാരിയിൽ പൊടിയും മാറാലയും പടർന്നിരുന്നു. തട്ടിക്കുടഞ്ഞപ്പോൾ പൊടി ചെമ്മണ്ണ് പോലെ പറന്നു. നെറ്റിയിലെ സ്റ്റിക്കർപൊട്ടിന് സ്ഥാനഭ്രംശം വന്നിരുന്നു. മുഖത്തു വാരിപ്പൂശിയിരുന്ന ചുവപ്പ് പൗഡറിന്റെ നിറം മങ്ങുംവിധം അവൾ മുഖം അമർത്തിത്തുടച്ചു. "ഹാച്ച്-ഹാച്ച്" എന്നവൾ ഉച്ചത്തിൽ തുമ്മി.

"ചുമ്മാതിരിക്കില്ല. അല്ലെ"

"ആ മുറിയിലേക്ക് പോകേണ്ടതില്ലായിരുന്നു. ആവശ്യമില്ലാത്ത കാര്യം. ങ്ഹാ! എന്തുചെയ്യാൻ. പെട്ടുപോയില്ലെ. ഇന്നത്തെ രാത്രി പോക്കുകേസ് തന്നെ."

കിടക്കയിലിരുന്നവൻ പെട്ടെന്നു നീണ്ടുനിവർന്നു കിടന്നു. കയ്യിലുണ്ടായിരുന്ന ദിനപ്പത്രം കശക്കി കശക്കി അവളുടെ ദേഹത്തേക്ക് വീശിയെറിഞ്ഞു. ശിരസ്സുയർത്തി വലതുകൈപ്പത്തിയിൽ താടിയും താങ്ങി കിടന്നു.

കൃത്രിമ കോപം വരുത്തിയവണ്ണം അവൾ പറഞ്ഞു: "എന്താ! പൂപ്പന്തു കളിക്കുകയാണോ! ദേഷ്യം വരത്തക്കവിധത്തിൽ എന്താ പുതിയ വാർത്ത."

"ഹേയ് ഒന്നുമില്ല. അല്ലാ...ഇന്നുപയോഗിക്കാൻ പോകുന്നത് ഈ ബെഡ്റൂം അല്ലെ. ഇതു വൃത്തിയായിരുന്നാൽ പോരെ!"

"ഓ...ധാരാളം മതി. അന്നൊരിക്കൽ ഇവിടെ വന്നപ്പോൾ പാചകക്കാരനും ഉണ്ടായിരുന്നു, വീടും വൃത്തിയായിരുന്നു. ആൾപ്പെരുമാറ്റം ഇല്ലാതായാൽ വീടും പാഴാകും."

"പഴയതല്ലേ. ആഞ്ഞു നാല് ചവിട്ടുചവിട്ടിയാൽ ഇവിടെ പലതും ഇടിഞ്ഞുവീഴും. അല്ലാ....ഞാനൊന്നറിഞ്ഞോട്ടെ. വീട് നശിക്കുന്നുവെന്നു കരുതി നീ അപ്ലിക്കേഷൻ നൽകാൻ പോകയാണോ! ങ്ഹും! ഒരാപ്ലിക്കേഷനും സ്വീകരിക്കുന്ന രീതിയിലില്ല".

"ങ്ഹും! ഞങ്ങൾക്കാർക്കും തന്നെ വേണ്ട. ആപ്ലിക്കേഷനും തരാൻ ഉദ്ദേശമില്ല. ഇതൊക്കെ ഇങ്ങനെതന്നെ ഇരുന്നോട്ടെ. അല്ലാ.... പെർമനന്റ് ആപ്ലിക്കേഷൻ നൽകിയാൽ അപ്രൂവ് ചെയ്യുമോ?"

അവൾ പരിഹാസച്ചിരി ചിരിച്ചു.

പഴയ റേഡിയോ 'കരകര' എന്നൊരു ശബ്ദം പുറപ്പെടുവിച്ചു. ജനൽക്കർട്ടനുകളിൽ പൂക്കൾ പൂത്തിരുന്നു. പടർന്നിരുന്ന അഴുക്ക് കർട്ടനുകൾക്ക് പുതിയൊരു നിറം നൽകിയതായി സ്വാമിനാഥൻ കണ്ടു. പെട്ടെന്നു കട്ടിലനടിയിൽ നിന്നും കൊതുകുകൾ പറന്നു പൊന്തി ചിതറി.

"എല്ലാം കഴിഞ്ഞു. കോടതി കേസുമായി. ഡൈവോഴ്സിനും ഒപ്പിട്ടുതന്നു" സ്വാമിനാഥൻ ആരോടെന്നില്ലാതെ പറഞ്ഞു.

അവൾ ഒന്നും പറഞ്ഞില്ല. മഞ്ഞനിറമുള്ള കുപ്പി തുറന്നു പെട്ടെന്നു രണ്ടു ഗ്ലാസുകളിൽ കമഴ്ത്തി. വെള്ളം മിശ്രിതമാക്കുമ്പോഴുള്ള "ഗ്ലും ഗ്ലും" ശബ്ദം കാതിനിമ്പം നൽകി. മേശപ്പുറത്തു വച്ചിരുന്ന ഭക്ഷണപ്പൊതികൾ പാതിയും തുറന്നമട്ടിൽ അകത്തെ വാഴയിലത്തുണ്ടുകൾ പുറത്തു കാണപ്പെട്ടു.

ജനൽ തുറന്നു സ്വാമിനാഥൻ മുഖം ചുളിച്ചു പൊടി തട്ടി. ആകാശത്തു നക്ഷത്രങ്ങൾ മിന്നിത്തിളങ്ങിക്കൊണ്ടിരുന്നു. ദൂരെയായി കാണാവുന്ന റോഡിൽ വാഹനങ്ങൾ വെളിച്ചം മിന്നിച്ചുകൊണ്ടിരുന്നു. ഇരുട്ട് കറുപ്പു പുതച്ചു കിടന്നു. കറുപ്പിലലിഞ്ഞു മരങ്ങളും അടയാളം കാട്ടിയില്ല. രണ്ടുമൂന്നു മിന്നാമിനുങ്ങുകൾ അങ്ങുമിങ്ങും അലഞ്ഞുകൊണ്ടിരുന്നു. ഇളംതെന്നൽ എതിർദിശയിലെ ജനവാതിലുകളോട് കിന്നാരം പറഞ്ഞു കിടന്നുപോയി.

"എല്ലായിടത്തും കാടായിരുന്നു. കാട്ടിനുള്ളിൽ ഈ വീട് മാത്രം ഇരുപതുവർഷങ്ങളായി തനിച്ചു നിൽക്കുന്നു".

മരത്തിന്റെ അലമാരിയിൽ നിന്നും സ്വാമിയപ്പൻ ഒരു പുസ്തകമെടുത്തു. ചരിഞ്ഞുവീണ മറ്റു പുസ്തകങ്ങൾ പിടിക്കാൻ തുനിഞ്ഞപ്പോൾ അവളുടെ ചേലത്തലപ്പുകൾ വഴുതി മാറിടം ദൃശ്യമായി. അവളെ ഉറ്റു നോക്കിക്കൊണ്ടു സ്വാമിയപ്പൻ പുസ്തകം അലമാരിയിൽ തന്നെ വച്ചു. അവൾ സാരിയഴിച്ചു കട്ടിലിലെറിഞ്ഞു.

"ഓഹോ! പുസ്തകങ്ങളൊക്കെ വായിക്കുന്ന ശീലമുണ്ടോ?"

"ങാ! അങ്ങനെയും പറയാം. എന്റെയച്ഛൻ ആഴ്ചയിൽ ഒന്നോരണ്ടോ ദിവസം താമസിക്കാനെത്തുമ്പോൾ ധാരാളം പുസ്തകങ്ങളും കൊണ്ടു വരാറുണ്ടായിരുന്നു. അദ്ദേഹത്തിൽനിന്നുകിട്ടിയതാണീ വായനാശീലം. മനസ്സ് കൂടുതൽ ടെൻഷനിൽ ആകുമ്പോൾ ഇവിടെവന്നു രണ്ടുദിവസം താമസിക്കുന്ന ശീലവും അദ്ദേഹത്തിൽനിന്നു ലഭിച്ചതാണ്. എന്നാൽ ഇപ്പോൾ ഒട്ടുമിക്ക കമ്പനിക്കാരും മുതലാളിമാരും ഇങ്ങനെയുള്ള വീടോ തെങ്ങിൻതോപ്പുകളോ സംഘടിപ്പിക്കുന്നത് ഒരു ഫാഷനായി മാറ്റിയിരിക്കയാണ്. ഇരുപതുവർഷങ്ങൾക്ക് മുമ്പുതന്നെ എന്റെയച്ഛൻ ഇവിടെ വരുമ്പോൾ ചിലരൊക്കെ പരിഹസിക്കുമായിരുന്നു. വെപ്പാട്ടിമാരെ പാർപ്പിച്ചിരിക്കയാണെന്ന്. എന്റെയമ്മ കൂടാതെ മറ്റാരെയെങ്കിലും മറ്റെവിടെയെങ്കിലും എന്റെയച്ഛൻ പാർപ്പിച്ചിട്ടുണ്ടാവില്ല. നിശ്ചയം. അത്രയും ഡിസിപ്ലിൻ, ബഹുമാന്യത, പഠിപ്പ്".

"അദ്ദേഹം ജീവനോടിരുന്നാൽ നിങ്ങളുടെ ബിസിനസ്സ് കാര്യങ്ങളിൽ ഇത്രയും വീഴ്ചകൾ വരില്ലായിരുന്നു. അല്ലേ..."

"അത്രയും പറഞ്ഞുകൂടാ. പൊതുവെ ഇന്നത്തെ ബനിയൻ, നൂൽവ്യവസായം ചൂതുകളിപോലെയായിരിക്കുന്നു. എന്തുമാവാം. എല്ലാം സുലഭം."

ഗ്ലാസുകൾ കാലിയായപ്പോൾ അവൾ കുപ്പി വീണ്ടും കമഴ്ത്തി. അതിലെ

അവസാനത്തെ തുള്ളികളും മെല്ലെ മെല്ലെ ഗ്ലാസ്സുകളിൽ പതിച്ചു. വെള്ളം ചേർക്കുമ്പോഴുള്ള ശബ്ദം അവൾ രസാനുഭൂതിയോടെ ആസ്വദിച്ചു.

സ്വാമിയപ്പൻ ഇരു കൈപ്പത്തികളും മിഴികളിൽ ചേർത്തുവച്ചു തേച്ചു. നെടുവീർപ്പ് ഉള്ളിലേക്ക് തന്നെ വലിച്ചു. അവന്റെ നഗ്നമായ വിരിഞ്ഞ നെഞ്ചിലെ രോമങ്ങൾ മിനുമിനുത്തു. നെഞ്ചിലൂടെ വിയർപ്പുകണങ്ങൾ ചാലിട്ടൊഴുകി. വിയർപ്പൊട്ടിയ വിരലുകൾ കിടക്കയിൽ പതിച്ചുവച്ചു. വരകളായി വിരലടയാളങ്ങൾ കിടക്കയിൽ പതിഞ്ഞു. ഉള്ളംകൈ രേഖകൾ കിടക്കയിൽ പുഴുക്കളെപ്പോലെ തോന്നിച്ചു. പലരീതിയിലും തലങ്ങും വിലങ്ങുമായി വിയർപ്പുകൈരേഖകൾ കിടക്കയിൽ പതിഞ്ഞു.

"ഇവിടെ വരുന്നവരോട് ഇങ്ങനെ സംസാരിച്ചുതന്നെ സമയം കളയുമോ?"

"ങ്ഹാ! ഇങ്ങനെ സംസാരിക്കുന്നവരെ അപൂർവമായേ കിട്ടുകയുള്ളൂ. എല്ലാ അവളുമാരും കുതിരസവാരിക്കെത്തി ഓടാൻ തയ്യാറായ മട്ടിലാണ്." പൊട്ടിച്ചിരിച്ചുകൊണ്ടു സ്വാമിയപ്പൻ പറഞ്ഞു. മിഴിയോരം നിന്നിരുന്ന രണ്ടുതുള്ളി നീർ അയാൾ തുടച്ചു. കൃതാവിൽ നിന്നും ഒഴുകിയെത്തിയ നീർത്തുള്ളികൾ തുടച്ചുകൊണ്ടു മിനുസമുള്ള കവിളുകൾ തടവി.

അവൻ ജനലിലേക്ക് നോക്കിയിരുന്നു. ആകാശക്കറുപ്പിൽ കണ്ണുകൾ പായിച്ചപ്പോൾ നക്ഷത്രക്കുഞ്ഞുങ്ങൾ ചിതറിയോടുന്നതായി തോന്നിച്ചു. വാഹനങ്ങളുടെ വെളിച്ചം ഇരുട്ടിന്റെ കാഠിന്യം അധികമാക്കി കാണിച്ചു. കളഞ്ഞുപോയതെന്തോ തേടുന്നവനെപ്പോലെ ജനലരികിൽ തലചേർത്തു നിന്നു.

"ഈയിടം വിജനമായി തന്നെ കിടക്കുന്നു. അല്ലേ...."

"ങ്ഹാ! വിജനമെന്ന് ഇപ്പോൾ തോന്നാം. ഇനിയൊരു രണ്ടുവർഷം കഴിഞ്ഞു വന്നുനോക്കിയാൽ എല്ലാം വീടുകളായിരിക്കും. സിറ്റി ഡവലപ്മെന്റ് പ്ലാൻ സാധ്യപ്പെടുത്തുന്ന സ്ഥലമാണിത്. എവനെവനോ കോടികണക്കിൽ ചൊരിയാൻ പോകുന്നതിവിടെയാണ്". നെടുവീർപ്പിന്റെ അകമ്പടിയോടെ "ങാ! അതുവരെയെങ്കിലും ഈ വീട് ഇവിടെയിരിക്കട്ടെ".

പെട്ടെന്നു ജനലരികിൽ ഒരു രൂപം വന്നുനിൽക്കുന്നതു സ്വാമിയപ്പൻ കണ്ടു. ഇരുട്ടിലലിഞ്ഞ ആ രൂപത്തെ കണ്ടു ഞെട്ടി ഒരടി പിന്നോക്കം മാറി.

"കുമ്പിടുന്നേൻ സ്വാമി"

കണ്ണുകൾ കൂർമതയിലാക്കി സ്വാമിയപ്പൻ നോക്കി.

"ഓഹോ! നീയോ!....ങ്ഹാ....ങ്ഹാ....ശരി....രാവിലെ വാ"

"ശരി....സ്വാമി" ശബ്ദം ഇരുട്ടിലലിഞ്ഞു.

നീരസത്തോടെ സ്വാമിയപ്പൻ പറഞ്ഞു. "ഛേ! നാശം. വീട്ടിൽ വെളിച്ചം കണ്ടാൽ ആരെങ്കിലും വരും. അച്ഛന്റെ ഗുണാതിശങ്ങളെ പുകഴ്ത്തും. കുറെ കരയും. അതു കാണുമ്പോൾ എത്ര ധൈര്യം കാണിച്ചാലും മനസ്സ് കലങ്ങും. എന്നെയും കരയിപ്പിക്കും. അതും വേദന"

ജനലരികിൽ ചെന്നു സ്വാമിയപ്പൻ പുറത്തേക്കു നോക്കി. ആ രൂപം ചുമരിന്റെ മൂലയിൽ ഒട്ടിച്ചേർന്നവണ്ണം നിന്നിരുന്നു.

ആറ്

കാലി പ്ലാസ്റ്റിക് കുടം നാഗൻ കയ്യിലെടുത്തു. നിറച്ച കുടം പൊന്തിക്കുവാൻ ബുദ്ധിമുട്ടുണ്ട്. കുനിഞ്ഞു നിവരുമ്പോൾ ശ്വാസതടസവും വരും. മുറിവേറ്റ പക്ഷി കണക്കെ വായ തുറന്നു ശ്വാസം വിടേണ്ടതായി വരും പലപ്പോഴും. നിറഞ്ഞ കുടം രണ്ടു കൈകളിലും പൊന്തിച്ച് അരയിലും തുടയിലുമായി ചേർത്തുവച്ച് ഇരുകാലുകളും വിരിച്ചവണ്ണം മെല്ലെ മെല്ലെ പ്രയാസപ്പെട്ടു നടന്നു വരണം. കമ്പനി മൂലയുടെ ഒരു ഭാഗത്തു കുടം ഇറക്കിവച്ചു കഴിഞ്ഞാൽ ആസ്ത്മാ രോഗിയെപ്പോലെ ശ്വാസം കഴിച്ച് ആശ്വാസപ്പെടും. ഭക്തവത്സലം കമ്പനിയിലുണ്ടെങ്കിൽ പ്രയാസമില്ല. അയാൾ വെള്ളം നിറച്ചുവയ്ക്കും.

വെള്ളം വണ്ടി മൂന്നു ദിവസങ്ങൾക്ക് മുമ്പാണ് വന്നുപോയത്. ഇന്ന് എങ്ങനെയും ഒരു പത്തുകുടമെങ്കിലും വെള്ളം നിറയ്ക്കണം. കാലിക്കുടങ്ങൾ കണ്ടാൽ സ്വാമിയപ്പന്റെ മുഖം ചുളിയും. ശകാരവും ലോഭമെന്യെ കിട്ടും. അതൊഴിവാക്കാനെങ്കിലും വെള്ളം നിറച്ചുവയ്ക്കണം.

എതിർവശത്തുള്ള ഓവുചാൽ കറുത്തവർണത്തിലും മിനുങ്ങിക്കൊണ്ടിരുന്നു. ഓവുചാലിലെ അഴുക്കുവെള്ളം കവിഞ്ഞു നിറഞ്ഞു കിടന്നിരുന്നു. ചെളിവെള്ളത്തിൽ ചവിട്ടാതെ എങ്ങനെ കടന്നുപോകും. ഓവുചാൽ അവസാനിക്കുന്നിടം കള്ളിമുള്ളുകളാൽ നിറഞ്ഞു നിന്നിരുന്നു. അഴുക്കുവെള്ളം ഊറ്റിക്കുടിച്ചു പൂത്തുനിൽക്കുന്ന ചെടികളും, ദൂരെ താഴെയായി ചില കുടിലുകളും.

ചെട്ടിയാരുടെ വീട് ചുണ്ണാമ്പുകല്ലുകൾ അടർന്ന് ഉണങ്ങിമെലിഞ്ഞ രോഗിയെപ്പോലെ തോന്നിച്ചു. കുപ്പത്തൊട്ടിയിൽ നിന്നും എങ്ങനെയോ പെട്ടെന്ന് ഉയർന്നു പൊന്തിയ പൊടിപടലം നാഗന് നിരന്തരമായ തുമ്മൽ ഉണ്ടാക്കി. തുമ്മിത്തുമ്മി തളർന്ന നാഗൻ കയ്യിൽ പറ്റിപ്പിടിച്ച മൂക്കിളയും തുപ്പലും ഒരുനിമിഷം നോക്കി.

പഴയ മെഷീനിൽനിന്നും ലോറി ഇരമ്പം കണക്കെ ഒരു ശബ്ദം പുറപ്പെട്ടുകൊണ്ടിരുന്നു. മുഖത്തും തലമുടിയിലും പഞ്ഞിക്കഷണങ്ങൾ പറ്റിപ്പിടിച്ചവണ്ണം വന്ന ഒരു സ്ത്രീ നീരസത്തോടെ പറഞ്ഞു. "ഇവിടെ ഞങ്ങൾക്ക് തന്നെ പത്തുകുടം വെള്ളമേ ഉള്ളു. ഇതിനിടയിൽ നിങ്ങളും എത്തിയോ! കഷ്ടം". വിലകി മാറിയ ചേലത്തലപ്പുകൾ അവളുടെ നിറഞ്ഞ മാറിൽ പറ്റിച്ചേർന്നിരുന്ന പഞ്ഞികഷണങ്ങളെ കാണിച്ചുതന്നു. "വെള്ളംലോറി വന്നിട്ടേയില്ല. മുൻസിപ്പാലിറ്റിക്കാരന്റെ നല്ല വെള്ളം പത്തു ദിവസത്തിലൊരിക്കലേ വരൂ. നാശം എന്തുചെയ്യാൻ"

ചെട്ടിയാർ ഇരുന്നിരുന്ന സ്ഥലം മൂന്നുവശങ്ങളിലും കോൻകേസ് പലകകളാൽ മറയപ്പെട്ടിരുന്നു. പായ കീറിയിരുന്നു. അതിന്റെ വക്കുകൾ ഒക്കെയും പിഞ്ഞിപ്പോയിരുന്നു. എണ്ണപ്പിശുക്കും അഴുക്കും സമാസമം ഒട്ടിച്ചേർന്ന് തലയിണ വൃത്തിഹീനമായിരുന്നു. അധിക ശതമാനവും ചുളുങ്ങിത്തീർന്ന ഒരു തകരപ്പാട്ടയും അരികെയുണ്ടായിരുന്നു. ചെറിയ

ചെറിയ അഴുക്കുപൊതികളിൽ പൊരിയും മിഠായിയും മുറുക്കും ഒക്കെ ഒക്കെ ഉണ്ടായിരുന്നു. അടുത്തു കിടന്നിരുന്ന കീറിയ പഴയൊരു ദിനപത്രത്തിൽ കാലിന്മേൽ കാലു ചേർത്തു വച്ച് ഒരു പ്രത്യേക ദിശയിൽ വിരൽ ചൂണ്ടി ഗാംഭീര്യത്തോടിരിക്കുന്ന ഒരു സിനിമാക്കാരന്റെ പടം. പായയിൽ അവിടവിടെയായി പഞ്ഞിക്കഷണങ്ങൾ പടർന്നിരുന്നു. പിൻഭാഗത്തു നിന്നും ധാന്യം പൊടിക്കുന്നപോലുള്ള മെഷീൻ ശബ്ദം കേട്ടുകൊണ്ടിരുന്നു. സമീപത്തു തന്നെ ഒരു ലോറിയും നിന്നിരുന്നു.

ആംഗല ലിപിയിലെ എൻ അക്ഷരത്തെ അൽപ്പം നീട്ടിവച്ചമാതിരി കോൻകേസ് പലകയിൽ ചെട്ടിയാർ ചാരിയിരുന്നു. സമൃദ്ധിയായ വസ്ത്രം കണക്കെ ഒരു കോണകം മാത്രമായിരുന്നു അരയിൽ.

"എന്താ! വെള്ളം പിടിക്കാൻ വന്നതാണോ? വെള്ളം പിടിച്ചിട്ട് പോകുന്ന ഒരുത്തിയും പത്ത് കാശ് തരുന്നില്ല. മുൻസിപ്പാലിറ്റിക്ക് ഞാൻ 'കറീട്ടാ' പണം കെട്ടണം." തലയ്ക്ക് മുകളിൽ തൂങ്ങിക്കിടന്നിരുന്ന അഴുക്കു കയറിൽ എത്തിപ്പിടിച്ചു ശരീരം മുന്നോട്ടാക്കി. ഉത്തരത്തിൽ കെട്ടിത്തൂക്കിയ ആ അഴുക്കുപിടിച്ച കയറിൽ തൂങ്ങിയാണ് ചെട്ടിയാർ നിവർന്നിരിക്കുന്നതും, അൽപ്പം കുനിഞ്ഞമാതിരി നിൽക്കുന്നതും, ഊർന്നുപോയി തിണ്ണയ്ക്കരികിൽ വളഞ്ഞുകൂടിയിരിക്കുന്നതും. കീറിപ്പറിഞ്ഞ ഒരു അഴുക്കു കമ്പിളിയുടെ ഒരറ്റം കയറിൽ പറ്റിപ്പിടിച്ചിരുന്നു.

"വെള്ളം തന്നില്ലെങ്കിൽ വേണ്ട. പൈപ്പും കെട്ടിപ്പിടിച്ചിരുന്നോ. ഇതിലധികം ഇനി എന്താവേണ്ടത്" ഒരുത്തി പറഞ്ഞു.

ചെട്ടിയാർ എന്തിവലിഞ്ഞു തിണ്ണയ്ക്കരികിലെത്തി. തുടകൾ രണ്ടും വീർത്ത പടവലങ്ങകൾ പോലെ തൂങ്ങിക്കിടന്നു. മുഖത്തെ നരച്ച താടിയും മീശയും വികൃതമായിരുന്നു. നിൽക്കാനുള്ള ശ്രമത്തിനിടയിൽ പടവലങ്ങക്കാലുകൾ വിറകൊണ്ടു. അയാൾ വീഴുമെന്നായപ്പോൾ നാഗൻ ഓടിയെത്തി താങ്ങിപ്പിടിച്ചു. "എന്തിനാ നടക്കാൻ പോകുന്നെ."

"അഞ്ച് നിമിഷം ഊർന്നു നടക്കാമെന്നാണ്. സാധിക്കുന്നില്ല. ശരീരമെല്ലാം മരവിച്ചുപോകുന്ന മാതിരി."

"ദേഹം തുടച്ചുവിടണം. ആ സ്ത്രീ ആഴ്ചയിൽ ഒരു പ്രാവശ്യമെങ്കിലും വരുന്നില്ലേ" നാഗൻ.

"ഓ... ഓ.... വരുന്നുണ്ട്. എപ്പനോക്കിയാലും കാശ് കാശ് എന്ന ഒറ്റ വിചാരം മാത്രമേ അവൾക്കുള്ളൂ"

"ശരി... ഇനി കാശ് വച്ചിട്ട് എന്തിനാ? വീശി എറിഞ്ഞുകൂടെ!"

"മകനും മരുമകളും പേരക്കുട്ടികളും വരുമ്പോൾ അവർക്ക് നാല് കാശു കൊടുക്കണ്ടേ"

"ഒന്നു നോക്കാനും ഒരുനേരം ആഹാരം തരാനും ആളില്ല. കാശു വാങ്ങാൻ മാത്രം വന്നു നിൽക്കും മക്കളും പേരമക്കളും അല്ലേ!"

"ങ്ഹാ! സാരമില്ല... സാരമില്ല...എല്ലാവർക്കും ഒരുതരം വീമ്പിളക്കം. ങ്ഹും! എനിക്കുമുണ്ട്" ചെട്ടിയാർ ധാർഷ്ട്യത്തോടെ പറഞ്ഞു.

വെള്ളം നിറച്ച കുടം കുനിഞ്ഞെടുത്തപ്പോൾ നിവരാൻ ശരീരത്തി

നൊരു മടി. കുനിഞ്ഞപടിതന്നെ വായ തുറന്നു ശ്വാസം കഴിച്ചു നാഗൻ. ഉടുത്തിരുന്ന അര ട്രൗസറിന്റെ ഒരുഭാഗം നനഞ്ഞിരുന്നു. പോക്കറ്റ് കീറി പ്പറിഞ്ഞു തൂങ്ങിക്കിടന്നു.

"മാരണം. ആ ചെറുക്കന് വന്നു വെള്ളം കൊണ്ടുപൊയ്ക്കൂടെ. ആസ്ത്മാ രോഗിയെപ്പോലെ വായപൊളിക്കുന്നല്ലോ" ചെട്ടിയാർ.

"അവൻ എവിടെ പോയെന്നു ആർക്കറിയാം. എവളുടെ കൂടെ കിട ക്കുന്നോ" നാഗൻ ഈർഷ്യയോടെ പറഞ്ഞു.

"ഓഹോ... അതും ഉണ്ടോ!" പരിഹാസച്ചിരിയോടെ, ചെട്ടിയാർ താടി ചൊറിഞ്ഞു. ആ ചൊറിച്ചിലിന് 'കര കര' എന്നൊരു വികൃതശബ്ദം.

പിൻഭാഗത്തുനിന്നും ലോറിയുടെ ശബ്ദം നിലച്ചു. അൽപ്പസമയ ത്തിന് ശേഷം 'ഹിം ഹിം' എന്നൊരു ഒച്ച ശക്തിയോടെ കേട്ടു. ഒപ്പം തന്നെ തുണി കരിയുന്ന ഗന്ധവും ഉണ്ടായി. അസഹ്യമെന്നവണ്ണം നാഗൻ മൂക്കുപൊത്തി.

ഗേറ്റിന്റെ അനക്കത്തോടൊപ്പം സ്വാമിയപ്പന്റെ കനത്ത ശബ്ദം.

"എത്രനേരമായി കാത്തു നിൽക്കുന്നു. അത്യാവശ്യമായി ഒന്നു ഫോൺ ചെയ്യാൻ വന്നാൽ. ആളില്ല".

വിക്കി വിക്കി നാഗൻ "വെ.....ള്ളം വെ......ള്ളം..." എന്നു പറഞ്ഞ പ്പോൾ,

"കുടിക്കാനുള്ള വെള്ളം ലോറി വരുമ്പോൾ എടുത്താൽ പോരെ."

വിക്കലോടെ തന്നെ നാഗൻ "അതിന്..... ഒരു രൂപ...ഒന്നരരൂപ...."

"തൊലഞ്ഞുപോകട്ടെ....അതിനെന്താ.... എനിക്കെന്തെല്ലാം തൊല ഞ്ഞിരിക്കുന്നു...ഇതിനൊക്കെ കണക്കു നോക്കിയിരിക്കയാണോ ഞാൻ".

സ്വാമിയപ്പന്റെ വായിൽ നിന്നും പുറപ്പെട്ട സിഗരറ്റ് പുകച്ചുരുളുകൾ അന്തരീക്ഷത്തിൽ പടർന്നപ്പോൾ നാഗൻ കിതപ്പോടെ വായതുറന്നു ശ്വാസംവിട്ടു.

ഏഴ്

വാതിൽ ബലമായി തള്ളിത്തുറന്നുകൊണ്ട് ഭക്തവത്സലം അക ത്തേക്ക് കടന്നു. അയാൾ ഏകദേശം നനഞ്ഞിരുന്നു. അൽപ്പ നേരം വാതിൽ തുറന്നുവച്ചു. മഴ ശക്തിയായി. ഓടുകളിൽ മഴത്തുള്ളികൾ താളം ചവുട്ടി. മേൽക്കൂരയിൽ നിന്നും മഴനീർ ഒലിച്ചിറങ്ങി. ഇടിശബ്ദം കനത്തുവന്നു. മിന്നലിൻ തീവെളിച്ചം മുഖത്തു പതിച്ചപ്പോൾ ഭക്തവ ത്സലം വാതിലടച്ചു.

നനഞ്ഞൊട്ടിയ ഭക്തവത്സലത്തെ ഉറ്റുനോക്കിക്കൊണ്ട് ജ്യോതിമണി നിന്നിരുന്നു. അവളുടെ കൈത്തണ്ടയിൽ കിടന്ന പിഞ്ഞിത്തുടങ്ങിയ തോർത്തു വാങ്ങി ഭക്തവത്സലം തല അമർത്തിത്തുടച്ചു. ങേ! തോർത്ത് കീറിയോ! മുഖത്തു നിന്നും നീർത്തുള്ളികൾ മാറിൽ പതിച്ചു. ജ്യോതി മണി തോർത്തു പിടിച്ചുവാങ്ങി കീറിയതിൽ നോക്കിക്കൊണ്ട് "ഓ....വ ളരെ ധൃതിയായിപ്പോയല്ലേ."

അതിന് മറുപടിയായി ഭക്തവത്സലം ഒരു വശീകരപുഞ്ചിരി പാസാക്കി. അവൾ കുനിഞ്ഞു തോർത്തുകൊണ്ടു തല തുവർത്തി. അവളുടെ നഗ്നമായ അരക്കെട്ടിൽ ചുറ്റിപ്പിടിച്ചുകൊണ്ട് അവൻ അവളെ അണച്ചു.

ഇടി ശബ്ദം പലപ്പോഴായി ആകാശത്തു നിന്നും താഴോട്ടിറങ്ങി. തലങ്ങും വിലങ്ങും മിന്നലൊളികൾ. മിന്നൽ ഇരുട്ടിനെ കീറിമുറിച്ചുകൊണ്ടിരുന്നു. റോഡിലും തെരുവിലും പലയിടങ്ങളിലായി ആളുയരത്തിൽ വെള്ളം. പൂന്തോട്ടങ്ങളിലെ മരങ്ങളും ചെടികളും വെള്ളത്തിൽ തന്നെ. നൊയ്യൽപാലം ദൃഷ്ടിയിൽ നിന്നും മറഞ്ഞു. പാലത്തെ മറച്ചുകൊണ്ടു വെള്ളം പായുന്നു. കുടിലുകളും കെട്ടിടങ്ങളും വെള്ളത്തിൽ തന്നെ. ആടുമാടുകൾ ആനന്ദകുതൂഹലത്തിൽ നീന്തുന്നു. അപ്പോഴും സൂര്യകിരണങ്ങൾ മങ്ങലായി ഉണ്ട്. ചെമ്മണ്ണു കലർന്ന വെള്ളത്തിന് ചുവപ്പ് നിറം. കറുപ്പ് നിറത്തിൽ മാലിന്യജലം. ഉറങ്ങിക്കൊണ്ടിരുന്ന പളുങ്കുകല്ലുകൾ ഉരുണ്ടുരുണ്ട് ദിശമാറി വന്നുകൊണ്ടിരുന്നു. പളുങ്ക് കല്ലുകളുടെ മിനുമിപ്പിലും മിനുസത്തിലും നിരന്തരമായി മുഖംചേർത്തുവയ്ക്കാൻ ഭക്തവത്സലം ആശിച്ചു. വെള്ളത്തിന്റെ സ്പർശനസുഖം അവൻ മനസിലാക്കി. ശ്വാസോച്ഛ്വാസത്തിൽനിന്നും ഉയരുന്ന കുമിളകൾ ജലത്തിന് മേൽഭാഗത്തു വന്നുകൊണ്ടിരുന്നു. അവൻ ആ ജലം ഒരു ആനന്ദക്കിടക്കയായി മാറ്റി. മിഴികൾ തുറന്നിരുന്നാലും ഇമകൾ പൂട്ടിയ നിർവൃതിയിൽ ശരീരം നിന്നു. അവൻ ദേഹം നേർവരയാക്കി ചായാൻ തുടങ്ങി.

വലിയ പാലത്തെ മറികടന്ന് അവൻ നടക്കാൻ തുടങ്ങിയിരുന്നു. ഭീമാകാര കെട്ടിടങ്ങളിൽ അമർന്നുകൊണ്ട് പലരും സംസാരിച്ചുകൊണ്ടിരുന്നു. ഏവരുടേയും മുഖങ്ങളിൽ സന്തോഷവും ചിരിയും മാത്രം.

ബനിയനുകൾ മൃദുവായ പായകളായി മാറി. അവകളിലിരുന്നു കുഞ്ഞുങ്ങൾ ആർത്തു ചിരിക്കുന്നു. വലിയ വലിയ നൂൽകേസുകൾ ഒഴുകി ഒഴുകിയെത്തുന്നു. അവകളെ കുഞ്ഞുങ്ങൾ വലിച്ചെടുത്തു മണ്ഡപത്തിന്റെ തൂണുകളാക്കി നിർത്തുന്നു. വിരിച്ചുവച്ച ബനിയനുകൾ മണ്ഡപത്തിന് ഓടുകളാകുന്നു. രാക്ഷസആകൃതിയിലുള്ള നവീന ബനിയൻ യന്ത്രങ്ങൾ മണ്ഡപത്തിന് കാവൽക്കാരായി റോബോട്ടുകളെപ്പോലെ ചലിക്കുന്നു. യന്ത്രത്തിന്റെ മൂർച്ചയുള്ള ഭാഗങ്ങൾ കുഞ്ഞുങ്ങൾ ഊരിയെടുത്തു വെള്ളത്തിലെറിഞ്ഞു കളിക്കുന്നു. കുഞ്ഞുങ്ങളുടെ സന്തോഷവും കുതൂഹലങ്ങളും ബനിയനുകളിലെ വർണങ്ങളെ ഇനിയും ജ്വലിപ്പിച്ചു കാണിക്കുന്നു.

വർണങ്ങൾ ഉറഞ്ഞുവന്ന വെള്ളം പെട്ടെന്ന് പല ശാഖകളായി വിരിയുന്നു. നേർവരയായി കിടന്ന അവൻ പെട്ടെന്നുനിവർന്നിരുന്നു. ചായം പുരണ്ട വെള്ളം അവന്റെ മൂക്കിൽ നുഴയുന്നു. അവൻ മുഖം തൊട്ടുനോക്കിയപ്പോൾ മുഖത്തു വിടർന്നിരുന്ന ചായം ചുരണ്ടിയെടുക്കാൻ തക്ക പാകത്തിലായിരുന്നു. അവൻ മുഖം അമർത്തി ചുരണ്ടി. അവന്റെ വിരലുകളിൽനിന്നും പല നിറത്തിലുള്ള ചായത്തുള്ളികൾ ഊർന്നിറങ്ങി. ങേ! എന്താണീ കാണുന്നത്. അവന്റെ മുമ്പിൽ കുഞ്ഞുങ്ങൾ ബനിയൻ

പൊതികളെപ്പോലെ ഒഴുകിയൊഴുകി എത്തുന്നു. അവരുടെ പിഞ്ചു ശരീരങ്ങൾ നീല, ചുവപ്പ്, പച്ച മുതലായ നിറങ്ങളിൽ കാണപ്പെട്ടു. ചായക്കൂട്ടുകളുടെയിടയിൽ അവന് വീർപ്പുമുട്ടി.

ശരീരം വെട്ടിച്ചപ്പോൾ അവന്റെ ശിരസ്സ് വെള്ളത്തിന്റെ മേൽഭാഗത്തെത്തി. അവൻ തല കുടഞ്ഞു. ആടുമാടുകൾ കാലിട്ടടിച്ചു വെള്ളത്തിന് മീതെ പൊന്തിക്കിടന്നിരുന്നു. കറുപ്പ് നിറത്തിലുള്ള ചാക്കുകളെപ്പോലെ അവകൾ കാണപ്പെട്ടു. ഉറങ്ങിക്കൊണ്ടുതന്നെ കുഞ്ഞുങ്ങൾ വർണങ്ങളിൽ നീന്തുന്നു. ഓരോ കുഞ്ഞും ഓരോ ചായത്തിന്റെ അഴുക്കു പൊതികളായി കാണപ്പെട്ടു. ചെമ്മണ്ണുവെള്ളത്തിൽ പല പൊതികളായി കുഞ്ഞുങ്ങൾ നീന്തിക്കൊണ്ടിരിക്കുന്നു.

"ഈ മഴ ഇങ്ങനെ പെയ്തുകൊണ്ടിരുന്നാൽ വെള്ളപ്പെരുക്കത്താൽ നൊയ്യൽ നദി എന്താകും."

"അതു മാത്രമോ! എന്നെപ്പോലെ കുടിൽ കെട്ടി താമസിക്കുന്ന പാവങ്ങളുടെ ഗതിയോ?"

"തൊലഞ്ഞുപോയാലും നല്ലതു തന്നെ" ഭക്തവത്സലം വായ്വിട്ട് ചിരിച്ചു.

തുള്ളിയായി പതിച്ചുകൊണ്ടിരുന്ന മഴവെള്ളം പിടിച്ചുവയ്ക്കാൻ നാലഞ്ചു അലൂമിനിയം പാത്രങ്ങൾ നിരനിരയായി കിടന്നിരുന്നു. ഭക്തവത്സലം വലതുകാൽ നീട്ടിയപ്പോൾ അതിലൊന്നു കമിഴ്ന്ന് നിലം വീണ്ടും ഈറനാക്കി. കാലിൽ വീണ വെള്ളത്തുള്ളികൾ ദേഹത്തെ മൊത്തമായും തണുപ്പിച്ചപോലെ തോന്നിയപ്പോൾ ഭക്തവത്സലം കാൽ കുറുകെ വച്ചു.

കണ്ണുകൾ രണ്ടും തിരുമ്മിയവണ്ണം ജ്യോതിമണി അടുക്കളയിൽ നിന്നും വന്നു. കണ്ണുകൾ വല്ലാതെ ചുവന്നിരുന്നു. ശ്രദ്ധാപൂർവം കത്രിച്ച പുരികങ്ങളുടേയും മിഴിയിമകളുടേയും മധ്യഭാഗം വശീകര ആകർഷകമായിരുന്നു. ഹോ!! അവിടമൊന്നു ചുംബിച്ചാലോ! ഭക്തവത്സലം വികാരവിവശനായി.

ആവി പറക്കുന്ന ചോറുമായി പാത്രം കാത്തിരുന്നു. മറ്റൊരു തട്ടിൽ പരത്തിവിളമ്പിയ ചോറുമായി അവളും വന്നിരുന്നു. വെന്ത പരിപ്പിന്റെ ഗന്ധം അയാൾ മൂക്ക് വിടർത്തി ആസ്വദിച്ചു.

"നല്ല ഭക്ഷണം കഴിച്ചിട്ട് കുറെ നാളായി." അവൾ അയാളെ നോക്കി പുരികങ്ങൾ മേലുയർത്തി. അവളുടെ കൈ ചോറിൽ പരതി നടന്നു.

"ഇനിയിപ്പോൾ എന്തുദ്യോഗത്തിന് പോകാമെന്നാണ്."

"ങ്ഹാ! ഒന്നും മനസിലാകുന്നില്ല. വിചാരങ്ങളിൽ നിന്നും വിലകി, പഠിച്ചതും മറന്നു മറ്റെന്തെങ്കിലും നോക്കണം" നെടുവീർപ്പിൽ അയാൾ പറഞ്ഞു.

"നിങ്ങൾ ഇങ്ങനെ പ്രയാസപ്പെടുന്നതിൽ എനിക്ക് വേദനയുണ്ട്."

അവൾ തല താഴ്ത്തിയിരുന്നു. തട്ടിന്റെ വിളുമ്പിൽ കറിവേപ്പിലയും തക്കാളിയും കലർന്നു കൂടിയിരുന്നു.

എച്ചിൽപാട്ടയെ ഉറ്റുനോക്കിയവണ്ണം ചെട്ടിയാർ ഇരുന്നു. അയാളുടെ ഒട്ടിയ കവിളുകൾ പ്രതിഫലിക്കുംവണ്ണം ആ തകര ടിന്നും ചളുങ്ങി ഒടുങ്ങിയിരുന്നു. കാലിയായ പെയിന്റ് ടിൻ. അതിന്മേൽ പാഞ്ഞുകൊണ്ടിരിക്കുന്ന ഒരു കുതിരയുടെ ചിത്രം. കുതിരയുടെ മുഖം പാതിയും മാഞ്ഞുപോയിരുന്നു. സവാരിക്കാരനും കുറേശ്ശെ മാഞ്ഞുപോയിരുന്നു. കടിഞ്ഞാൺ പിടിച്ചിട്ടുള്ള അയാളുടെ കൈ മാത്രം കാണാം. കുതിരയുടെ കനത്തവയറും പിൻഭാഗവും കാണാം. ചെട്ടിയാരുടെ കൈവിരലുകൾ പതിഞ്ഞു പാട്ടയുടെ മിക്കഭാഗങ്ങളിലും പെയിന്റ് അടർന്നുപോയിരുന്നു.

ഈച്ചകൾ പൊതിഞ്ഞ ഒരു പഴയ എവർസിൽവർ ടംബ്ലർ നിലത്തു വീണു കിടന്നിരുന്നു. അഴുക്കു നിറഞ്ഞ തലയിണയുടെ നടുവിൽ അയാൾ നഖത്താൽ ചുരണ്ടി. വിരൽവണ്ണത്തിൽ അഴുക്ക് പുറത്തുവന്നു. തലയിണയുടെ വശങ്ങളിൽ കീറിയ ഭാഗങ്ങളിൽ പഞ്ഞി വെളിയിൽ കാണാമായിരുന്നു.

എച്ചിൽപാട്ട നീക്കി കാണാവുന്ന തരത്തിൽ വച്ചു. പൃഷ്ഠഭാഗത്തു പുകച്ചില് ഉള്ളതായി തോന്നുന്നു. വണ്ട് കടിച്ചതുപോലെ തടിച്ചിരുന്നു. വേപ്പിലയും മഞ്ഞളും കലർത്തിയരച്ച് ആ ഭാഗങ്ങളിൽ കമല പുരട്ടിതന്നതുകൊണ്ട് അൽപ്പം ആശ്വാസം. ദേഹം മുഴുവൻ ആ കുഴമ്പ് പുരട്ടിത്തരാൻ അവളോട് പറഞ്ഞതാണ്. പക്ഷെ കമലയോടൊപ്പം വന്ന ആ വായാടിപ്പെണ്ണ് വേണി കളിയാക്കി.

"ങ്ഹാ!....ങ്ഹാ....! സുഖം തോന്നും. ഇങ്ങനെയെങ്കിലും ദേഹം മുഴുവനും ഒന്നു തടവികിട്ടുമല്ലോ! പെണ്ണുങ്ങളുടെ കൈകൊണ്ട് എല്ലായിടവും ഒന്നു തടവുന്നത് ഒരു പ്രത്യേക സുഖമല്ലേ!"

"ഒന്നു ചുമ്മാതിരിയെടി വായാടി". ചെട്ടിയാർ താടി തടവിക്കൊണ്ടു ചിരിച്ചു. ആ ചിരിയിൽ കവിളുകൾ ഒട്ടി വികൃതമായിരുന്നു. ആടിന്റെ കൂർത്ത താടിപോലുള്ള തന്റെ സ്വന്തം താടിപിടിച്ച് അയാൾ എപ്പോഴും ആട്ടിക്കൊണ്ടിരിക്കും. കുട്ടികളെ കാണുമ്പോഴും വെറുതെ അങ്ങനെ ചെയ്യും.

വേണി കമലയെ നോക്കി ഒരു കള്ളച്ചിരി പാസാക്കി. അതു കണ്ടപ്പോൾ ചെട്ടിയാരുടെ മുഖം കറുത്തു. എങ്കിലും സ്വാരസ്യത്തോടെ തന്നെ പറഞ്ഞു. "ങേ! ഞാനെന്താ അത്ര മോശപ്പെട്ട ആളാണോ?"

കമലയും വേണിയും ഒന്നും പറഞ്ഞില്ല. വേണിയാണ് ചെട്ടിയാരുടെ പായും തലയിണയും മറ്റും വൃത്തിയാക്കി കൊടുക്കാറുള്ളത്. പഴയ വേഷ്ടി കീറി കോണകം കെട്ടാൻ കൊടുക്കുന്നതും വേണിയാണ്. ചന്ദ്രൻ മെസ്സിൽ നിന്നും ആഹാരവും വാങ്ങി കൊടുക്കും. പക്ഷെ ആഴ്ചതോറും പണം വാങ്ങുന്നതിലും കണിശക്കാരിയാണ്. പണം ഒന്നോ രണ്ടോ ദിവസം താമസിച്ചാൽ പായും തലയിണയും അങ്ങനെ തന്നെ കിടക്കും.

തകരടിൻ തന്റെയരികിൽ വച്ച് അതിൽ തന്നെ ചെട്ടിയാർ നോക്കിയിരുന്നു.

"നിന്റെ മേലാകെ തുപ്പി തുപ്പി നിറയ്ക്കും."

"ങ്ഹാ!...എന്തുചെയ്യാൻ. ഞാൻ സഹിക്കണമല്ലോ."

"ഇങ്ങനെ എല്ലാവരേയും തുപ്പണമെന്നു തോന്നിപ്പോകുന്നു". കടുത്ത നീരസത്തിൽ ചെട്ടിയാർ.

"ആരുടെയെല്ലാം ദേഹത്ത്" കമല ചോദിച്ചു.

"ആദ്യം ഈ വേണിയുടെ ദേഹത്ത്. അതും നന്നായി തുപ്പണം. എപ്പോഴും കാശ് കാശ് എന്നൊരു വിചാരം മാത്രം. ഒരു ദിവസം താമസിച്ചുപോയാൽ മുറുമുറുപ്പ്, പിറുപിറുപ്പ്".

"അവളെ തുപ്പിയാൽ ഇപ്പോൾ കിട്ടുന്ന ചന്ദ്രൻ മെസ്സിലെ ചായയും ഇഡ്ഢലിയും പോക്ക് തന്നെ. ദേഹവും നാറി കിടക്കും."

"ങ്ഹാ... അതെയതെ. ഇവളെങ്കിലും കാശ് വാങ്ങി ഇതെങ്കിലും ചെയ്തു തരുന്നുണ്ടല്ലോ. പണം പിടിച്ചുപറിച്ചു കൊണ്ടുപോകാൻ മാത്രം മകനും മരുമകളും പേരക്കുട്ടികളും വരും. ഏതെങ്കിലും വിശേഷദിവസങ്ങളിൽ, ഇഷ്ടമില്ലാതെയാണെങ്കിലും ടിഫിൻബോക്സിൽ എന്തെങ്കിലും കൊണ്ടുവരും. വായയ്ക്ക് രുചിയെന്നു കരുതി വാരിവലിച്ചു തിന്നാൽ പിന്നെ വയറിന് അസുഖം."

"ങ്ഹാ......... അത്യാർത്തി കൊണ്ടല്ലേ. രണ്ട് ഇഡ്ഢലി, ഒരു ചായ എന്നൊക്കെ കണക്കുവെച്ചു കഴിക്കണം."

"കക്കൂസിൽ പോകുന്നതാണ് വലിയ പങ്കപ്പാട്. മതി മതിയായി. ഒരു കൈതാങ്ങലിന് കൂടി ആരെയും കെഞ്ചിയിട്ടു പ്രയോജനമില്ല. ഇവിടെ തന്നെ എത്രപേർ വാടകയ്ക്ക് താമസിക്കുന്നു. വിളിച്ചാൽ അവറ്റകൾ ആരും വരില്ല. ഞങ്ങൾ വാടക തരുന്നതു നിങ്ങളെ കക്കൂസിൽ ഇരുത്താനല്ലെന്നു പരിഹാസത്തോടെ പറയും. ങ്ഹാ! ഇതൊക്കെ ആരോട് പറയാൻ" ചെട്ടിയാരിൽ വ്യസനം ഘനീഭവിച്ചു.

"മൂത്ത മകനെ ഇപ്പോൾ കാണാറില്ലല്ലോ."

"ങ്ഹും! അവനൊരു പരദേശി. ഞാൻ മരിച്ചു കഴിഞ്ഞാൽ ഉടനെയെത്തും സ്വത്ത് വാങ്ങാൻ. അന്നൊരിക്കൽ ബസിൽ കയറുമ്പോൾ താഴെ വീണു. എഴുന്നേൽക്കാനായില്ല. പരിചയമുള്ള ഒന്ന് രണ്ടു പേർ താങ്ങിയെടുത്തു അവന്റെ തിണ്ണയിൽ കിടത്തി."

"എന്തിനിവിടെ കൊണ്ടുവന്നു എന്നലറിയശേഷം അവരോടവൻ കയർത്തു." ഒരു നെടുവീർപ്പിന്റെ ഇടവേളയ്ക്ക് ശേഷം "അതിന്ശേഷം ഇതേവരെ അവനിവിടെ തിരിഞ്ഞു നോക്കിയിട്ടില്ല" പെട്ടെന്നു ലഭിച്ച ഒരു ചെറിയ ഉന്മേഷത്തോടെ "ങ്ഹാ!......പിന്നെ, എന്തായെന്നോ! പത്തുദിവസം കഴിഞ്ഞ് എന്തിനോ ഏണിയിൽ കയറിയിരിക്കുന്നു. അതാ കിടക്കുന്നു താഴെ. കാലൊടിഞ്ഞു. കാണുന്നവരൊക്കെ പഴി പറഞ്ഞു. അച്ഛനോട് കാണിച്ച ക്രൂരതയ്ക്ക് കിട്ടിയ പ്രതിഫലമാണെന്ന്. ങ്ഹും! അതിനുശേഷവും അവൻ എന്നെ കാണാൻ വന്നിട്ടില്ല."

"രണ്ടാമത്തെ മരുമകൾ വരുമല്ലോ, കുലുക്കി കുലുക്കി. അവളെവിടെ?"

"ങ്ഹും! അവളും അവളുടെ ഒരു കുലുക്കവും. അവള് വരും, കാലിലെ പാദസരവും കിലുക്കികിലുക്കി. വന്നുകഴിഞ്ഞാൽ അരയ്ക്ക്

കയ്യും കൊടുത്തു നിൽക്കും. തുറിച്ചു തുറിച്ചു നോക്കും. ജീവനോടെ ഉണ്ടോ എന്നറിയാൻ. നിന്റെ ശാപമൊന്നും ഫലിച്ചില്ലെടീ ജീവനോടെ തന്നെയുണ്ട് എന്ന മട്ടിൽ ഞാനും നോക്കും. അവളപ്പോൾ കയ്യിലുള്ള പൊതി നീട്ടും. അവളുണ്ടാക്കി കൊണ്ടു വരുന്നതിൽ നല്ല രുചിയൊന്നും കാണില്ല. അവൻ ഇവളെ എങ്ങനെ സഹിക്കുന്നുവെന്നറിയുന്നില്ല."

പരിഹാസച്ചിരിയോടെ "ങ്ഹാ...ങ്ഹാ വേറെ വിധത്തിൽ സഹിക്കണമല്ലോ" വേണി.

"ങ്ഹാ! നഷ്ടം സംഭവിക്കുന്നത് ആ പല്ലത്തി വരുമ്പോഴാണ്. വന്ന ഉടനെ "വീട്ടിൽ മഹാകഷ്ടം. പണം താ..." എന്നു പറയും. "വാടകപ്പണം ആർക്കാണ് കൊടുത്തത്. ആർക്കൊക്കെ പലിശയ്ക്ക് പണം കൊടുത്തിട്ടുണ്ട്." എന്നൊക്കെ പേർത്തും പേർത്തും ചോദിക്കും. "രണ്ട് ദിവസം കഴിഞ്ഞു വാ.....പണം തരാം...." എന്നു പറഞ്ഞു കഴിയുമ്പോൾ ഉള്ള പല്ലെല്ലാം പുറത്തുകാട്ടി ചിരിച്ചു ഭയപ്പെടുത്തിയിട്ടു പോകും. പണം വാങ്ങാൻ വരുന്ന ദിവസം മാത്രം ആട്ടിറച്ചി, മുട്ട എല്ലാം കൊണ്ടുവരും. പണം വാങ്ങി കഴിഞ്ഞു പോയാൽ അതോടെ തീർന്നു. പിന്നെ കാണില്ല. പണത്തിന് ആവശ്യം വരുമ്പോൾ വീണ്ടും വരും." ഒരു നെടുവീർപ്പയച്ചുകൊണ്ട് ആരോടെന്നില്ലാതെ പറഞ്ഞു.

"എല്ലാവരും വീടുകളുണ്ടാക്കി. അതിൽ അവരുടെ കുടുംബങ്ങളും കുടുംബങ്ങളുടെ സുഖഭോഗങ്ങളും മാത്രം മതി. അച്ഛൻ എവിടെ, എന്തിന്, എത്രയും പെട്ടെന്നു മരിച്ചാൽ മതിയെന്ന വിചാരം മാത്രം. സ്വത്ത് ഓഹരി വെച്ചു കിട്ടുമല്ലോ. ഈ ജീവിതം ഒരു അപമാനം തന്നെയാണ്. ഇതിലും ശ്രേഷ്ഠമായതു മരണം തന്നെയാണ്. ആരോഗ്യത്തോടുള്ളപ്പോൾ തന്നെ മരിക്കുന്നതാണ് നല്ലത്. അതിലാണ് ബഹുമാനം. അല്ലെങ്കിൽ കുളത്തിലോ കിണറ്റിലോ ജീവനൊടുക്കണം. ഇന്നത്തെപ്പോലെ തന്നെ നാളെയും. മടുത്തു..... എല്ലാം മടുത്തു..... ഇവിടെ വരുന്നതിന് മുമ്പ് ഒരു ദിവസം തുനിഞ്ഞതാണ്. ഒരു സ്റ്റൂൾ വെച്ചു. കേറി നിന്നു."

"അയ്യയ്യോ....എന്നിട്ട്" ഉദ്വേഗത്തോടെ വേണി.

"പോയിരുന്നാൽ നന്നായിരുന്നു. നാശം! അതിനും സാധിച്ചില്ല. ഉത്തരത്തിൽ കയറുകെട്ടിമുറുക്കി കഴുത്തിന് വളയവുമുണ്ടാക്കി".

"ങേ!...എന്നിട്ട്"

"എന്നിട്ടെന്ത്. കഴുത്തിൽ കയറിടുന്നതിന് മുമ്പുതന്നെ സ്റ്റൂൾ മറിഞ്ഞു. എഴുന്നേൽക്കാനായില്ല. ചന്തികുത്തി വീണ് പരിക്ക് പറ്റി. ങ്ഹാ! പിന്നെ ആ കയർ അഴിക്കാൻ നോക്കിയില്ല. അത് ഉത്തരത്തിൽ ചുരട്ടി വച്ചു".

"ആ കയറ് അവിടെ തന്നെ തൂങ്ങുന്നുണ്ട്"

"ങ്ഹാ! തൂങ്ങട്ടെ...തൂങ്ങട്ടെ...എപ്പോൾ വേണമെങ്കിലും ആവാമല്ലോ..."

"അയ്യോ...വേണ്ട"

"ഇനി എന്താ ജീവിതത്തിൽ....ജീവിച്ചു മടുത്തു." അയ്യോ...വേണ്ടാതീനമൊന്നും വിചാരിക്കല്ലെ. വേണമെങ്കിൽ എന്നെ തുപ്പിക്കോ. അടിച്ചോ! ഞാൻ സഹിച്ചുകൊള്ളാം".

"ങ്ഹാ....ശരി...ശരി...തുപ്പണമെന്നു മനസിൽ കുറിച്ചുവച്ചവരുടെയെല്ലാം മുഖങ്ങളിൽ മാറി മാറി തുപ്പണം. കാറിക്കാറി തുപ്പണം. എത്രയോ പേരുണ്ട്. പക്ഷേ കാറിക്കാറി തുപ്പണമെന്നു ഞാൻ കരുതുന്നവരെല്ലാവരും തന്നെ ഞാൻ ജനിപ്പിച്ചു വളർത്തി വലുതാക്കിയ എന്റെ സ്വന്തം മക്കളാണ്". അധിക ധാർഷ്ട്യത്തോടെ "തൊണ്ടയിൽ നിന്നും ചോര വരുന്നതുവരെ കാറിക്കാറി തുപ്പണം. അവരൊക്കെ എന്നോട് കാണിച്ച ക്രൂരതയ്ക്ക് കുനിഞ്ഞു കുറുകിയാലും കാറി തുപ്പണം".

"അയ്യോ! വേണ്ട...ശരീരമെല്ലാം വിറയ്ക്കുന്നു. സമാധാനത്തോടെ ഇരിക്ക്. എന്തെങ്കിലും സംഭവിച്ചാലോ".

"അങ്ങനെ സംഭവിച്ചാൽ എല്ലാവർക്കും തൃപ്തിയാകും. ആരും സങ്കടപ്പെടുകയില്ല. ചത്തുതുലഞ്ഞു എന്ന സന്തോഷത്തിൽ ആശ്വാസ ശ്വാസം വിട്ടു. ഒരു നേരിയ ആശ്വാസത്തിൽ പണ്ടൊക്കെ പേരക്കുട്ടികൾ വരുമായിരുന്നു. അവരുടെയൊക്കെ കുഞ്ഞു മുഖങ്ങൾ കാണുമ്പോൾ മനസിൽ സന്തോഷം ഇരച്ചു പൊന്തും. ഇപ്പോൾ അവരും ഇല്ല. സങ്കടം തോന്നുന്നു. ആദ്യമൊക്കെ വരുമ്പോൾ അടുത്തുവന്നിരിക്കും. എന്തെങ്കിലുമൊക്കെ ആവശ്യപ്പെടും. വാങ്ങിക്കൊടുക്കുമ്പോൾ ആ മുഖങ്ങൾ വിടരുന്നതു കാണാനെന്തു ശേലാണെന്നോ! ആഹാ...അതൊക്കെ എന്തു സന്തോഷം. ഇപ്പോൾ അവരും വരാറില്ല". ശോകം പടർന്നുകയറിയ മുഖത്തോടെ ചുറ്റും നോക്കിക്കൊണ്ട് "ങ്ഹാ! കുട്ടികൾ വരാത്തത് ഈ അഴുക്കൊക്കെ കണ്ടു ഭയപ്പെടുന്നതു കൊണ്ടാവാം. ഒരുപക്ഷെ എന്നെ കാണുമ്പോഴും ഭയപ്പെടുന്നുണ്ടാവാം". അലക്ഷ്യമായി താടി തടവി ദൂരെ നിന്നു നോക്കിയിട്ടു പോകും. തന്തയും തള്ളയുമൊക്കെ എന്തെങ്കിലും പറഞ്ഞു ഭയപ്പെടുത്തിയിരിക്കും.

കടുത്ത വിഷാദത്തോടെ ഒരു നെടുവീർപ്പയച്ചു. ഇടറിയ തൊണ്ടയോടെ "പേരക്കുട്ടികളെ...കാണണമെന്നു...തോന്നുന്നു. ഒരുപാട്...നാളുകളായി...."

ദു:ഖം മിഴിനീരായി കവിൾത്തടങ്ങൾ നനച്ചു. താടി രോമങ്ങളിലൂടെ താഴെ തറയും നനച്ചു.

എട്ട്

കുമാർ അച്ഛന്റെ വലതു കയ്യിൽ പിടിച്ചിരുന്നു. അയാളുടെ കൈ പരുപരുത്തതായിരുന്നു. ആ ശരീരത്തിന്റെ ദൃഢഗാത്രത അവനറിയാമായിരുന്നു. കറുത്തുള്ള രോമങ്ങൾ നിറഞ്ഞ ആ കൈ അവൻ വെറുതെ ഒന്നു നോക്കിപ്പോയി. അച്ഛന്റെ ഇടതുകയ്യിലെ സഞ്ചിയിൽ കപ്പക്കിഴങ്ങ് കനം തൂങ്ങി. അയാളുടെ കൈപ്പത്തി ഞരമ്പുകൾ എഴുന്നുനിന്നു. ശർക്കരയിട്ടു വേവിക്കുന്ന കപ്പക്കിഴങ്ങിന്റെ ഗന്ധം അവൻ മനസിലിട്ടുരുട്ടിയപ്പോൾ വായിൽ വെള്ളമൂറി.

അവന്റെ വലതുകാൽ എന്തിലോ തട്ടി ഇടറിയപ്പോൾ അവൻ പെട്ടെന്നു കുറെ മുമ്പിലായി. തള്ളവിരലിന് തന്നെ വേദന തോന്നി. കുനിഞ്ഞുനിന്ന് തള്ളവിരൽ തൊട്ടപ്പോഴുണ്ടായ കഠിന വേദന അവൻ കടിച്ചമർത്തി. "ഒന്നിരുന്നിട്ടു പോകാമച്ഛാ!" അസഹ്യവേദനയിൽ അവൻ പറഞ്ഞുപോയി. റോഡിനരികെ ഒരു ചെറിയ പാറക്കല്ല് കണ്ടു. അവലക്ഷണം പിടിച്ച ഒരു ജീവിയെപ്പോലെ അതു കാണപ്പെട്ടു. പാറക്കല്ലിന് പിന്നിലായി തഴച്ചുവളർന്ന കുളവാഴ ചെടികൾ.

"ഓ...ഇതുകൂടെ ഇപ്പോൾ വളരെ അപൂർവമായിപ്പോയി. ചെറുപ്പകാലത്ത് ഈ കറ്റവാഴ വേരോടെ പിഴുതെടുത്ത് അതിന്റെ ചാറിലും കിഴങ്ങിലും ശർക്കരയിട്ടു കഴിച്ചു വിശപ്പടക്കിയിട്ടുണ്ട്" അച്ഛൻ പറഞ്ഞു നിർത്തി.

"ഇപ്പോഴും കഴിക്കാമല്ലോ അച്ഛാ!"

"ങ്ഹും! അതിനൊക്കെ മൂന്നാല് പേരുവേണം. കിളച്ചു പറിച്ചെടുക്കണം. അധ്വാനമുണ്ട്. ങ്ഹാ! പിന്നെ മുഴുത്ത കള്ളിപ്പഴവും മുള്ളൊക്കെ എടുത്തുമാറ്റി കഴിക്കും. കുളത്തിലും തോട്ടിലുമൊക്കെ അല്ലി കിഴങ്ങുണ്ടാകും. അതും പറിച്ചുകൊണ്ടുവരും. കൊയ്ത്തു കഴിഞ്ഞു കിടക്കുന്ന പാടങ്ങളിൽ അവിടവിടെയായി വിളഞ്ഞുവരുന്ന വിഭവങ്ങൾ പറിക്കാനും ആളുകളെത്തും. വഴക്കും ഉണ്ടാകും. താണജാതിക്കാരായിരിക്കും അധികവും". അച്ഛൻ പറഞ്ഞു.

"നമ്മളൊക്കെ താണ ജാതിക്കാരാണോ അച്ഛാ"

"ങ്ഹാ! താണജാതിയിലും അൽപ്പം മുന്തിയത്".

മകനെ നോക്കിക്കൊണ്ട് "ങ്ഹും! അതും ഒരുതരം ബഹുമാനമാണ്. ഇന്നു പണമുള്ളവൻ മുന്തിയ ജാതി. അല്ലാത്തവൻ കീഴ്ജാതി"

കാരമുള്ളുകൾ ഇരുവശങ്ങളിലും പടർന്നു കയറിയിരുന്നു. കാറ്റിൽ ആടിയുലഞ്ഞു. എത്തിനോക്കിയ മുഴുത്ത ഓന്ത് പെട്ടെന്ന് മറഞ്ഞു.

"അന്ന് ഈ പാലം ഉണ്ടായിരുന്നില്ല. വെറും ചുടുകാട് മാത്രം. നിന്റെ മുത്തശ്ശിയും ഈ ചുടുകാട്ടിലാണ്. അസ്ഥി പെറുക്കാൻ ഇവിടെ വന്നിരുന്നു".

"അസ്ഥി പെറുക്കാനോ? അതെന്താണച്ഛാ."

"മരിച്ചവരുടെ അസ്ഥികൾ പെറുക്കിക്കൂട്ടി അതിൽ പാലും നെയ്യും ഒഴിക്കുന്ന ഒരു ചടങ്ങുണ്ട്. അതൊരു സമ്പ്രദായമാണ്. പിന്നീടൊരിക്കൽ അമ്മയുടെ കല്ലറ കെട്ടാനായി അരച്ചാക്ക് ഉപ്പുമായി ഞാനീ ചെരുപ്പടിക്കുഴിയിൽ എത്തിയിട്ടുണ്ട്"

"എന്താച്ഛാ... ഇങ്ങനെ ഒരു പേര്."

"ങ്ഹാ...ഈ സങ്കനൂർകുഴി അങ്ങനെ കിടന്നിരുന്നതാ...ഒരു വണ്ടിയും പോകില്ല. നടന്നു തന്നെ പോകണം. അതും വളരെ ബുദ്ധിമുട്ടി. ചേറും മണലുമായിരിക്കും. വണ്ടി വന്നാൽ ചേറിലും മണലിലും ആഴ്ന്നുപോകും. രണ്ടുമൂന്നു കള്ളന്മാര് ഇവിടമൊക്കെ കറങ്ങിത്തിരിഞ്ഞു നടക്കും. ഏതെങ്കിലും വണ്ടി ചേറിലോ മണലിലോ ആഴ്ന്നുപോയാൽ അവന്മാർ ഓടി

യെത്തും. ഉള്ളതെല്ലാം അവന്മാർക്ക് കൊടുക്കണം. എതിര് പറയുന്ന വരെ ചെരുപ്പുകൊണ്ടടിക്കും. ഒക്കെ പിടിച്ചുപറിച്ച് ഓടും".

പാലം അവസാനിക്കുന്നിടത്തുള്ള സിമെന്റ് തൂൺ പനമരംപോലെ കാണപ്പെട്ടു. നിരന്തരമായി പുകതുപ്പിക്കൊണ്ട് ഒരു പുകക്കുഴലും ദൂരെ യായി നിന്നിരുന്നു. ആറിന് സമീപമുണ്ടായിരുന്ന കെട്ടിടങ്ങൾ ചിലതിൽ തുടർച്ചപ്പണിയെന്നോണം ഇരുമ്പ് കമ്പികൾ പുറത്തേക്ക് നീട്ടപ്പെട്ടിരുന്നു. സിമന്റ് തൂണിനടുത്തുണ്ടായിരുന്ന ബോർഡിലെ അക്ഷരങ്ങൾ വിളറി വെളുത്തു കാണപ്പെട്ടിരുന്നു. "ചായനീർ ശുദ്ധീകരിക്കുന്ന സ്ഥലം" എന്നു ബോർഡിലെഴുതിയിരുന്നതു കുമാർ നടന്നുകൊണ്ടുതന്നെ വായിച്ചു. കാടു പിടിച്ചു കിടന്നിരുന്ന മുൾച്ചെടികൾ ഉണങ്ങിക്കരിഞ്ഞിരുന്നു. ഇന്നു ശ്മശാനം കാലിപോലെ തോന്നിക്കുന്നു. ഈ സ്ഥലത്തു പൂപ്പന്തൽ പോലെ ഒരു പട്ടട കിടന്നിരുന്നു. വളമിടാത്ത പാടങ്ങളിൽ വിതയ്ക്കുന്ന വൻ നല്ല കർഷകനായിരിക്കില്ല. ഇന്നു ചാണകംപോലും കിട്ടാനില്ല. കൃഷി പ്പണി ഒന്നുമല്ലാതായി തുടങ്ങി.

പെട്ടെന്നൊരു മോട്ടോർസൈക്കിൾ കുമാറിനരികെ സഡൻബ്രേക്കിട്ടു നിന്നു. അവനൊന്നു പതറി. ബൈക്കിലിരുന്നുകൊണ്ടുതന്നെ കൂളിംഗ് ഗ്ലാസ്സ് മാറ്റി അയാൾ അച്ഛനേയും മകനേയും തറപ്പിച്ചുനോക്കി. ചുവന്ന കണ്ണുകളും കറുത്തു തടിച്ച കപ്പടാ മീശയും. ഒന്നമർത്തി മൂളിക്കൊണ്ട യാൾ "ങ്ഹും! എന്താ...പഞ്ഞം കാരണംകാട്ടി നാടുവിടാൻ പോകു കയാണോ?"

"ഈ സ്ഥലംവിട്ട് ഞങ്ങളെങ്ങോട്ടു പോകാൻ" അച്ഛൻ ദീനനായി പറഞ്ഞു.

"ങ്ഹാ! എവിടെപ്പോയാലും കൊള്ളാം. പക്ഷെ അതിന് മുമ്പെ എന്റെ പണത്തിനൊരു വഴിയുണ്ടാക്കണം. പണം തന്നവനെ വിഡ്ഢി യാക്കല്ലേ...പറഞ്ഞേക്കാം".

"അയ്യോ! കണിശമായും തന്നേക്കാം. അടുത്ത ആഴ്ച മുതൽ ചെറു ക്കൻ കമ്പനിയിൽ ജോലിക്ക് പോയിത്തുടങ്ങും. ആദ്യത്തെ ശമ്പളം കൊണ്ടു പലിശ അടച്ചു തീർക്കാം. ഒരു നാലഞ്ചു മാസത്തിനുള്ളിൽ ബനിയൻ കമ്പനിയിൽ നിന്നും കൈനിറയെ കാശ് കിട്ടും. മുതലും പലി ശയും തീർത്തുകൊള്ളാം. തീർച്ച".

അച്ഛന്റെ കണിശവാക്കുകൾ അവനെ ഭയപ്പെടുത്തി. അയാളുടെ കണ്ണുകളിൽ കാണാൻ സാധിച്ച ദൃഢതയുള്ള തീരുമാനം അവനെ ഓടി യൊളിക്കാൻ പ്രേരിപ്പിച്ചു.

ഒൻപത്

അരികെ നിന്നിരുന്ന ശിപായിമാരെ കുതിര ശക്തമായി വെട്ടി വീഴ്ത്തിയിരുന്നു. രാജാവിന്റെ പരിരക്ഷയ്ക്കായി മന്ത്രി ജാഗ്രതയോടെ നിന്നു. ധൈര്യം ചോർന്നുപോയ ശിപായിമാർ തളർച്ചയോടെ വീണു കൊണ്ടിരുന്നു. ക്ഷയിക്കാത്ത ഗാംഭീര്യത്തോടെ രാജാവ് അജയ്യനായി

നിന്നു. മകുടം ധരിച്ച ശിരസ്സ് ഉയർന്നുകാണപ്പെട്ടു. കറുത്ത നിറത്തിൽ കാണപ്പെട്ട എതിരാളികളും ബലശാലികളായിരുന്നു. വെള്ളനിറം സമാധാനത്തിന്റെ പ്രതീകമാണല്ലോ. പിൻവാങ്ങുക തന്നെ. വേറെ നിവൃത്തിയില്ല.

അടുത്തുള്ള ശിപായിയെ തന്നെ ചലിപ്പിക്കാമെന്ന തീരുമാനത്തിൽ കുമാർ ഉറച്ചുനിന്നു. അവന്റെ വലതു കരത്തിന് അൽപ്പം വിറയലോ?

"എന്താ കൈ വിറയ്ക്കുന്നുണ്ടല്ലോ..തോൽക്കുമെന്ന ചെറിയ ഭയം... അല്ലേ..." ഭക്തവത്സലം മുട്ടുകൈ കുത്തി മുഖം താങ്ങി. കൈപ്പത്തിക്കുള്ളിൽ മുഖം അൽപ്പം വികൃതമായി തോന്നിച്ചു. കവിൾത്തടങ്ങളിലെ തോൽ ചുരുങ്ങിക്കിടന്നു. കണ്ണുകളും ചെറുതായി തോന്നിച്ചു. കൈപ്പത്തി തളർത്തിയപ്പോൾ മുഖം പഴയപടി ആയെങ്കിലും അൽപ്പം ചുവന്നിരുന്നു. ആ മുഖഭാവങ്ങൾ കുമാർ ഉറ്റുനോക്കിക്കൊണ്ടിരുന്നു. അതിനുശേഷം

"ഹേ... തോൽക്കുമെന്ന ഭയം ലേശംപോലുമില്ല. പെട്ടെന്ന് അച്ഛന്റെ ഓർമ വന്നുവെന്നു മാത്രം"

"ങ്ഹാ...ങ്ഹാ...ഭയപ്പെടാൻ കാരണം കണ്ടുപിടിച്ചു...അല്ലേ"

കുമാറിന്റെ അരട്രൗസറിന്റെ വക്കുകൾ പിഞ്ഞിപ്പോയിരുന്നു. നൂലുകൾ തൂങ്ങിക്കിടന്നു. തുടയിൽ കാണത്തക്കവിധമുണ്ടായിരുന്ന മുഴുത്ത തഴമ്പ് മിനുമിനുത്തിരുന്നു. തഴമ്പിലുണ്ടായിരുന്ന ചലത്തിന്റെ മിനുമിനുപ്പ്.

ചെസ്സ് ബോർഡിന്റെ അരികുകൾ തേഞ്ഞ നിലയിലായിരുന്നു. അതിലെ കറുത്ത കള്ളികൾ തേഞ്ഞുമാഞ്ഞു വിളറി വെളുത്തിരുന്നു.

"ഒരു പുതിയ ചെസ്സ് ബോർഡ് വാങ്ങണമെന്ന് എത്രനാളായി പറയുന്നു ചേട്ടാ."

കുമാർ കൃത്രിമ നീരസത്തോടെ പറഞ്ഞു.

"ഞാൻ പറഞ്ഞല്ലോ. തീർച്ചയായും വാങ്ങിത്തരാം" ഭക്തവത്സലം തറപ്പിച്ചു പറഞ്ഞു.

"തേഞ്ഞുമാഞ്ഞ ഈ കള്ളികൾ കാണുമ്പോൾ ഉത്സവച്ചന്തകളിൽ വിൽക്കുന്ന മിഠായിപോലെ തോന്നിപ്പോകുന്നു."

"എനിക്കും അങ്ങനെ തന്നെ"

"ഈ കള്ളികളിലെല്ലാം മിഠായി ഉണ്ടായിരിക്കണം. കളിക്കുമ്പോഴൊക്കെയും ഈ മിഠായികൾ കടിച്ചു കടിച്ചുവെക്കണം. എന്താ."

"ഓഹോ...നല്ല...ആഗ്രഹം. ചെസ്സ് ബോർഡ് മുഴുവനും തുപ്പലും കറയുമായിരിക്കും. അവയിലെല്ലാം ഈച്ചകൾ പൊതിഞ്ഞിരിക്കും".

ചിരിച്ചുകൊണ്ട് കുമാർ ശിപായിയെ വെട്ടിവീഴ്ത്തിയപ്പോൾ ആനയെ ചലിപ്പിക്കാൻ സ്ഥലം കിട്ടി. ഗാംഭീര്യനടത്തത്തിന് തയ്യാറായ നിലയിൽ എതിർവശത്തെ രാജാവ് കാത്തിരുന്നു.

"ങ്ഹാ! ഒരു വലിയ വീഴ്ച കാത്തിരുന്നോളൂ. ജാഗ്രതയോടെ കളിച്ചില്ലെങ്കിൽ പോക്കുതന്നെയായിരിക്കും ഭക്തവത്സലം ചേട്ടാ..."

"ഏതാണെന്നു പറയാമോ?"

"ങേ!...അതുശരി...അതു ഞാൻ പറയില്ല. വെട്ട് കൊണ്ടോളൂ...ചോര ഇറ്റിച്ചുകൊണ്ട് ഓടിക്കോളൂ..."

"അതെയതെ! ചോര വീഴുന്നതു കണ്ടോളൂ" കുതിരയെ മൂന്നു കള്ളികൾക്കും മീതെ കവച്ചു നിർത്തിക്കൊണ്ട് "ഇതിനെന്തു ചെയ്യും...പറയൂ" കാവലായി നിന്നിരുന്ന ശിപ്പായി മാറി നിന്നു. എന്തോ ആലോചിച്ച മാതിരി മന്ത്രി നിന്നു.

ടിന്നിലുണ്ടായിരുന്ന വെളുത്ത കരുക്കളെ കുമാർ എണ്ണി തിട്ടപ്പെടുത്തി. എല്ലാ കരുക്കളുടേയും അടിവശങ്ങൾ വിളറി വെളുത്തിരുന്നു. അവകളെല്ലാം തന്നെ തേഞ്ഞുപോയിരുന്നു. ഇവകളെ കാണുമ്പോഴൊക്കെയും "തേഞ്ഞുപോയ വിരലുകൾ പോലെയായി. പുതിയതായി ഒന്നു വാങ്ങിത്തരാം" എന്നു ഭക്തവത്സലം പലപ്പോഴും പറയാറുള്ളതാണ്.

എന്തെങ്കിലും സാധനങ്ങളോ കളിപ്പാട്ടങ്ങളോ വാങ്ങുവാൻ സ്വാമിയപ്പൻ അയക്കുമ്പോൾ ഇതും ഒരെണ്ണം വാങ്ങണമെന്നു ഭക്തവത്സലം പലനാൾ ഓർത്തിട്ടുള്ളതാണ്. പക്ഷെ സാധിച്ചിട്ടില്ല. സ്വാമിയപ്പൻ ടൂർ പോകുമ്പോഴൊക്കെയും പല സാധനങ്ങൾ വാങ്ങാൻ പണം തരാറുള്ളതാണ്. അപ്പോഴൊക്കെ താനും ഷേവിംഗ് ക്രീം, ബ്ലേഡ് എന്നൊക്കെ പലതും വാങ്ങാറുണ്ട്. ഇങ്ങനെ വാങ്ങിയ ഒരു മണിപേഴ്സ് ജ്യോതിമണിക്ക് സമ്മാനമായി കൊടുക്കുകയും ചെയ്തു. പേഴ്സ് കൊടുത്തപ്പോൾ "ഇത് പണം കൊടുത്തുതന്നെ വാങ്ങിയതാണോ"യെന്ന് ആ കൗശലക്കാരി പരിഹാസചോദ്യം ഉതിർത്തു. ഒന്നും പറയാതെ ഭക്തവത്സലം ചിരിച്ചു. "മോഷ്ടിച്ചുകൊണ്ടുവരാതിരുന്നാൽ മതിയായിരുന്നു" ആ കുശുമ്പിയെ ഭക്തവത്സലം മുഖം കറുപ്പിച്ചു നോക്കി. "ഇങ്ങനെ ചികഞ്ഞു ചികഞ്ഞു നോക്കിയാലും, പറഞ്ഞാലും എനിക്കൊരു വിഷമവും ഇല്ല" കയ്യിലുള്ള പേഴ്സ് ചിരിച്ചവണ്ണം നോക്കിക്കൊണ്ടു ജ്യോതിമണി മൊഴിഞ്ഞു. "ങ്ഹാ...ങ്ഹാ എന്നെയും ഇങ്ങനെ അണു അണുവായി നോക്കേണ്ട. കുറെ കയ്പുള്ള അനുഭവങ്ങളേ കാണൂ".

ജനലിലൂടെ ഭക്തവത്സലം നോക്കിയപ്പോൾ വിളറിയ മേഘങ്ങൾ തൊടുത്തുവിട്ട വെളിച്ചക്കീറലുകൾ ജനലിനെ മുത്തമിട്ടുകൊണ്ടിരുന്നു. ജനൽവിളുമ്പിൽനിന്നും പാറിപ്പറന്ന ഒരു ചെറുപ്രാണി അതിന്റെ മൃദുവായ ചിറകുകൾ വിടർത്തി ചെസ്സ് ബോർഡിൽ ഇരുന്നു. അതിന്റെ ചെറിയ കണ്ണുകൾ മിനുമിനുത്തിരുന്നു. മരത്തിന്റെ നിറമുള്ള ഇളം ചിറകുകൾ നേരിയ മട്ടിൽ ചലിച്ചുകൊണ്ടിരുന്നു. കുമാർ വലതുകൈ വീശി പ്രാണിയെ പറപ്പിച്ചു. കൈവീശലിന്റെ ആഘാതത്തിൽ പ്രാണി ചുമരിൽ മുട്ടി താഴെ പതിച്ചു. പിടഞ്ഞെണീറ്റ് അതിന്റേതായ ശബ്ദഘോഷത്തോടെ പറന്നുപോയി.

"ഹോ! ഒരു വിരട്ടു വിരട്ടി. വെറുതെ വിടാമായിരുന്നില്ലേ! ഈ കാലാൾപ്പടയും ആനകളും പിൻതുടരുമായിരുന്നു. ഈ രാജാവിനെന്താ ജോലിയൊന്നുമില്ലേ. തുരത്തി വിട്ടിരിക്കും" ഭക്തവത്സലം ചിരിച്ചുകൊണ്ടു പറഞ്ഞു. ആയാളുടെ ബനിയന്റെ കഴുത്തു ഭാഗങ്ങളിൽ

ധാരാളം അഴുക്കുണ്ടായിരുന്നു. കക്ഷത്ത് രോമങ്ങൾ പടർന്നു നിന്നിരുന്നു. വിയർപ്പിന്റെ ഉപ്പുകറയും ഉണ്ടായിരുന്നു.

"നമുക്കുതന്നെ പലപ്പോഴും ആഹാരത്തിന് വകയില്ല. അപ്പോ ഈ പ്രാണികളോ ചേട്ടാ" കുമാർ ജിജ്ഞാസുവായി.

"നമ്മുടെ എച്ചിലും നമ്മൾ ചവച്ചുതുപ്പിയതുമൊക്കെ ഇവറ്റകൾ മത്സരിച്ചു തിന്നാനാണ് ഈശ്വരൻ ഇവറ്റകൾക്ക് ജന്മം കൊടുത്തിരിക്കുന്നത്. ങ്ഹാ! സൃഷ്ടി എന്നൊക്കെ പറയുന്നതേ...ആദ്യം ഭൂലോകം പിന്നെ പുരുഷൻ, അതിനുശേഷം സ്ത്രീ, പിന്നെ ആട്, മാട്, കോഴി, പന്നി എന്നിങ്ങനെ കോടാനുകോടി ജീവരാശികൾ. പാറ്റ, മൂട്ട, ഈര്, പേൻ എന്നിങ്ങനെ പലതും. പൂച്ചി പുഴുവാകാതെ തന്നെ രക്ഷപ്പെട്ടല്ലോ!. അങ്ങനെയായിരുന്നെങ്കിൽ നിന്നെപ്പോലുള്ളവരുടെ അടിയും കുത്തും ഏൽക്കേണ്ടിവരുമായിരുന്നു".

രാജാവിന് മാർഗതടസ്സമുണ്ടാക്കിക്കൊണ്ട് ആന വന്നുനിന്നു. കാലാൾപ്പട ദൂരത്തിലായി നിലയുറപ്പിച്ചു. രാജാവിനെ സൗകര്യമായി വെട്ടിത്തെറിപ്പിച്ചപ്പോൾ കുമാർ തിരിഞ്ഞുനോക്കി. അച്ഛന്റെ വായിൽനിന്നും പുകമണ്ഡലം തന്നെ. പിടിക്കാൻപോലും ഇടമില്ലാതെ ബീഡിയുടെ അവസാനത്തെ അറ്റം പോലും അച്ഛന്റെ വായ്ക്കുള്ളിലായിരുന്നു. അച്ഛന്റെ പുകതുപ്പൽ കുമാറിൽ ഒരു പ്രത്യേകതരം കൗതുകമുണർത്തി. അരട്രൗസറിൽ പറ്റിച്ചേർന്നിരുന്ന പൊടി തട്ടിക്കുടഞ്ഞു കൊണ്ട് അവൻ ഒരുകാല് നീട്ടിവച്ചു. അൽപ്പസമയം കഴിഞ്ഞപ്പോൾ അവൻ മെല്ലെ എഴുന്നേറ്റു. ഒരു കൈതാങ്ങലായി എന്തിനോ ചുമരിൽ ഇറുകെ പിടിച്ചു. ചുമരിൽ തൂങ്ങിക്കിടന്നിരുന്ന കലണ്ടറിൽ അവന്റെ കൈ പതിഞ്ഞപ്പോൾ 'കരകര' ശബ്ദത്തിൽ കലണ്ടർ മെല്ലെ ആടി.

"ഓ...എന്റെയച്ഛൻ തുറിച്ചു നോക്കുന്നു. ദേഷ്യം കയറിയ മട്ടുണ്ട്"

"ഞാൻ പറയാമെടോ! എന്താ ചെസ്സ് കളിക്കുന്നതു കുറ്റമാണോ...."

ഭക്തവത്സലം നിസ്സംഗതയിൽ പറഞ്ഞു നിർത്തി.

"ങ്ഹാ! അച്ഛനതു കുറ്റം തന്നെയാണ്. ബനിയൻ കമ്പനി എന്നെ എപ്പോഴാണ് ദത്തെടുക്കുന്നതെന്നു കണ്ണിൽ എണ്ണയുമൊഴിച്ചു കാത്തിരിപ്പാണ്. ഈ വർഷത്തോടെ എന്റെ സ്കൂൾജീവിതം അവസാനിച്ചു കിട്ടും. അച്ഛന് ബീഡിക്കും ചാരായത്തിനും പണം വേണമല്ലോ."

കുമാർ വിഷണ്ണനായി നിന്നു.

പത്ത്

ജ്യോതിമണിയെ ഓർമിക്കുമ്പോഴൊക്കെയും തന്നെ ഒരു വിചിത്ര കാഴ്ച ഭക്തവത്സവത്തിന്റെ മനസിൽ തളിരിട്ടു നിൽക്കും. ചന്തപ്പേട്ടയിലെ തറയിൽ പഴയ ചാക്കുകൾ വിരിച്ചു അവയിന്മേൽ വെള്ളുള്ളി, ചെറിയ ഉള്ളി മുതലായവകളെ നിരത്തിവെച്ചു വിൽപ്പന നടത്തുന്ന പച്ചക്കറിക്കാരിയായി ജ്യോതിമണിയെ വിഭാവന ചെയ്തു നോക്കും. അവൾ തല

യിൽ കമഴ്ത്തിവെച്ച മുളവട്ടിയിലൂടെ പ്രഭാതസൂര്യന്റെ കിരണങ്ങൾ പതിയുമ്പോൾ അവളുടെ മുഖം കോടുകളാൽ അലങ്കരിക്കപ്പെടുന്നതു കാണാൻ ഭക്തവത്സലം ആഗ്രഹിച്ചു. തന്റെ മനസിനിണങ്ങിയ ഒരു പുതിയ പേര് നൽകി ആ പേരിൽ അവളെ വിളിക്കണമെന്ന ഒരു വിചാരവും അയാളിലുണ്ടായിരുന്നു. തന്റെ ആലോചനകളിൽ പലപേരുകൾ മനസിലുദിച്ചു. അവകളിൽ ഒക്കെയും തന്നെ പല സിനിമാതാരങ്ങളുടേയും അനുകരണമോ പൊങ്ങച്ചഛായകളോ ഉണ്ടായിരുന്നു. അയാളതൊക്കെ നിരസിച്ചു. ജ്യോതിമണിയെന്ന പേരിൽ അവളെ വിളിക്കുന്നത് അവളോട് ചെയ്യുന്ന ക്രൂരതയായിപ്പോലും ഭക്തവത്സലത്തിന് തോന്നിപ്പോയി. പേരുപറഞ്ഞ് അവളെ വിളിക്കാത്തതിൽ അവൾക്ക് വേദന തോന്നാതിരിക്കുമോ?

"എന്റെ പേര് പറഞ്ഞു വിളിക്കാൻ എന്താ ഇത്ര സങ്കോചം! മുഖത്തോട് മുഖം നോക്കുമ്പോൾ മാത്രമെ എന്നോട് സംസാരിക്കാൻ തോന്നുന്നുള്ളോ? എന്താ....അങ്ങനെ! എന്താണ് വിചാരിക്കുന്നതു എന്നുപോലും പല സന്ദർഭങ്ങളിലും എനിക്ക് മനസിലാകാതെ പോയിട്ടുണ്ട്." ജ്യോതിമണി പറഞ്ഞു നിർത്തി.

"എന്തു പറയാൻ. എനിക്കൊന്നും മനസിലാകുന്നില്ല. ഞാൻ ഇങ്ങനെയായിപ്പോയി. ഞാൻ ഇഷ്ടപ്പെടുന്നവരെ എനിക്കിഷ്ടമുള്ള പേരുകളിൽ വിളിക്കുവാൻ സാധിക്കാതെയാകുന്നു. താരവിസ്മയം പോലുള്ള പേരുകൾ വേണമെനിക്ക്."

ചന്തപ്പെണ്ണിനെപ്പറ്റി പറഞ്ഞപ്പോൾ ഉടനെ പോകണമെന്നായി. നഗരത്തിൽ നിന്നും എട്ടോ പത്തോ കിലോമീറ്റർ ദൂരം വരും ചന്തകളിലെത്താൻ. എല്ലാ ദിശകളിലും മൂലകളിലും ഗ്രാമസൗരഭ്യം നിറഞ്ഞു നിൽക്കുന്ന ചന്തകൾ.

"തിരക്കില്ലാത്ത ചന്തയിൽ പോകാം"

"ങ്ഹും! എന്താ......... നാണമാകുന്നുണ്ടോ! എന്നെ പേര് വിളിക്കാൻ സങ്കോചം. എന്റെ കൂടെ പുറത്തുവരാനും കൂടി സങ്കോചമോ! കൊള്ളാമല്ലോ!

"എന്തിനീ തിക്കും തിരക്കിലും പെട്ട് അലയണം."

ചാക്കുതിരശ്ശീലകൾ ഒന്നിനുമേൽ ഒന്നായി ചുരുട്ടിക്കെട്ടി തലയിൽ ചുമന്നുകൊണ്ടുപോകുന്നവരെ ഭക്തവത്സലത്തിന്റെ കണ്ണുകൾ വെറുതെ എന്തിനോ തേടി. ശരീരം ആയാസമെന്യെ ചലിപ്പിക്കാനാവാത്ത വണ്ണമുള്ള കറുത്ത സ്ത്രീകൾ. വെള്ളുള്ളിവാസന ഹൃദ്യമായി ആസ്വദിച്ചുകൊണ്ട് അയാൾ നടന്നു. അന്നേദിവസം പച്ച ഇഞ്ചിയുടെ മണം ചന്തയിലെങ്ങും പരന്നിരുന്നു. കരിമ്പ് ജൂസ് വാങ്ങി കുടിക്കുമ്പോൾ പോലും ഇഞ്ചിവേണ്ടെന്നു വെച്ചു. തേർമിഠായികൾ കുറെയെണ്ണം വാങ്ങി പോക്കറ്റിലിട്ടു. തൊട്ടാലൊട്ടുന്ന അവകളുടെ കടുത്തനിറങ്ങളെ അവൻ ഇഷ്ടപ്പെടാൻ തുടങ്ങി. വിരലുകളിലൊട്ടിയ കടുത്തചായങ്ങൾ അയാൾ കൊച്ചുകുട്ടിയെപ്പോലെ നക്കിത്തുടച്ചു. എങ്കിലും ചായങ്ങൾ വിരലുകളിൽ ഒട്ടിനിന്നു.

"പാട്ടുപുസ്തകം വാങ്ങിത്തരട്ടെ?"

"ങേ! എന്തിന്".

"അല്ലാ...എപ്പോഴും എന്തെങ്കിലുമൊക്കെ വായിക്കുന്നതുകാണാമല്ലോ...എനിക്കറിയാവുന്നതു പാട്ടുപുസ്തകം മാത്രമാണ്".

"ങേ....നിങ്ങളോടൊപ്പമുള്ള നേരത്തിലും പാട്ടു പാടണമോ.....ഞാൻ"

"നിർബന്ധം ഇല്ല. നീ പാടി ഞാൻ കേട്ടിട്ടില്ല. പാടാറുണ്ടോ?"

"ചിലപ്പോൾ...രണ്ടുവരി....നാലുവരിയെന്ന്. എല്ലാം സിനിമാപ്പാട്ടുകൾ. അങ്ങനെ നാലഞ്ചു പാട്ടുകൾ മനസിൽ നിൽക്കും. പിന്നെ പുതിയ പാട്ടുകൾ...കേൾക്കുമ്പോൾ....പഴയതു മറന്നുപോകും. പിന്നെയെത്ര ശ്രമിച്ചാലും ഓർമയിൽ വരികയില്ല. ങ്ഹാ....പിന്നെ...ഓരോ പാട്ടിലും ആരെയെങ്കിലും...ഒക്കെ ഓർമ വരും....കേട്ടോ! ങ്ഹാ!....അതൊരു തൊന്തരവും കൂടിയാണ്".

"ഏത് പാട്ടിലാണ് എന്നെ ഓർമ വരിക"

ഉത്സാഹത്തോടെ "നിറയെ പാട്ടുകളിൽ. ഏതാണെന്ന് എങ്ങനെ പ്രത്യേകം പറയും"

ചിരിച്ചശേഷം "ങ്ഹാ!....ഈ പാട്ട് ഏതാണെന്ന് ഒന്നു കണ്ടുപിടിച്ചേ....."

അവൾ മെല്ലെ പാടുവാൻ തുടങ്ങി.

നാല് വരികൾ നാല് തവണ നാല് വിധത്തിൽ പാടി. ഓരോ തവണയും ചില വാക്കുകളിൽ വിശറടിച്ചു. ഇടയിൽ ഒരു ചെറുചുമയും.

"ചിലപ്പോൾ ചില ഓർമകളിൽ ശബ്ദം പതറിപ്പോകും"

ചന്തയിൽ വലതുവശത്തായി പുസ്തകക്കട ഉണ്ടായിരുന്നു. പ്ലാസ്റ്റിക് പേപ്പറിൽ പൊതിഞ്ഞ ചില പുസ്തകങ്ങൾ മിനുമിനുത്തു കണ്ടു.

"ഏതെങ്കിലും പുസ്തകം എടുത്തുകൊള്ളൂ. പണം തരാം".

"നിങ്ങൾക്കിഷ്ടമില്ലാത്തതാണെങ്കിലോ?"

"സാരമില്ല... നിനക്കിഷ്ടപ്പെട്ടാൽ മതി"

അയാൾക്ക് ഗ്രാമീണ കഥാപുസ്തകങ്ങൾ ഇഷ്ടപ്പെട്ടു. രാജാവും റാണിയും കവചകഞ്ചുകങ്ങളോടെ കുതിരപ്പുറത്തിരിക്കുന്ന ചിത്രം.

"എനിക്ക് രാജാറാണി കഥകൾ ഇഷ്ടമല്ല"

"ങ്ഹും! എന്താ....കുതിരപ്പുറത്തുവന്നു പിടിച്ചുകൊണ്ടു പോകുമോ?...."ഭക്തവത്സലം.

"പിടിച്ചുകൊണ്ടു പൊയ്ക്കൊള്ളട്ടെ. ആഹാരം തന്നാൽ മതിയായിരുന്നു. ആ മുഖങ്ങളിലെല്ലാം അഹങ്കാരത്തിന്റെ ചായം തേച്ചിട്ടുണ്ടാകും. ങ്ഹും! സാധാരണ മനുഷ്യർക്കും അവർക്കും യാതൊരുവിധ സംബന്ധവും ഇല്ലാത്ത മാതിരി. ഛേ! എനിക്കിഷ്ടമല്ല". വെറുപ്പോടെ അവൾ പറഞ്ഞു.

പുസ്തകക്കടക്കാരൻ ജ്യോതിമണിയെ തന്നെ സാകൂതം നോക്കിക്കൊണ്ടിരുന്നു. ഭക്തവത്സലം അതു ശ്രദ്ധിച്ചു. ഒരു പെൺകുതിരയെപ്പോലെ മദാലസയായി നിന്നിരുന്ന അവളെ കണ്ടപ്പോൾ കടക്കാരന്റെ കാമക്കണ്ണുകൾ ഇമകൾ പൂട്ടാൻ മറന്നു. അവളുടെ ദൃഷ്ടികൾ

മറ്റൊരിടത്തായത് അവന്റെ നോട്ടത്തിന് സഹായകമായി. പോക്കുവെയിലിന്റെ നേർത്ത മഞ്ഞനിറം അവളുടെ മുഖം മിനുപ്പിച്ചു. കടക്കാരന്റെ കാമനോട്ടം കണ്ടുസഹിക്കാനാവാതെ ഭക്തവത്സലം അൽപ്പം ഉറക്കെ "ജ്യോതിമണീ..." എന്നു വിളിച്ചു. ഭയമോ ആശ്ചര്യമോയെന്നു മനസിലാകാത്തവിധം ഒരു പ്രത്യേക നോട്ടമയച്ചുകൊണ്ട് അവൾ

"ങേ! നിങ്ങൾ തന്നെയാണോ എന്നെ പേര് വിളിച്ചത്".

"ങ്ഹാ....പോകാം...പോകാം" ഭക്തവത്സലം നിസ്സംഗനായി.

"ഓഹോ...ശരി...ശരി...പേരുപറഞ്ഞു വിളിക്കാനും ധൈര്യം ഉണ്ടല്ലേ! ഞാനീ ചന്തയിൽ പലപ്രാവശ്യം വന്നിട്ടുള്ളതാണ്. പക്ഷെ ആരും പേരു പറഞ്ഞു വിളിക്കില്ല. പകരം "ഏയ്"..."ശ്ശ്" എന്നൊക്കെ മെല്ലെ വിളിക്കും".

ങ്ഹാ....ഞങ്ങൾക്കൊക്കെ അതുതന്നെ ബഹുമാനവിളിപ്പേരുകളാണ്" അവളുടെ ശ്വാസത്തിന് ഒരു കരിഞ്ഞ മണം.

അവൻ ആ പുസ്തകത്തിന്റെ താളുകൾ മറിച്ചപ്പോൾ പല കുതിരകൾ താറുമാറായി ഓടിക്കൊണ്ടിരുന്നു. സൈന്യാധിപന്റെ ഉത്തരവുകൾക്കനുസരിച്ചു ഭടന്മാർ കുതിരകളുടെ കടിഞ്ഞാണുകളിൽ ബലമായി പിടിച്ചുകൊണ്ടിരുന്നു. സൈന്യാധിപന്റെ കൽപ്പനകൾ കത്തികളും വാളുകളുമായി കാറ്റിനെപ്പോലെ എവിടെയും വീശിയടിച്ചുകൊണ്ടിരുന്നു. ചോരത്തുള്ളികൾ ചിതറിത്തെറിക്കുമ്പോഴൊക്കെയും കുതിരകളുടെ മേൽ പുതിയ പുതിയ ചായങ്ങൾ. കുതിരകളുടെ കാത്തു കാത്തു കിടന്ന കാതുകളിൽ പുതിയ കൽപ്പനകൾ എത്തുമ്പോഴേക്കും അവകൾ പുതിയ ദിശകൾ തേടി പാഞ്ഞുകൊണ്ടിരുന്നു. അടയാളങ്ങൾ കണ്ടറിഞ്ഞു. എതിരാളികൾ നിരനിരയായി മുമ്പിൽ നിരന്നിരുന്നു. മന്ത്രവാദികളെപ്പോലെയും ശൂന്യക്കാരികളെപ്പോലെയും തീ അണഞ്ഞ കണ്ണുകളോടെയും ദംഷ്ട്രകളോടെയും അവർ നിന്നിരുന്നു. പല്ലുകളുടെ ഇറുമ്മലിൽ അവരുടെ മുഖങ്ങൾ വികൃതമായി തിളങ്ങി. അവരുടെ കൈകളിലെ കത്തികൾ താറുമാറായി വീശിയപ്പോൾ മിന്നലൊളികൾ പാഞ്ഞു.

അവൻ ക്ഷീണിതനായി. കയ്യിലിരുന്ന പുസ്തകം താഴെവീണു. അവളുടെ ശരീരത്തിൽനിന്നും വെരുകിന്റെ ഗന്ധം പരന്നു. ആ പ്രത്യേക ഗന്ധം മണക്കാനെന്ന മാതിരി ഏവരും അവളുടെ ചുറ്റും കൂടി. അവൾ കക്ഷത്തിൽവെച്ച പൂച്ച പെട്ടെന്നു താഴേക്ക് ചാടി കുതറിയോടി. ഒരു ഭടന്റെ വാൾവീശലിൽ പൂച്ച രണ്ട് കഷണങ്ങളായി തെറിച്ചുവീണു. മുഖത്തു പടർന്നുകയറിയ ആ ചോരത്തുള്ളികൾ അവളുടെ അധരങ്ങൾക്ക് ചായംപൂശി. അവളുടെ വസ്ത്രങ്ങളിലും ചായം കലർന്നു. അവൾ അലറിത്തെറിച്ചു. കുതിരകളുടെ എല്ലിൻകൂടുകൾക്കുമേൽ അവളെ ഇരുത്തിയിരുന്നു. അവൾ വളരെ ഉയരത്തിലായിരുന്നു. ചാട്ടയടിയുടെ ആഘാതത്തിൽ പിടഞ്ഞോടിയ ഒരു കുതിര എല്ലിൻകൂടുകളെ തകർത്തെറിഞ്ഞു. അവൾ അടിപതറി താഴെ വീണു. ആരോ ഒരാൾ അവളെ മൃദുവായി, ലാഘവത്തോടെ താങ്ങിയെടുത്തതായി അവൾക്ക് തോന്നിച്ചു.

മറ്റൊരു മലക്കംമറിച്ചിലിൽ അവൻ ആരുടേയോ കാലടിയിൽ വീഴ്ത്തപ്പെട്ടതായി അറിഞ്ഞു. ഈ ആഘാതത്തിൽ തീർത്തും പരിചിതമായ ഒരു ശബ്ദം അവൻ ശ്രവിച്ചു. “ഈ വശ്യക്കാരിയെ എന്തുകൊണ്ട് ഒഴിവാക്കിയില്ല”

ഭക്തവത്സലം തന്റെ അച്ഛന്റെ ആജ്ഞാരൂപത്തിലെ കനത്ത ശബ്ദം കേട്ടു ഞെട്ടിവിറച്ചു.

പതിനൊന്ന്

നാഗന്റെ ശരീരം കഠിനമായ ഉച്ചവെയിലിൽ നീറിപ്പുകഞ്ഞുകൊണ്ടിരുന്നു. വെന്തുണങ്ങി ചുരുണ്ട കറിവേപ്പിലപോലെ വായ ഉണങ്ങി കരിഞ്ഞിരുന്നു. നാഗന്റെ ഷർട്ട് മാറ്റി അയാളുടെ നെഞ്ചിൽ ഭക്തവത്സലം കൈവച്ചുനോക്കി. കമ്പിളിയെടുത്തു പുതപ്പിച്ചുകൊടുത്തു. അൽപ്പം വിറയലോടെ നാഗൻ കിടന്നു.

തറിക്കുഴിയിൽ മാറാല പടർന്നുകിടന്നിരുന്നു. കാലുകൾ ഓരോ പ്രാവശ്യം നീട്ടിവയ്ക്കുമ്പോഴും കൊതുകുകളോ പ്രാണികളോ തറിക്കുഴിയിൽ നിന്നും പറന്നുപൊന്തും. നെയ്തുവച്ച തുണികളിലുണ്ടായിരുന്ന കസവ്നൂലിന്റെ അവശിഷ്ടങ്ങൾ മാറാലകളെ അലങ്കരിച്ചതായി തോന്നിയിരുന്നു. മഴക്കാലത്തെ ഈയാംപാറ്റകൾ പുറ്റുകൾ ഉണ്ടാക്കിവച്ചതുപോലെ തറിക്കുഴിയിൽ തടയുന്നു. റാട്ടുകളിലെ കൂർത്ത സൂചികൾ മുനതേഞ്ഞമട്ടിൽ കിടന്നിരുന്നു. നാഗൻ അവകളെ പല്ലിൽ തേച്ചുതേച്ചു കൂർമത വരുത്തിക്കൊണ്ടിരുന്നു.

തറി പ്രവർത്തിക്കുന്ന ശബ്ദം കേട്ടുതുടങ്ങി. പഞ്ഞി തത്തിക്കളിക്കും. പാവിന്റെ ചാണകം മെഴുകിയ അടിഭാഗം ഒന്നുമില്ലാത്തവണ്ണം കിടന്നിരുന്നു. ഒന്നുമില്ലായ്മയെ മറയ്ക്കാൻ ഒരു മീൻവല വിരിച്ചുവച്ചിരുന്നു. വലയുടെ അരികുകളിൽ ഘടിപ്പിച്ചിരുന്ന കളിമൺ ഉരുളകൾ ചായം തേഞ്ഞുമാഞ്ഞ നിലയിലും മീൻകാഷ്ഠത്തിന്റെ ഗന്ധത്തിലും ചുരുണ്ടു കിടന്നിരുന്നു. വലയുടെ മധ്യഭാഗത്തു കാണപ്പെട്ടിരുന്ന പല വലിപ്പത്തിലുള്ള ദ്വാരങ്ങൾ പുഴുക്കൾക്കും പ്രാണികൾക്കും സുഗമമായി സഞ്ചരിക്കാൻ ഇടം നൽകി. കാലിയായ തറിക്കുഴിവരെ വലയ്ക്ക് നീളമുണ്ടായിരുന്നു.

കഞ്ഞിപൂശിയ നൂൽക്കെട്ടുകൾ ഉണങ്ങി വരണ്ടു കിടന്നു. ഉണങ്ങാതെ കിടന്ന കഞ്ഞിയുടെ അവശിഷ്ടങ്ങൾക്കായി പല കാലുകളുള്ള ചെറിയ ചെറിയ പ്രാണികൾ വട്ടമിട്ട് പറന്നു. പ്രാണികൾ അരിച്ച നൂൽക്കെട്ടുകൾ ബനിയൻ കഷണങ്ങൾ ചിതറിക്കിടക്കുന്നതുപോലെ തോന്നിച്ചു. പൊട്ടിത്തകർന്ന മുളക്കഷണങ്ങൾ നൂലുകൾ പോലെ തൂങ്ങിക്കിടന്നു. ആ മുളക്കഷണങ്ങളിൽ പറ്റിപ്പിടിച്ചു കിടന്നിരുന്ന പുഴുക്കളുടേയും പ്രാണികളുടേയും കാഷ്ഠങ്ങൾ നാഗൻ തുടച്ചുനീക്കി. പ്രാണികൾ അരിച്ച നൂൽച്ചുരുളുകൾ ചുരുട്ടിച്ചുരുട്ടി അയാൾ കയറാക്കി മാറ്റിക്കൊണ്ടിരുന്നു.

ഇറയിൽ തിരുകിവച്ച കടലാസ് കഷണങ്ങൾ ഭക്തവത്സലം തേടിയെടുത്തു. മണ്ണെണ്ണക്കുപ്പി കമഴ്ത്തിയപ്പോൾ വീണ തുള്ളികൾ ആ കടലാസുകളിൽ ഒട്ടിപ്പിടിച്ചു. കടലാസുകൾ അടുപ്പിൽ തിരുകി തീ കത്തിച്ചു. സീൽക്കാരത്തോടെ വെള്ളം തിളച്ചുകൊണ്ടിരുന്നു. അടുപ്പിന് എതിർവശത്തുള്ള രണ്ടടി ജനൽ ഒന്നു തുറന്നുവെച്ചാലോ? വേണ്ട... വേണ്ട... അടുത്ത വീട്ടുകാർ വഴക്കിനെത്തും. അവിടത്തെ കാഴ്ചകൾ കാണാനെന്തവകാശം എന്ന വക്കാണവും പുറകിനെത്തും. ഒരു മാർഗവും ഇല്ല കാറ്റ് കടക്കാൻ. വിയർത്തു കുഴയും. ഷർട്ടഴിച്ചു മരച്ചട്ടത്തിൽ തൂക്കി. വിയർപ്പു മണികൾ ദേഹത്തു കുരുത്തു.

ദ്രവിച്ചു തുടങ്ങിയ നേർത്ത വെള്ളത്തുണി ലാക്സ് പെട്ടികളെ പുതപ്പിച്ചിരുന്നു. എട്ട് മുഴം ദോത്തിയിൽനിന്നും കീറിയെടുക്കപ്പെട്ടവയായിരുന്നു. ഫിക്സുകളുടെ തുല്യഉയരം വെള്ളത്തുണി കാണിച്ചു തന്നു. അവകളുടെ വക്കുകളിൽ അഴുക്ക് പറ്റിച്ചേർന്നിരുന്നു. തൂങ്ങിക്കൊണ്ടിരുന്ന ചട്ടത്തിൽനിന്നും നീണ്ടുകിടന്നിരുന്ന കൂർത്ത തകിട് കത്തിപോലെ തിളങ്ങി.

നാഗൻ വെള്ളത്തുണി പറിച്ചെടുക്കാനാഞ്ഞപ്പോൾ തുണി മുഴുവനായും കീറി അയാളുടെ കൈക്കുള്ളിലായി. ചൂലെടുത്തു വൃത്തിയായി തൂത്തുവാരിയപ്പോൾ ലാക്സ്പെട്ടികൾ പുതിയതുപോലെ തിളങ്ങി.

കമ്പനിയുടെ മുൻവരാന്തയിലാണ് നാഗൻ അധികനാളുകളും കിടക്കുന്നത്. പലരുടേയും ദൃഷ്ടികോണുകൾ പതിക്കാനിടയായപ്പോൾ അയാൾ മറ്റൊരിടം തേടി. ഭക്തവത്സലം വേറെ സ്ഥലം കണ്ടുപിടിച്ചു. അസ്ബെറ്റോസ് കൂരയുള്ള ആ മുറിയിൽ ആരും തങ്ങാറില്ല. പ്രത്യേകിച്ചും മുതലാളി ഇല്ലാത്ത സമയങ്ങളിൽ. കതകു തുറന്നുവെക്കാൻ പ്രേരിപ്പിച്ചെങ്കിലും, ആരെങ്കിലും കടന്നുവരുമോയെന്ന ചിന്ത, തുറന്ന കതകിന്മേൽ തന്നെ മിഴിയുറപ്പിക്കാൻ നിർബന്ധം കാട്ടി.

വീട്ടിലുണ്ടായിരുന്ന എല്ലാ നൂൽക്കെട്ടുകളും നാഗന്റെ മുന്നിൽ ചിതറി കിടന്നു. അവകളിൽ എലികൾ കരണ്ടുവെച്ചവ പ്രത്യേകം മാറ്റിവെച്ചു. പേടിച്ചോടിയ ഒരു പെരുച്ചാഴിയുടെ കണ്ണുകളുടെ തിളക്കം അയാളിൽ ഭയം ജനിപ്പിച്ചു. കൂടിക്കിടന്നിരുന്ന നൂൽക്കെട്ടുകളിൽ എലികളും പ്രാണികളും പുഴുകളും കരണ്ടുവെച്ചിരുന്നു. അൽപ്പം മണ്ണെണ്ണ തുള്ളികളും ഒരു തീപ്പെട്ടിക്കോലും മതി അവകളൊക്കെയും തീജ്വാലകളായി മാറാൻ. നാഥൻ ആ നൂൽക്കെട്ടുകളെ ഓരോന്നായി കയറുകൊണ്ടു കെട്ടിവെച്ചു. കയറിന്റെ നീളം കൂടിക്കൂടിവന്നു. നൂൽക്കെട്ടുകളെ ഭദ്രപ്പെടുത്തി അടിച്ചു വൃത്തിയാക്കിയപ്പോൾ പലകയിടുന്ന സ്ഥലം നന്നേ വെടിപ്പുള്ളതായി.

തിളച്ചുപൊന്തിയ കഞ്ഞിയുടെ ഗന്ധം ഭക്തവത്സലം ഉൾശ്വാസത്തിൽ വാങ്ങി. മുല്ലപ്പൂപോലുള്ള ചോറ്. കൈലിയുടെ അറ്റംമടക്കിപ്പിടിച്ചു ചൂടുള്ള പിച്ചളപ്പാത്രം ഭക്തവത്സലം നാഗന്റെ അരികെ വെച്ചുകൊടുത്തു. കഞ്ഞിയുടെ ഗന്ധം അയാൾ വീണ്ടും ആസ്വദിച്ചു.

നാഗന്റെ ശരീരം തണുത്തിരുന്നു. വിയർപ്പ് ആ ശരീരത്തെ നനച്ചുവെച്ചിരുന്നു.

അയാളുടെ നെഞ്ചിൽ കൈ വെച്ചുകൊണ്ട് “എഴുന്നേൽക്കൂ” എന്നു

ഭക്തവത്സലം പറഞ്ഞു. നാഗനിൽ ഒരു പ്രതികരണവും ഇല്ല. കണ്ണുകൾ ഇറുകെയടച്ച് അയാൾ കിടന്നു.

എലികളും പെരുച്ചാഴികളും തറിക്കുഴിയിൽ താറുമാറായി ഓടി. മെഴുകി വൃത്തിയാക്കിയ തറി ചാണകമണം ഉതിർത്തു. പുത്തൻ പാവും പുത്തൻ ലാക്സ് പെട്ടിയും. അതിൽ ഘടിപ്പിച്ചിരുന്ന സാമഗ്രികൾ തിളങ്ങി നിന്നിരുന്നു. തറിയിൽ ഓടുന്ന നാടയ്ക്ക് വേണ്ടി ഉണ്ടാക്കപ്പെട്ടിട്ടുള്ള മരത്തിന്റെ ഭാഗങ്ങൾ മണ്ണെണ്ണയിട്ടു തുടച്ചു വൃത്തിയാക്കിയിരുന്നു. നാടയുടെ ഇരുതുമ്പുകളിലും മരച്ചട്ടത്തിലും മെഴുക് തേച്ചുപിടിപ്പിച്ചുകൊണ്ടു നാടയിലെ മൂർച്ചയുള്ള മുന അയാൾ തന്റെ ഉള്ളംകയ്യിൽ കുത്തിനോക്കി. ചാണക ഉരുളകൊണ്ട് ഉണ്ടാക്കപ്പെട്ട ഗണപതി പ്രതിമയെ നടുത്തളത്തിൽ വെച്ചു. ഗണപതിനെറ്റിയിൽ വെച്ചുകൊടുത്ത ചന്ദന തിലകം ചാണകനിറത്തോടലിഞ്ഞു ചേർന്നു. കത്തിച്ചുവെച്ച ചന്ദനത്തിരികളുടെ മണം കൊതുകുകളെ അകറ്റി നിർത്തി.

തറിക്കുഴിയിൽ ഇറക്കിവെച്ച കാലുകളിലൂടെ എലികളും പെരുച്ചാഴികളും ഇഴഞ്ഞു. പെട്ടെന്നവകൾ കൂർത്ത പല്ലുകളാൽ കടിക്കാൻ തുടങ്ങി. "ഹോ" എന്നലറിക്കൊണ്ട് നാഗൻ കാലുകൾ തറിക്കുഴിയിൽ നിന്നും പറിച്ചെടുത്തു. പുതപ്പ് നീക്കി കാലുകൾ നോക്കി. കറുത്ത കാലുകളിൽ ചെറിയ കമ്പളിക്കഷണങ്ങൾ ഒട്ടിപ്പിടിച്ചിരിക്കുന്നു.

"ഗുളിക കഴിച്ചതുകൊണ്ട് ദേഹം നന്നായി വിയർത്തു. ങ്ഹാ..... ഇനി സാരമില്ല. ഈ കഞ്ഞികൂടി കുടിക്കൂ." ഒരു ഗ്ലാസ്സിൽ കഞ്ഞി നീട്ടിക്കൊണ്ടു ഭക്തവത്സലം പറഞ്ഞു. അതിനുശേഷം "അല്ലാ....മുതലാളി വന്നില്ലേ."

"ഇല്ല... പുറത്തെവിടെയോ പോയിരിക്കയാണ്. എത്താൻ നാലഞ്ചു ദിവസമാകും."

"പറയാൻ വയ്യ. ഒരുപക്ഷെ പെട്ടെന്നു വരും. കമ്പനിയിൽ പോകാത്തതിന് വയസ്സ് കണക്കാക്കാതെ ചീത്ത പറഞ്ഞെന്നും വരും. പറഞ്ഞേക്കാം" ഭക്തവത്സലം കാര്യഗൗരവത്തോടെ പറഞ്ഞു.

"വരില്ലായെന്ന ധൈര്യത്തിലാണ് കമ്പനിയിൽ പോകാനിരുന്നത്. വയ്യാതെയുമായി." നിസ്സാരഭാവത്തിൽ "ങ്ഹാ...വരുന്നെങ്കിൽ വരട്ടെ. ചീത്തവിളിച്ചാൽ കേൾക്കാം അത്രതന്നെ."

ഇടത്തെ മൂലയിൽ ഒരെലി എത്തി. അതു കാലുയർത്തി ചുവരിൽ ചാരി നിന്നു. ഉത്തരത്തിലൂടെ പാഞ്ഞുപോയ ഒരെലി അവിടെ തിരുകി വെച്ചിരുന്ന ഒരു കാലിപ്പാട്ടയെ താഴെ തള്ളിയിട്ടു ശബ്ദമുണ്ടാക്കി.

പന്ത്രണ്ട്

"രാജാവിനെ കാണുന്നില്ലല്ലോ.... എവിടെ പോയി."

രണ്ടിഞ്ച് നീളത്തിലുള്ള ഒരു മരക്കട്ടയെടുത്തുവെച്ചുകൊണ്ട് കുമാർ പറഞ്ഞു.

"ദാ.... ഇതുതന്നെ രാജാവ്."

"ങ്ഹും.... നല്ല ഗാംഭീര്യം രാജാവിന്"

"ഈ മരക്കട്ടയും കല്ലുപോലെയായിരിക്കുന്നു. എല്ലാം തേഞ്ഞു കിടക്കുന്നു. ഇതിൽ രാജാവിനേയും കാണുന്നില്ല. ഒരു കരുവായി മാത്രം വാങ്ങാനും കിട്ടില്ലല്ലോ."

"ഈ മരക്കട്ടരാജാവ് ആജ്ഞാപിച്ചാൽ മന്ത്രിയും കാലാൾപ്പടയും അനുസരിക്കുമോ."

"അനുസരിക്കണം."

ഭക്തവത്സലം കരുക്കളെല്ലാം ചേർത്തു ശരിയാക്കിവെച്ചു മരക്കട്ട രാജാവിനേയും അടുത്തുവെച്ചു.

"മരക്കട്ടരാജാവിനെ ജീവനുള്ള രാജാവാക്കി കാണിച്ചു തരാം."

"ങ്ഹാ....നോക്കട്ടെ. ഒർജിനൽ രാജാവിന്റെ ദഹിപ്പിക്കുന്ന നോട്ടത്തിൽ മരക്കട്ടരാജാവ് അലിഞ്ഞുപോകും."

"ങ്ഹും.... അതും നോക്കാം."

ഒരു തണുത്ത കാറ്റ് അവിടെങ്ങും പരന്നു.

"ഒരു എലി വന്നിട്ടുണ്ട്" കുമാറിനരികെ വന്നിരുന്നുകൊണ്ട് നാഗൻ പറഞ്ഞു.

"ആനയും കുതിരയും കാലാൾപ്പടയും മന്ത്രിയുമൊക്കെ ഉണ്ടാകും. എലിയെങ്ങനെ വരും."

"വാച്ചുമേൻ അപ്പൂപ്പനായിരിക്കും".......കുമാർ.

"എന്താടാ അങ്ങനെ പറയുന്നത്...."ഭക്തവത്സലം.

"എന്റെയച്ഛൻ പറയാറുണ്ട്. ഈ അപ്പൂപ്പൻ അടുത്തു വന്നിരുന്നാൽ ചത്ത എലിയുടെ മണമുണ്ടാകുമെന്ന്."

"ഒന്നു പോടാ കൊച്ചനെ! നിന്റച്ഛന് പെരുച്ചാഴിയെ പിടിച്ചു പിടിച്ച് ആരെ കണ്ടാലും പെരുച്ചാഴിയുടേയും എലിയുടേയും കഥ പറയാനേ അറിയൂ."

"ഒന്നും തോന്നല്ലേ അപ്പൂപ്പാ..... ഞാൻ വെറുതെ പറഞ്ഞതാണ്." കുമാർ പറഞ്ഞു.

"അതൊക്കെ പോകട്ടെ. നിന്നെ രണ്ട് മൂന്നാഴ്ചയായി കാണാറില്ലല്ലോ. കഴിഞ്ഞ ഞായറാഴ്ചയും ചെസ്സ് കളിക്കാൻ നിന്നെ കണ്ടില്ലല്ലോ." ഭക്തവത്സലവും ചോദിച്ചു.

"സാധിക്കുന്നില്ലപ്പൂപ്പാ......കമ്പനിക്കുള്ളിൽ കടന്നാൽ പിന്നെ ഒരൊഴിവും ഇല്ല. കഴിഞ്ഞ മൂന്നു ഞായാറാഴ്ചകളിലും പണി തന്നെ."

"ജോലിയൊക്കെ പഠിപ്പിച്ചു തരുന്നുണ്ടോ"

"രണ്ടാഴ്ച ബനിയനുകളൊക്കെ വൃത്തിയായി അടുക്കി കെട്ടിവെക്കുന്ന ജോലി പഠിപ്പിച്ചു. ഇപ്പോൾ പിന്നെ ലേബൽ കൃത്യമായി എങ്ങനെ ഒട്ടിക്കാം എന്നതാണ്."

"ങ്ഹാ....നല്ല വരുമാനം ഉണ്ട്. അല്ലേ"

"വരുമാനം എനിക്കല്ലല്ലോ അപ്പൂപ്പാ....അച്ഛനല്ലെ. ബീഡിക്കും ചാരായത്തിനും ഇനി ബുദ്ധിമുട്ട് ഇല്ലല്ലോ."

"ങ്ഹാ...മിക്ക വീടുകളിലും ഇങ്ങനെയൊക്കെ തന്നെയാണ്. കുട്ടികളെ ജോലിക്കയക്കും. അച്ഛനുമമ്മയും വീട്ടിലിരുന്നു തിന്നുമുടിക്കും. പാവം കുട്ടികൾ. ബനിയൻ കമ്പനികളിൽ ചോര നീരാക്കും."

"ഞങ്ങളുടെ കമ്പനിയിൽ തിമിർത്ത ജോലിയാണ്." എന്തോ ആലോചിച്ചവണ്ണം കുമാർ പറഞ്ഞു. "ചേട്ടൻ ഞങ്ങളുടെ കമ്പനിയിൽ വരുന്നോ. എന്തെങ്കിലും ചെറിയ ഗുമസ്തപ്പണി കിട്ടും."

ഇതിനിടയിൽ നാഗൻ തള്ളിനീക്കിയ കുതിരയെ രാജാവ് വെട്ടിവീഴ്ത്തി.

"ഛേ! എന്താണപ്പൂപ്പാ ഇതു...... ചുമ്മാതിരുന്നുകൂടെ. കളിയൊക്കെ പിഴച്ചു."

"കണ്ടോ....മരക്കട്ടരാജാവ് ജയിച്ചത്."

ചിരിച്ചുകൊണ്ട് ഭക്തവത്സലം പറഞ്ഞു.

"ങ്ഹാ...ജയിക്കട്ടെ... ജയിക്കട്ടെ"

"പോനാൽ പോകട്ടും പോടാ."

കുമാർ ചുമരിൽ ചാരിയിരുന്നു. പല പല ചായങ്ങൾ പൂശിയ അവന്റെ ടീ ഷർട്ട് തിളങ്ങി നിന്നു. അവന്റെ ഷർട്ടിലെ ലേബൽ കൂർമതയോടെ നോക്കിക്കൊണ്ട് നാഥൻ പറഞ്ഞു.

"നിനക്ക് കമ്പനിയിൽ നിന്നും കിട്ടിയ ഷർട്ടാണെന്നു തോന്നുന്നല്ലോ. മികച്ച കമ്പനി തന്നെ"

"ങ്ഹും"

"എനിക്കും ഒരു ജോലിക്ക് ശുപാർശ ചെയ്തു കൂടെ."

"നോക്കാം.... പക്ഷെ അവിടെ വന്നാൽ ഇവിടത്തെപ്പോലെ ഇരുന്നുറങ്ങുന്ന വാച്ച്മാൻ ജോലി പറ്റില്ല."

"എല്ലായിടത്തിലും പറ്റില്ലായെന്നെനിക്കറിയാം."

"ങ്ഹാ.....ശരി...നോക്കാം" കുമാർ അൽപ്പം ഗർവം പ്രദർശിപ്പിച്ചു.

"ഒന്നു പോടാ.....നിനക്കിവിടെ പിശിര് വെട്ടി ലേബൽ ഒട്ടിക്കുന്ന ജോലിയല്ലെ. നിന്റെ ശുപാർശ ആര് കേൾക്കാനിരിക്കുന്നു. അവിടൊക്കെ വാച്ച്മാൻ ഉദ്യോഗമെന്നാൽ സെക്യൂരിറ്റി സർവീസ് ആയിരുക്കും" ഭക്തവത്സലം കുമാറിന്റെ വാക്കുകൾ നിസ്സാരവൽക്കരിച്ചു. "ങ്ഹാ...ശരി.... ശരി.... വാടാ ഒരു കളികൂടി കളിക്കാം."

"വേണ്ടാ ചേട്ടാ."

"എടാ.....കുമാർ. നിനക്ക് വേറെ എന്ത് കളി അറിയാം" നാഗൻ ചോദിച്ചു.

"എനിക്കെന്തറിയാനാണ്. നിങ്ങളുടെയൊക്കെ ചെറുപ്പകാലങ്ങളിൽ എന്തൊക്കെ കളികൾ കളിച്ചിരിക്കും."

"ഓ....അതൊക്കെ....ഒന്നുംതന്നെ ഇപ്പോഴില്ല. കുട്ടികൾക്ക് മാത്രമായി കുമ്മിയാട്ടം ഉണ്ടായിരുന്നു. ആദ്യമൊക്കെ ഭജനപ്പാട്ടുകൾ പാടുന്നതു കേൾക്കാൻ പോകും. ഭജനപ്പാട്ടുകളും കുമ്മിയാട്ടപ്പാടുകളും മനഃപാഠമാക്കി വെക്കും. കീഴ്ജാതിക്കാരായിപ്പോയതു കൊണ്ട് ഞങ്ങളെ കളികൾക്കൊന്നും ചേർക്കാറില്ല." നാഗൻ പറഞ്ഞുനിർത്തി.

"കളിച്ചു കാണിച്ചു താ അപ്പൂപ്പാ ഞാൻ പഠിക്കട്ടെ."

"ങ്ഹും....പഠിക്കും പഠിക്കും. ബനിയൻ കമ്പനി ജോലിക്കാരനായതു മുതൽ നിനക്ക് ഈ ചെസ്സ് കളിയിൽ പോലും ക്ഷമയില്ലാതായി. ഞാൻ പറഞ്ഞ കളികൾക്കെല്ലാം ദിവസേന കുറെനേരം ചെലവഴിക്കണം. മെയ്‌വഴക്കവും പഴകണം. പാട്ടു പഠിക്കണം. സാധകം ചെയ്യണം."

അൽപ്പം ദു:ഖഭാവത്തിൽ നാഗൻ"ങ്ഹാ...ഇതിനൊക്കെ ആരാ ഈ കാലത്ത് പ്രോത്സാഹിപ്പിക്കാനുള്ളത്. ഇപ്പോൾ അഭിനന്ദനങ്ങൾ ഷർട്ടിന് കുത്തിപ്പിടിച്ചു ചോദിച്ചു വാങ്ങേണ്ടിയിരിക്കുന്നു. കാലിൽ ചക്രം കെട്ടി വെച്ചാണ് നാടും നാട്ടാരും ഓടിക്കൊണ്ടിരിക്കുന്നത്."

"ആദ്യമൊക്കെ ഞാൻ ഗോട്ടി കളിക്കാറുണ്ടായിരുന്നപ്പൂപ്പാ.... ഇപ്പോഴെങ്ങനെ?എല്ലാം സിമെന്റ് തറകളല്ലെ."

എന്തോ ഓർമ വന്ന മട്ടിൽ "അന്നൊക്കെ ഞങ്ങൾ ഗോട്ടി കളിക്കുമ്പോൾ ദാ.... ഇങ്ങനെ ഒരു പാട്ട് പാടും"

നാഗൻ പാടി

"അയ്യപ്പൻ ശോലൈ ആറുമുഖൻ തകിടി
എഴുവാലിംഗം എട്ടുമുച്ചി കോട്ടൈ
തുംബാ പേട്ടൈ ദേശിങ്കുരാജാ..."

"കൊള്ളാം അപ്പൂപ്പാ...കൊള്ളാം. ഇനി കുമ്മിയാട്ടത്തെപ്പറ്റി പറഞ്ഞേ"......കുമാർ.

ഉത്സാഹത്തോടെ നാഗൻ"നെട്ടു കുമ്മി, വട്ടക്കുമ്മി, വൈകുണ്ഠക്കുമ്മി എന്നിങ്ങനെ പലതും. എനിക്കിഷ്ടം വൈകുണ്ഠക്കുമ്മിയാണ്. ഈ കുമ്മിയിൽ അധികവും മഹാഭാരതകഥയായിരിക്കും. പൂപറിക്കും മേളയ്ക്ക് കാവി വസ്ത്രമണിഞ്ഞു കുമ്മിയാട്ടം ഉണ്ടാകും. ഓലൈ...... ഓലൈയെന്നു പാടി ആരവത്തോടെ കൂത്താടും."

"ഒന്നു പാടൂ... അപ്പൂപ്പാ"

നാഗൻ പാടി.

ഓലൈ.... ഓലൈ... ഓലൈയക്കാ
ഓലൈയക്കാ കൊണ്ടയിലെ ഒരു കൂടൈ താഴംപൂ
താഴംപൂ സിറ്റാടെ തലൈനിറയെ മുക്കാട്
അണ്ണമുക്കു സട്ടുവമാം അരുംപേത്ത മണ്ഡപമാം
കൊണ്ടെടുക്ക മാട്ടാമെ കൂടിപോറ ഓലൈയക്കാ
ഓലൈയക്കാ ഓലൈയക്കാ
ഓലൈ......ഓലൈ......ഓലൈയക്കാ

പതിമൂന്ന്

സർവാലങ്കാരവിഭൂഷിതയായി സപ്രമഞ്ചത്തിൽ സൗണ്ടിയമ്മൻ സഗൗരവം ഇരുപ്പുറപ്പിച്ചു. തീപാറുന്ന നേത്രങ്ങളുമായി അവളുടെ മുഖം ജ്വലിച്ചപ്പോൾ വിഗ്രഹരഥം കാറ്റാടിയെപ്പോലെ നാലുപാടും ചുറ്റിത്തിരിഞ്ഞു.

നിരന്തരഭ്രമണം. രഥത്തെ താങ്ങിയിരുന്നവരുടെ തോളുകൾക്ക് കടുത്ത വേദന സപ്രമഞ്ചകാലുകൾ ഒടിഞ്ഞുനുറുങ്ങും വിധം തെറിച്ചുനിന്നു.

സൗണ്ടിയമ്മന്റെ നേർഭരണത്തിൽ മൊത്തം പതിനാല് തെരുവുകൾ. ഉത്സവമേളയ്ക്ക് കൊഴുവെച്ചു തുടക്കം കുറിച്ചുകൊണ്ട് അവളെ അലങ്കരിച്ചു നിർത്തിയാൽ പതിന്നാല് തെരുവുകളും അവളെ അനുസരിച്ചിരിക്കും. സപ്രമഞ്ചത്തിൽ തെരുവുകൾ തോറും അവൾ ആനയിക്കപ്പെടുമ്പോൾ ഭവനങ്ങളുടെ പൂമുഖങ്ങൾ അവളെ സ്വീകരിക്കാൻ വിടർന്ന മുഖങ്ങളോടെ കാത്തുനിൽക്കും.

സൗണ്ടിയമ്മൻ തെരുവിൽ പ്രവേശിക്കുമ്പോൾ തന്നെ എല്ലാം പവർലൂം തറികളും നിശ്ചലമാകും. ബനിയൻ കമ്പനിയന്ത്രങ്ങൾ നിശ്ശബ്ദമാകും. തറിയോ യന്ത്രങ്ങളോ എവിടെയെങ്കിലും പ്രവർത്തിപ്പിച്ചു കണ്ടാൽ ആളുകൾ അവിടേയ്ക്ക് പാഞ്ഞെത്തി കമ്പനി അടപ്പിക്കും.

ചാണക പൗഡർ പൂശി വൃത്തിയാക്കിയ പൂമുറ്റങ്ങളിൽ മനോഹരങ്ങളായ കോലങ്ങൾ നിറഞ്ഞിരിക്കും. മഞ്ഞള് പൂശിയ മുഖലാവണ്യത്തോടെ സുമംഗലി സ്ത്രീകൾ ആരതിതട്ടുകളും പൂജാവസ്തുക്കളുമായി നിരനിരയായി നിൽക്കും. അമ്മൻ നൽകാനിരിക്കുന്ന അനുഗ്രഹങ്ങൾക്ക് ഭയഭക്തിയോടെ കാത്തുനിൽക്കും. സപ്രമഞ്ചം ഓരോ ഭവനങ്ങളുടേയും ചുമരുകളിൽ മുട്ടിയുരുമ്മി ഇറക്കുന്നതു കാണാൻ ആകാംക്ഷയോടെ നോക്കി നിൽക്കും. ഈ മുട്ടിയുരുമ്മൽ ഒറ്റയായാൽ ആശ്വാസവും ഇരട്ടയായാൽ ഭയവും ഉളവാക്കുമെന്ന ചിന്തയിൽ അവർ ആകുലരായിരിക്കും. ഈ പ്രാവശ്യം അമ്മനെ മഞ്ചത്തിൽ ഇരുത്തിയതും മഞ്ചം ചുറ്റിത്തിരിയാനൊരുങ്ങി. മഞ്ചം നാലഞ്ചുതവണ ക്ഷേത്രത്തെ വലംവെച്ചു. വേഗതയുള്ള ഈ പ്രദക്ഷിണത്തിൽ രഥം ചുമന്നവർ വിവശരായി.

"അമ്മനെയെ യാന്തുരു കോവാ..." എന്നു നിലവിളിച്ചുകൊണ്ട് നാട്ടുപ്രമാണി അംഗവസ്ത്രം അരയിൽ ചുറ്റി സാഷ്ടാംഗപ്രണാമം ചെയ്തു. ആ ശരീരം ക്ഷേത്രത്തിന്റെ സിമന്റ് തറയിൽ കിടന്നു പുലമ്പി. "എന്തെങ്കിലും അരുളപ്പാട് എനിക്ക് നൽകണേ അമ്മേ. എന്നലേ എനിക്കെഴുന്നേൽക്കാനാവൂ അമ്മേ...." അയാൾ ശിരസ്സ് താഴ്ത്തി പ്രാർഥിച്ചു. സിമന്റ് തറയിലെ പൊടിപടലങ്ങൾ അയാളുടെ ശ്വാസത്തിൽ പാറിനടന്നു. രഥം കറങ്ങിക്കൊണ്ടേയിരുന്നു. വെയിലിന്റെ കാഠിന്യത്തിൽ അമ്മനെ അണിയിച്ചിരുന്ന പൂമാലകൾ കരിഞ്ഞു കറുത്തിരുന്നു. വെയിലിൽ ദഹിക്കുവാനായി നാട്ടുപ്രമാണിയുടെ ദേഹം കാത്തുകിടന്നു.

"അമ്മാ.... ഏതാങ്കെ ഇത്തുരുന്ന് മാത്ത് ഏളു. നിന്ന് മാത്തുതാനവിയെ വാക്കു" പെരിയധനവും ശേഷ്ഠരാജും ചേർന്ന എട്ടുപത്തു പേർ വിഗ്രഹരഥത്തിന്റെ മുന്നിൽ വീണു കേണു"അമ്മനെയെ യാന്തുരു കോപാ....."

സപ്രമഞ്ചം അൽപ്പം നിദാനമായി. വേഗതയിലോടി ക്ഷേത്രത്തിന്റെ വലതുചുമരിൽ അഞ്ചു പ്രാവശ്യം തൊട്ടുനിന്നു. സിമന്റ് തറയിൽ കിടന്നുരുണ്ടവർ എഴുന്നേറ്റു നിന്നു. ഏവരുടേയും മുഖങ്ങളിൽ ഭക്തി പാരവശ്യം.

പെരിയധനം അംഗവസ്ത്രം അരയിൽ ചുറ്റി വീണ്ടും തറയിൽ വീണു കെഞ്ചി. "അമ്മാ.... നീ യാന്തുരു ഏളുത്തിയോ അതുന കേളുത്തേരോ... ഏളുമ്മാ....."

വിഗ്രഹരഥം ക്ഷേത്രനടയിൽ നിന്നും പുറത്തേക്കിറങ്ങിയപ്പോൾ അയാൾ അരയിൽ ചുറ്റിയ അംഗവസ്ത്രം അഴിച്ചു തട്ടിക്കുടഞ്ഞു തോളി ലിട്ടു.

സൗണ്ടിയമ്മന്റെ കാരുണ്യം പല നാളുകളായി, പല രൂപങ്ങളിലായി ആ ദേശത്തെ അനുഗ്രഹിച്ചിട്ടുണ്ട്. വെള്ളത്തിന് ക്ഷാമം വരുമ്പോൾ മുൻകൂട്ടിത്തന്നെ കണ്ടറിഞ്ഞു കുഴൽക്കിണറുകൾ നിർമിക്കുവാൻ പര്യാ പ്തമായ ഇടങ്ങൾ കാണിച്ചു തന്നിട്ടുണ്ട്. അന്യജാതിക്കാരുമായി പ്രശ്ന ങ്ങൾ ഉണ്ടാകുന്ന സന്ദർഭങ്ങളിൽ കൊഴുവെച്ചു അമ്മനെ അലങ്കരിച്ചു നിർത്തി ശാന്തപ്പെടുത്തി പ്രശ്നപരിഹാരം നേടിയിട്ടുണ്ട്. നാട്ടിൽ കോളറ, വയറിളക്കം മുതലായ രോഗങ്ങൾ പടർന്നു പിടിക്കുമ്പോൾ അമ്മനെ അലങ്കരിച്ചു നിർത്തി രോഗശമനം വരുത്തിയിട്ടുണ്ട്. ശ്രീകോ വിലിന്റെ തിണ്ണയിൽ എല്ലാവരും ഒരുമിച്ചിരുന്നു കൂട്ടധ്യാനം നടത്തിയാൽ എല്ലാ കാര്യങ്ങളും ശുഭമാകുമെന്നു നാട്ടുപ്രമാണി ഇടയ്ക്കിടെ പറയാ റുണ്ട്.

നെയ്ത്തുതറിക്കുഴികൾ അടച്ചപ്പോഴും, വീടുകൾ പലതും ബനി യൻ കമ്പനികളും പവർലൂം ഗോഡൗണുകളും ആയപ്പോഴും അമ്മൻ രൗദ്രഭാവം കൈക്കൊണ്ടിട്ടുണ്ട്.

അന്ന് അമ്മന്റെ സപ്രമഞ്ചം ക്ഷേത്രത്തിനുള്ളിൽ നിന്നും പുറ ത്തേക്ക് എഴുന്നള്ളിയില്ല. രൗദ്രരൂപിണിയെ ശാന്തയാക്കുവാൻ ആർക്കും കഴിഞ്ഞില്ല. അവരവരുടെ കുലത്തൊഴിൽ ഉപേക്ഷിച്ചു മറ്റു തൊഴിലുകൾക്ക് പോകുന്നതാണ് അമ്മന്റെ കോപകാരണം എന്നവർ കണ്ടുപിടിച്ചു. സ്വന്തം തറിയിൽ നെയ്തെടുത്ത പുടവകൾ അമ്മന് അണിയാൻ സാധിക്കാതെ വരുമോയെന്നവർ ഭയപ്പെട്ടു. കോറയിലും ബംബറിലുമായി ലഭിക്കുന്ന സിൽക്ക് വസ്ത്രങ്ങൾ അമ്മൻ സ്വീകരിക്കുകയില്ല എന്നവർ ഉറപ്പുവരുത്തി. നൂറാം നമ്പറിലും അമ്പതാം നമ്പറിലുമായി നെയ്തുവീഴുന്ന മൃദുപുടവകൾ അമ്മന് ലഭിക്കാതെ പോകുമോയെന്ന ആശങ്കയിലായി. നഗരം വിപുല മായതും പരിഷ്കൃതമായതും അമ്മന് ഇഷ്ടപ്പെടാതെയായി. അവൾക്കി ഷ്ടമുള്ളതെന്തോ അതുതന്നെ അവൾക്ക് സമർപ്പിച്ചാലേ അമ്മൻ ശാന്ത യാകൂ എന്ന നിഗമനത്തിൽ അവർ എത്തിച്ചേർന്നു.

വിഗ്രഹരഥം ചലിച്ചുകൊണ്ടേയിരുന്നു. ഏതു തെരുവിലേക്ക് തിരി യുമെന്ന നിശ്ചയമില്ലാത്ത യാത്ര. എല്ലാ ഭവനങ്ങളുടേയും പൂമുറ്റങ്ങളിൽ ആരതിതട്ടുകളും പൂജാദ്രവ്യങ്ങളുമേന്തി കാത്തുനിന്നു സുമംഗലികൾ.

വടക്കെ തെരുവിലേക്കു കടന്ന സപ്രമഞ്ചത്തിന്റെ മുന്നിൽ എട്ടു പത്തുപേർ വന്നു നിന്നു വഴിമുടക്കി. മഞ്ചം ചുമന്നു കൊണ്ടുവന്നവർ കെഞ്ചുന്ന മുഖത്തോടെ അവരെ നോക്കി. നാലഞ്ചു ചെറുപ്പക്കാർ ഓടി വന്നു മഞ്ചത്തെ സ്വന്തം തോളുകളിൽ മാറ്റി.

മുളക്കൂടുകളിലുള്ള കത്തികൾ കറുത്ത നിറത്തിലുള്ളതായിരുന്നു. കത്തികളിൽ പൂശിയിരുന്ന കുങ്കുമവും ഭസ്മവും മിനുമിനുത്തിരുന്നു. ഓടിവന്ന ചിലർ കത്തികൾ കൈവശപ്പെടുത്തി. “അമ്മാ തീസ്കോ... തായേ തീസ്കോ...” എന്നലറിയപടി കത്തികൾ അവൻ നെഞ്ചുകളിലേക്ക് ചലിപ്പിച്ചു. കാണികളുടെ വേഗചലനങ്ങളിൽ “അമ്മാ...തീസ്കോ... തായേ...തീസ്കോ” മന്ത്രങ്ങളും അലയടിച്ചു. ഈ കേളികളിൽ സംപ്രീതയെന്നവണ്ണം അമ്മന്റെ മുഖം പ്രകാശിതമായി തോന്നി. കണ്ടുനിന്ന എല്ലാ മുഖങ്ങളിലും ആശ്വാസരേഖകൾ തെളിഞ്ഞു. അമ്മൻ പൂജയ്ക്ക് തയ്യാറായി കഴിഞ്ഞു. എല്ലാ വീടുകളിലും പൂജാ സാമഗ്രികൾ ഒരുക്കി വയ്ക്കാനുള്ള അറിയിപ്പുകളും ഉണ്ടായി.

തെക്ക് രാജവീഥിയും അണ്ണാവീഥിയും സുഗമമായി രഥം കടന്നു നീങ്ങി. ഒരു വീട്ടിലും മുട്ടിറക്കിയില്ല. രഥം തോളുകളിൽനിന്നും തോളുകളിലേക്ക് മാറ്റപ്പെട്ടുകൊണ്ടിരുന്നു.

“കഴിഞ്ഞ കാലങ്ങളിൽ സപ്രമഞ്ചത്തെ ഇങ്ങനെ തോളോടുതോൾ മാറ്റിയിരുന്നില്ല. ഇന്നത്തെപ്പോലെ തെരുവുകൾതോറും ആളുകൾ മാറ്റപ്പെട്ടിരുന്നില്ല. ചുമക്കുന്നവരും വിവശരായിരുന്നില്ല. ക്ഷേത്രനടയിൽ നിന്നിറങ്ങിയാൽ ക്ഷേത്രനടയിൽ തിരിച്ചെത്തുന്നതുവരെ തോൾ കൊടുക്കും. അങ്ങനെ ചുമക്കാനുള്ള ദിവ്യശക്തി ഇപ്പോഴുള്ളവരിൽ ഇല്ല. ഇവരെ പരീക്ഷിക്കാൻ അമ്മനും ഭാരക്കൂടുതൽ ഉണ്ടാക്കുന്നുണ്ടാവാം. ഈ സ്ഥിതി തുടർന്നാൽ ഇനി ഒരുപക്ഷെ അമ്മന്റെ സപ്രമഞ്ചം ചുമക്കാൻ കാളവണ്ടികളും ടയർവണ്ടികളും ഉപയോഗിക്കേണ്ടിവരുമെന്നു തോന്നുന്നു”.

വിരക്തിയോടെ ചില പഴമക്കാർ മുറുമുറുത്തു.

അമ്മൻ പ്രതിമയ്ക്ക് മുമ്പെങ്ങും തോന്നാത്ത മട്ടിൽ കനം കൂടിയതായി പെരിയണ്ണൻ പറഞ്ഞു. അവന്റെ തോളുകൾ പഴുത്ത പപ്പായ പോലെ ചുവന്നിരുന്നു. അസഹ്യമായ വേദനയും.

“ഓരോ വീട്ടുമുറ്റത്തും സപ്രമഞ്ചം ഇറക്കുന്നതിന് പകരം തെരുവിലെ ഒരു പൊതുസ്ഥലത്ത് രഥം ഇറക്കിവച്ച് തെരുവുവാസികൾ ഏവരും ചേർന്ന് അമ്മനെ ദർശിച്ചു പൂജ നടത്തുന്നതല്ലെ നല്ലത്”.

ഈ അഭിപ്രായത്തെ മറികടന്നുകൊണ്ട് മറ്റൊരുവൻ പറഞ്ഞു: “ഇല്ല...അതു നല്ലതല്ല. ഓരോ വീട്ടിലും അമ്മൻ കയറിവന്ന് ആശീർവദിക്കണം. ആ കുടുംബത്തിന് അതാണ് സമാധാനം. കുടുംബത്തിലെ ഓരോ അംഗവും അമ്മനെ കൺകുളിർക്കെ ദർശിക്കണം....”

കാമരാജ് വീഥിയുടെ മുക്കിലെത്തിയപ്പോൾ രഥം വല്ലാതെ ഇളകിയാടി.

“പല ജാതിക്കാർ താമസിക്കുന്ന തെരുവാണിത്. അതുകൊണ്ടാണ് അമ്മൻ അകത്തേക്ക് കടക്കാൻ മടികാണിക്കുന്നത്....”

“അതുകൊണ്ടെന്താ...അമ്മനെ ഒതുക്കിനിർത്താൻ പറ്റുന്നതാണോ? തന്നെയുമല്ല അന്യജാതിക്കാർക്കും അമ്മനെ ദർശിക്കാൻ ആഗ്രഹം കാണില്ലെ”

രഥം ഓടിത്തളർന്നമട്ടിൽ നിലയുറപ്പിച്ചു. നെഞ്ചിലെ ചാലിട്ടിറങ്ങിയ വിയർപ്പിൽ മുങ്ങി പൂണൂലുകൾ നനഞ്ഞുനിന്നു. രഥത്തെ താങ്ങിപ്പിടിച്ചു പൂണൂൽധാരികൾ നിന്നിരുന്നു.

വിഗ്രഹരഥത്തിന് മുന്നിൽ നാഗൻ സാഷ്ടാംഗമായി വീണു. അയാളുടെ വിരിഞ്ഞ നെറ്റി ഭസ്മക്കുറികളാൽ നിറഞ്ഞിരുന്നു. അയാളുടെ കറുത്തമുഖം മലർന്നു. ശരീരത്തിൽ ഒട്ടിപ്പിടിച്ച മണ്ണും പൊടിയും തുടയ്ക്കാൻ മറന്നവനെന്നവണ്ണം ദീർഘനേരം സപ്രമഞ്ചത്തിലെ അമ്മനെ ഇമകൾ പൂട്ടാതെ നാഗൻ നോക്കിനിന്നു. പെട്ടെന്നു ഭക്തവത്സലത്തെ ഓർത്തുപോയതിനാൽ കുറെ ഭസ്മം കടലാസിൽ പൊതിഞ്ഞെടുത്തു.

ചെട്ടിയാരുടെ വീട്ടുചുമരിന്മേൽ നാല് തവണ മുട്ടിറക്കിവച്ചു. അകത്തുകയറി നാലഞ്ചുപേർ ചെട്ടിയാരുടെ അരികിലെത്തി ക്ഷേമാന്വേഷണങ്ങൾ നടത്തി. ചെട്ടിയാർ അവരെ നോക്കി. ആ കണ്ണുകൾ ഈറനായി. വാതിൽക്കൽ വന്നുനിന്ന സപ്രമഞ്ചത്തെ നനഞ്ഞ മിഴികളോടെ ചെട്ടിയാർ നോക്കി. ഭസ്മത്തട്ടുമായി മണിമുഴക്കി പൂജാരി വന്നു. തീർത്ഥകലശം കൊണ്ടുവന്ന ആൾ ചെമ്പിൽ നിന്നും തീർത്ഥമെടുത്ത് അവിടെങ്ങും തളിച്ചു.

വൃത്തികെട്ട പരിസരത്തിൽ അഴുക്കുഭാണ്ഡങ്ങൾക്കിടയിൽ ചെട്ടിയാർ കിടന്നു. അതുകണ്ടുവന്നവർ മുഖം ചുളിച്ചു. പൂജാരി ഭസ്മമെടുത്ത് അയാൾക്ക് നീട്ടി. ചെട്ടിയാരുടെ വലതുകൈ വിറച്ചുകൊണ്ടിരുന്നു. ഇടതുകൈകൊണ്ടു വിറയാർന്ന കൈ പിടിച്ച് അയാൾ ഭസ്മം വാങ്ങി. ഭസ്മം നെറ്റിയിൽ ചാർത്താനുള്ള ശ്രമത്തിൽ ഭസ്മം അങ്ങിങ്ങായി ചിതറിവീണു. മുഖം മുഴുവൻ വികൃതമായി. പൃഷ്ഠഭാഗം ചലിപ്പിച്ചു നിവരാനുള്ള വെപ്രാളത്തിൽ ശരീരം വിറച്ചുതുടങ്ങി. വാതിൽക്കൽ നിന്നിരുന്ന സപ്രമഞ്ചത്തെ നോക്കി "അമ്മേ.....അമ്മേ......" എന്നു മാറത്തലച്ചു വിലപിച്ചത് അന്തരീക്ഷം നുകർന്നെടുത്തു.

പതിനാല്

ഷർട്ടിന്റെ പോക്കറ്റിൽ മുഴച്ചുനിന്നതു നാഗൻ എടുത്തുനോക്കി. ഒരു ചെറിയ പൊതി. ഓർമ വരാത്തവണ്ണം പൊതിയഴിച്ചുനോക്കി. പച്ചനിറത്തിലുള്ള ഒരു പരസ്യക്കടലാസ്. തൊട്ടടുത്ത തെരുവിൽ പുതുതായി ആരംഭിച്ച ഒരു ഹോട്ടലിന്റെ പരസ്യം. കുട്ടികൾക്ക് കളിസ്ഥലം, ചൈന, ഇറ്റലി നാടുകളിലെ ഭക്ഷണപദാർഥങ്ങൾ, വിരസതയകറ്റാൻ മദ്യവിൽപ്പനശാല എന്നിങ്ങനെ ഹോട്ടൽ വിശേഷങ്ങളടക്കിയ നോട്ടീസ്. ഇത്തരം ഹോട്ടലുകളിൽ പലതവണ പോയിട്ടുള്ളതായി ഭക്തവത്സലം പറഞ്ഞു കേട്ടിട്ടുണ്ട്. പാവം നാഗന് ഇതൊക്കെ വെറും സ്വപ്നദൃശ്യങ്ങൾ മാത്രം.

നോട്ടീസ് പൊതിയിൽ അൽപ്പം ഭസ്മം. അമ്മന്റെ സപ്രമഞ്ചത്തിൽ നിന്നും ഭക്തവത്സലത്തിനുവേണ്ടി ശേഖരിച്ച ഭസ്മം. നോട്ടീസിലെ ചിരിച്ചുകൊണ്ടു നിൽക്കുന്ന യുവതിയുടെ മാറിൽ ഭസ്മം പറ്റിപ്പിടിച്ചുനിന്നു. ചൂണ്ടുവിരലിൽ അൽപ്പം ഭസ്മമെടുത്തു നാഗൻ നെറ്റിയിൽ പൂശി.

നാല് ദിവസത്തോളമായി ഭക്തസവത്സലം കമ്പനിയിൽ വന്നിട്ടേയില്ല. ഒരു വിവരവും ഇല്ല. ജ്യോതിമണിയുടെ വീട്ടിലുണ്ടാകും.

നാഗൻ ഭസ്മപ്പൊതി മടക്കി വീണ്ടും പോക്കറ്റിൽ തിരുകി. ഇത്തരം ഭസ്മവും പൂജാദ്രവ്യങ്ങളും പലതരത്തിലായി പലയിടങ്ങളിലും തനിക്ക് നിഷേധിച്ചതായി ഖേദത്തോടെ അയാളോർത്തു.

അച്ഛനെപ്പറ്റി ഓർക്കുമ്പോഴും നാഗൻ ദു:ഖിക്കാറുണ്ട്. ചെറുപ്പത്തിൽ അച്ഛന്റെ കയ്യുംപിടിച്ചു നടന്ന കാലം. പ്രത്യേകിച്ചും വിവാഹവീടുകളിലേക്ക്. മുഹൂർത്തദിവസങ്ങളിൽ രണ്ടും മൂന്നും വിവാഹങ്ങൾ ഒരുമിച്ചുണ്ടാകുന്ന സന്ദർഭങ്ങളും ഉണ്ട്. തെരുവുകളിൽ കോളാമ്പി ലൗഡ് സ്പീക്കറുകൾ അലറിക്കൊണ്ടിരിക്കും. വാഴമരങ്ങളും തോരണങ്ങളും വീടുകളേയും വീഥികളേയും അലങ്കരിക്കും. നാഗൻ അച്ഛനോടൊട്ടി നിൽക്കും.

എല്ലാ പന്തികളും കഴിഞ്ഞ് അവസാനത്തെ പന്തിയിൽ മാത്രമെ കീഴ്ജാതിക്കാർക്ക് അനുവാദമുള്ളൂ. വേറെ പന്തികളിൽ ഭക്ഷണം വിളമ്പുമ്പോഴൊക്കെയും കഴിക്കുന്നവർ കാണാത്ത രീതിയിൽ ഏതെങ്കിലും മൂലയിൽ ഒതുങ്ങി നിൽക്കണം. ഇത്തരം സന്ദർഭങ്ങളിലൊക്കെയും അച്ഛന്റെ ദേഹം കുനിഞ്ഞുമടങ്ങിയ മാതിരിയായിരിക്കും. പഴയ മേൽമുണ്ട് എപ്പോഴും അരയിൽ തന്നെയായിരിക്കും. ഷർട്ടും പാടില്ല. വരുന്നവർക്കും പോകുന്നവർക്കും അച്ഛൻ കുനിഞ്ഞു കുനിഞ്ഞു നമസ്കാരം പറയണം. പലർക്കും ഒന്നിലധികം തവണയും. നമസ്കാരം പറഞ്ഞു പറഞ്ഞു മടുത്ത അച്ഛനോട് ഒരിക്കൽ ചോദിച്ചു. വെറുപ്പോടും വേദനയോടും അച്ഛൻ പറഞ്ഞു "എന്തു ചെയ്യാനാണ്...മോനേ...നാണക്കേടാണ്. എന്നാലും ഈ അഭിനയ നമസ്കാരം ഒഴിവാക്കാനാവില്ല. ജാതി ഇങ്ങനെയായിപ്പോയല്ലോ" വിശേഷങ്ങൾക്ക് പോകാതിരുന്നാലോ! അതും കുറ്റമാകും. വേറെ എന്തെങ്കിലും ആവശ്യങ്ങൾക്ക് അവരുടെ വീടുകളിൽപോകുമ്പോൾ "ങ്ഹും! എന്താ....വിശേഷത്തിന് കണ്ടില്ലല്ലോ. വന്ന് എന്തെങ്കിലും കഴിച്ചിട്ട് പോകാമായിരുന്നില്ലേ" എന്ന അധികാരസ്വരം വരും. ആ ശബ്ദത്തിന് സ്നേഹവും സഹതാപവും ആയിരിക്കില്ല. കീഴ്ജാതി പന്തികളുടെ കണക്ക് വർദ്ധിപ്പിക്കലായിരിക്കും. "ദേഹത്തിന് സുഖമില്ലായിരുന്നു സ്വാമീ" അച്ഛനും കള്ളം പറയും.

ആ വിവാഹദിവസം നാഗന് അധികവിശപ്പ്. സ്പീക്കർശബ്ദം വിശപ്പ് അധികരിപ്പിച്ചു. "അമ്മാ എന്തെങ്കിലും താ....വിശക്കുന്നു....റാഗിയെങ്കിലും....."

അമ്മ മൂകയായി നിന്നു.

"അച്ഛാ....കല്ല്യാണത്തിന് പോകാം"

"ഇല്ല മോനെ. ഇന്നത്തെ കല്ല്യാണത്തിന് പോകാൻ പറ്റുകയില്ല"

"എന്താണച്ഛാ....."

"ങ്ഹാ...അതങ്ങനെയാ...ഇന്നത്തേയും നാളത്തേയും രാത്രിയില് വീട്ടിലുറങ്ങാൻ സാധിക്കില്ല. പോലീസ് സ്റ്റേഷനിൽ പോയി കിടക്കണം.

"ങേ! എന്താണച്ഛാ...."

"ങ്ഹാ...ഇല്ലെങ്കിൽ പോലീസുകാർ വന്നു വലിച്ചിഴച്ചുകൊണ്ടുപോകും. അതിന് പകരം നമ്മളേ നേരിട്ടുപോകാം"

"എന്താണച്ഛാ...അങ്ങനെ" ഭയപ്പാടോടെ നാഗൻ ചോദിച്ചു.

ദീർഘദർശനത്തോടെ അച്ഛൻ പറഞ്ഞു.

"നമ്മളെല്ലാം ജനിച്ചുവീണ ജാതി അങ്ങനെ? കള്ളജാതി എന്ന പേര്. കട്ടില്ലെങ്കിലും കട്ടെന്നു പറയും. നമ്മുടെയൊക്കെ കുലത്തൊഴിൽ മോഷണമാണത്രെ. നിയമരീതിയിലും വിശദീകരണം ഉണ്ടെന്നാണ് പറയപ്പെടുന്നത്. സമീപത്തെവിടെ മോഷണം നടന്നാലും ആദ്യം നമ്മെ പിടികൂടും. പരസ്യമായി കുറ്റവാസനയുള്ളവരാണത്രെ നമ്മൾ. നിരപരാധിയാണെങ്കിലും കുറ്റം അടിച്ചേൽപ്പിക്കും. ആര് തെറ്റ് ചെയ്താലും കീഴ്ജാതിക്കാരൻ കുറ്റം ഏറ്റുകൊള്ളണം. അതുകൊണ്ട് മോഷണവും മറ്റും നടക്കാൻ സാധ്യതയുണ്ടെന്നു തോന്നുന്ന പ്രത്യേക അവസരങ്ങളിൽ നമ്മളെപ്പോലുള്ളവർ പോലീസ് സ്റ്റേഷനിൽ അഭയം തേടും. ചില സമയങ്ങളിൽ പോലീസുകാർപോലും ഇങ്ങനെ ചെയ്യാൻ പറയും. കീഴ്ജാതിക്കാരൻ എല്ലാ രീതിയിലും എല്ലാ നിലകളിലും സമൂഹത്തിന്റെ പ്രഹരം ഏറ്റുവാങ്ങാൻ മുതുകും കാണിച്ചു നിന്നു കൊടുക്കണം."

അച്ഛന്റെ വിശദീകരണം നാഗനിൽ ഭയം ഉളവാക്കി. ലാടം തറച്ച ബൂട്ട്സിട്ടു നടക്കുന്ന പോലീസുകാരെ കാണുമ്പോഴൊക്കെയും നാഗന് ഭയം തോന്നാറുണ്ട്. പക്ഷെ അച്ഛന് ഭയമില്ല. പോലീസുകാരോട് വിനയത്തോടെ സംസാരിക്കുമെങ്കിലും അവരെ ഭയപ്പെടുന്നതായി തോന്നിയിട്ടില്ല.

"വേറെ എവിടേക്കെങ്കിലും പൊയ്ക്കൂടെ അച്ഛാ..."

"വേറെ എവിടെ പോകാനാ മോനെ! തോപ്പുകളിൽ ജോലിക്ക് പോയാൽ കമ്പ്, ചോളം, മുത്താറിയൊക്കെ കിട്ടും. കാട്ടിൽ പോയാൽ നാലഞ്ചുകെട്ട് വിറക് ശേഖരിക്കാം. കുറെ നടക്കാമെങ്കിൽ കുറച്ചു ചീര പറിച്ചെടുക്കാം. ഇതിൽക്കൂടുതലൊക്കെ നമ്മെപ്പോലുള്ളവർ എന്തു പ്രതീക്ഷിക്കാനാണ് മോനെ."

ഇടയ്ക്കിടെ അച്ഛൻ പോലീസ് സ്റ്റേഷനിൽ പോയി മടങ്ങുന്നതു നാഗനെ ഭയപ്പെടുത്തി. മൂന്നുമൈൽ അകലെയുള്ള പോലീസ് സ്റ്റേഷനിലേക്ക് അച്ഛൻ പോയാൽ വരുന്നതും കാത്ത് വഴിക്കണ്ണുമായി നാഗൻ അവിടവിടെ കാത്തുനിൽക്കും. അച്ഛൻ പോലീസ് സ്റ്റേഷനിൽ പോയാൽ മടങ്ങിവരികയില്ല എന്നൊരു ഭയം അവനെ കുറേശ്ശെ പിടികൂടി. നാൾതോറും അതു വർദ്ധിച്ച് ഒരുറച്ച തീരുമാനമായിത്തീർന്നു. ഒടുവിലൊരുനാൾ അവൻ അച്ഛനോട് തന്നെ നേരിട്ടു ചോദിച്ചു. "അച്ഛൻ വരാതിരിക്കുമോ"

ചിരിച്ചുകൊണ്ടച്ഛൻ പറഞ്ഞു "അങ്ങനെ പോകുന്നെങ്കിൽ പോകട്ടെ മോനെ ഈ ജീവൻ:"

ഒരിക്കൽ ഉറപ്പിച്ചു പറഞ്ഞു "അച്ഛാ ഞാൻ വലുതായാൽ അച്ഛനെപ്പോലെ ഇങ്ങനെ തീ തിന്നു നടക്കുകയില്ല. തീർച്ച"

നാഗൻ ചെറുപ്പത്തിൽതന്നെ കെട്ടിടനിർമാണ തൊഴിലാളിയായി. മേസ്ത്രിയുടെ സഹായി.

നാഗൻ ജോലിചെയ്തു തീർത്ത കെട്ടിടത്തിന്റെ ഗൃഹപ്രവേശം. വർണവിളക്കുകളും അലങ്കാരങ്ങളും മനോഹരമാക്കി നിർത്തിയ കെട്ടിടം. അവനോർത്തു. ഒരിക്കൽ വെറും തരിശുഭൂമിയായി കിടന്നിരുന്ന സ്ഥലം. ഇഷ്ടികകളും സിമന്റും കോൺക്രീറ്റുമായി കെട്ടിടം ഉയർന്നുയർന്നു വന്നു. ഇന്നു ഗൃഹപ്രവേശം. അവന് സന്തോഷം തോന്നി. പൂജകഴിഞ്ഞു. ദീപവും ഭസ്മവും പുഷ്പങ്ങളും നിറഞ്ഞ താലവുമേന്തി പുരോഹിതൻ എത്തി. ദീപനാളങ്ങളെ തൊട്ടുകുമ്പിട്ടു ഭസ്മമെടുക്കാൻ ഭവ്യതയോടെ വലതുകരം നീട്ടിയപ്പോൾ പുരോഹിതൻ ശാസിച്ചു "തൊടരുത്....മാറി നിൽക്ക്" നാഗൻ ഞെട്ടിപ്പോയി. ഈശ്വരപ്രീതിക്കായി പൂജിച്ച ഒരുനുള്ളു ഭസ്മം അപ്രിയത്തോടെ രൗദ്രമുഖത്തോടെ പുരോഹിതൻ നാഗന്റെ ഉള്ളം കയ്യിലേക്ക് ഒരടി മുകളിൽനിന്നും ഇട്ടുകൊടുത്തു. മനസിന്റെ വിതുമ്പ ലുകൾ കണ്ണുകളിൽ നീർ തിരശ്ശീല ഉണ്ടാക്കി. കനംവച്ച കാലുകളോടെ അവൻ തിരിഞ്ഞു നടന്നു.

ജനനം ഒരു കുറ്റമാണോ?

കീഴ്ജാതിയിൽ ജനിക്കുന്നതു പാപമാണോ?

പുളിമരച്ചോട്ടിൽ കിടന്നുകൊണ്ട് ആകാശനീലിമയിലേക്ക് അവൻ നോക്കി. പുളിമരനിഴൽ തനിക്ക് അഭയവും ആശ്വാസവും നൽകിയിരിക്കുന്നു. പ്രകൃതിയുടെ ദാനം.

കൊക്കും കാലും കൊണ്ട് ഒരു മുഴുത്തകാക്ക മരത്തിലുണ്ടായിരുന്ന കുരുവിക്കൂട് ചികഞ്ഞുകൊണ്ടിരുന്നു. മർമ്മര ശബ്ദം പുറപ്പെടുവിച്ചു കൊണ്ടു ചോളക്കാടുകളിലൂടെ ഇളംതെന്നൽ കടന്നുപോകുന്നു.

ആ മരച്ചോട്ടിൽ അവൻ കാലുകൾ നീട്ടുവച്ചു കിടന്നു. ആകാശം വിളറി വെളുത്തിരുന്നു. മരച്ചില്ലകളിലൂടെ അരിച്ചിറങ്ങിയ സൂര്യകിരണങ്ങൾ നിലത്ത് വിളറിയ പ്രകാശം വിതറിയിരുന്നു.

മേസ്ത്രിക്കും തനിക്കും മാത്രമായിരുന്നു കെട്ടിടമുടമസ്ഥൻ പുതുവസ്ത്രങ്ങൾ നൽകിയത്. താനിട്ടിരിക്കുന്ന ഈ ഷർട്ടിന് ഭാരക്കൂടുതലുണ്ടോ? അതോ പുതുവസ്ത്രങ്ങൾ ലഭിക്കാത്ത മറ്റു തൊഴിലാളികളുടെ കരിങ്കണ്ണുകളാണോ തന്നെ ആ വിശേഷങ്ങൾക്കിടയിൽ നിന്നും അകറ്റിയത്? അപൂർവമായി മാത്രം ധരിക്കാറുള്ള ഈ വെളുത്തമുണ്ടിൽ അഴുക്ക് പറ്റിപ്പിടിച്ചിരിക്കുന്നു. ഇതും ഒരു ദുഃസൂചനയാണോ?

ഒരു സൂചനയുമില്ലാതെ അവന്റെ മിഴികൾ നീർചുരത്തി.

അതിനുശേഷം കെട്ടിടജോലികൾക്ക് നാഗൻ പോയിട്ടില്ല.

നൂലുകളുടേയും പാവുകളുടേയും തറികളുടേയും ലോകത്തേക്ക് നഗനെ കൈപിടിച്ചു കയറ്റിയത് ഒരു മൈസൂർകാരനാണ്. ഒരു നല്ല മനുഷ്യൻ. മൈസൂർ എന്നുകേട്ടാൽ തന്നെ നാഗന് ചന്ദനഗന്ധം മൂക്കിലേക്ക് തുളച്ചുകയറും. മണത്തുനോക്കാനായി മാത്രം നാഗൻ ചന്ദനസോപ്പുകൾ വാങ്ങിവയ്ക്കും.

പുളിമരച്ചോട്ടിൽ ചിതറിവീണു കിടന്ന പുളിയംപൂക്കളുടെ ഗന്ധവും ചന്ദനസോപ്പിന്റെ സുഗന്ധവും അയാളുടെ മനസിന്റെ ഉൾക്കോണുകളിൽ പതഞ്ഞൊഴുകി.

പതിനഞ്ച്

കൈപ്പിടിയില്ലാത്ത കറുത്ത കുട കമഴ്ത്തിയതുപോലെ ആകാശം നിന്നു. മേഘങ്ങളെ വകഞ്ഞുമാറ്റിക്കൊണ്ട് നിലാവെത്തി. കണ്ണുകൾ ചിമ്മിയും തുറന്നും നക്ഷത്രക്കുഞ്ഞുങ്ങൾ വിളയാടിക്കൊണ്ടിരുന്നു. താഴെ തലയുയർത്തി നിന്ന കൂറ്റൻ കെട്ടിടങ്ങൾ ഉച്ചികളിൽ കത്തിച്ചു വച്ച വിളക്കുകളുടെ വെളിച്ചത്തിൽ ആകാശക്കാഴ്ച വിസ്മയങ്ങളുണ്ടാക്കി.

കരിമ്പാറക്കൂട്ടങ്ങൾ കാട്ടെരുമകളെപ്പോലെ തോന്നിച്ചു. നാലഞ്ചു കുട്ടിപ്പാറകൾക്ക് നടുവിൽ ഭക്തവത്സലവും സ്വാമിയപ്പനും വിസ്തരിച്ചിരുന്നു. ഇരുപാറകൾക്കിടയിലെ അൽപ്പസ്ഥലം ആളുകളിരുന്നിരുന്നു നേർത്തു പോയതുപോലെ തോന്നിച്ചു. പാറകൾക്കിടയിൽ മുളച്ചുപൊന്തിയ ചെറുചെടികൾ വെളിച്ചത്തെ നിഴലാക്കിക്കൊണ്ടിരുന്നു. ഇടയ്ക്കിടെ അതുവഴി കടന്നുപോകുന്ന ഇളംതെന്നൽ ഭക്തവത്സലത്തിന്റെ കയ്യിലുണ്ടായിരുന്ന പ്ലാസ്റ്റിക് സഞ്ചിയുടെ വിളുമ്പിൽ തട്ടി കരകരശബ്ദം ഉണ്ടാക്കിക്കൊണ്ടിരുന്നു.

“പൊരിച്ച മീനൊന്നും കിട്ടിയില്ലേ” സ്വാമിയപ്പൻ ചോദിച്ചു.

“ഉന്തുവണ്ടിപോലും ഇന്നു കണ്ടില്ല. അൽപ്പം പടിഞ്ഞാറ് ഭാഗത്തേക്ക് പോയാൽ ചായപ്പട്ടറകൾക്ക് എതിരെയുള്ള കടയിൽ നിന്നും എന്തെങ്കിലും കിട്ടുമായിരുന്നു” ഭക്തവത്സലം പറഞ്ഞു.

“ചായപ്പട്ടറകളെ കാരണംകാട്ടി മീൻ കഴിക്കരുതെന്നു പറയാറുണ്ട്. പക്ഷെ അധികപേരും ഇവിടെ മീൻ കഴിക്കാറുണ്ടല്ലോ. എന്നാൽ ചൂണ്ടയും വലയുമായി ആരും മീൻ പിടിക്കാൻ മെനക്കെടാറില്ല. കാശ്, കാശ് എന്ന മുറജപവുമായി അലയുന്ന നാടല്ലേയിത്.”

“കുറഞ്ഞ വിലയിൽ ഉന്തുവണ്ടികളിൽ നിന്നും പൊരിച്ചു കിട്ടുന്ന മീനൊക്കെ വിശ്വസിച്ചു കഴിക്കരുത്. ചായപ്പട്ടറകൾ തള്ളിവിടുന്ന വെള്ളത്തിലുള്ളവയായിരിക്കും...”

“ഓഹോ....അപ്പോൾ ചായം പുരണ്ട മീനുകൾ. ഇവിടെയുള്ള വെള്ളത്തിൽ മനുഷ്യനേ ജീവിക്കാൻ പറ്റുന്നില്ല. എങ്ങനെ! പാവം മീനുകൾ, നീയൊരു ശുദ്ധാത്മാവ്! ഇവിടെ മീനുണ്ടാകില്ല.”

സ്വാമിയപ്പൻ പൊട്ടിച്ചിരിച്ചു സ്വാമിയപ്പന്റെ കയ്യിൽ നിറഞ്ഞ ബിയർ കുപ്പിയുണ്ടായിരുന്നു. അതിന്റെ കുളിർമ ആസ്വദിക്കാനെന്നവണ്ണം സ്വശരീരത്തോട് ചേർത്തു. നിലാവിനെ ആദ്യമായി കാണുന്നതുപോലെ ഉറ്റു നോക്കിക്കൊണ്ട് പാറയിലേക്ക് ചരിഞ്ഞു.

“കടലയും പൊരിയും മുറുക്കും ഉണ്ട് കേട്ടോ”

“ഓ.... ധാരാളം മതി. ബീറിന് ഇതൊക്കെ മതി. വീര്യം കൂടിയവനായിരുന്നുവെങ്കിൽ മട്ടനും മീനുമൊക്കെ ആവാമായിരുന്നു....”സ്വാമിയപ്പൻ ബിയർകുപ്പിയിലെ അക്ഷരങ്ങൾ മന:പാഠമാക്കുന്നതു പോലെ നോക്കി.

"ഇന്ന് നിലാവ് മറഞ്ഞു മറഞ്ഞു ഒളിച്ചു കളിക്കുകയാണല്ലോ. വശീകരണലാവണ്യം" ഭക്തവത്സലം നിലാവിന്റെ കൂട്ടുകാരനായി.

"ഹാ....ഹാ..... എന്തു നല്ല വാക്ക്. കയ്യിൽ കുപ്പിയുണ്ടെങ്കിൽ ഇതൊക്കെ വരും അല്ലേ ഭക്ത്" സ്വാമിയപ്പൻ സരസനായി.

നുരപതയുന്ന കുപ്പിയുമായി ഭക്തവത്സലവും പാറയിൽ മലർന്നു കിടന്നു.

നിലാവിനേയും മേഘങ്ങളേയും നക്ഷത്രങ്ങളേയും നോക്കി രണ്ടു പേരും അൽപ്പനേരം കിടന്നു. ഒടുവിൽ ഭക്തവത്സലം "കഴിഞ്ഞ തവണ ഇങ്ങനെ കിടന്നിട്ട് നിങ്ങളെ എഴുന്നേൽപ്പിക്കാൻ ഞാൻ പെട്ട പാട് ഓർത്താൽ."

"ങ്ഹാ..... അന്നു ഹോട്ടല്ലേ. നല്ല ഹോട്ട്. എനിക്ക് ചൂടും അന്നത്തെ രാവിന് തണുപ്പും. ങ്ഹാ! അതുകൊണ്ടാണല്ലോ അടുത്ത പാറയിടുക്കിൽ നിന്നും കേട്ടിരുന്ന അടക്കം പറച്ചിലും വളകിലുക്കവും കേട്ടപ്പോൾ അസൂയമൂത്ത് അവരെ ആട്ടിപ്പായിച്ചത്."

കുറ്റബോധത്തിലെ ദീർഘശ്വാസത്തിൽ "വേണ്ടായിരുന്നു പാവങ്ങൾ എന്നെയവർ ശപിച്ചുകാണും"

"ഓ... ശാപവും പാപവും. ഈ നേരത്തല്ലെ കുമ്പസാരം. ഒന്നു ചുമ്മാതിരി."

"പരിഹസിക്കല്ലെ ഭക്ത്."

നിലാവ് അതിന്റെ പ്രയാണം തുടർന്നുകൊണ്ടിരുന്നു. മേഘങ്ങളിൽ നിന്നും പുറത്തുവരുമ്പോഴൊക്കെയും സർച്ച് ലൈറ്റ് പോലെ പാറക്കൂട്ടങ്ങളെ പ്രകാശിപ്പിച്ചു കാണിച്ചുകൊണ്ടിരുന്നു.

സ്വാമിയപ്പൻ കാലിക്കുപ്പി പാറയിൽ ഉരുട്ടിവിട്ടുകൊണ്ട്"ഇനിയൊന്നുകൂടി താ.... നിനക്ക് വേണ്ടേ."

"വേണ്ട....എനിക്കുമതി"

"ഭക്ത്.... എനിക്കെന്തോ.... നിന്നോടൊപ്പം കുടിക്കുമ്പോൾ ഒരു സന്തോഷവും ആശ്വാസവും ഒക്കെയുണ്ട്. പ്രത്യേകിച്ചും ഈ സ്ഥലത്ത്. അതും ബിയർ മതി. ഓരോരുത്തർക്കും ഓരോന്നുവീതം തുറക്കാമല്ലോ. ഹോട്ടാണെങ്കിൽ സോഡാ, വെള്ളം, ഐസ് ഇതൊക്കെ മിക്സ് ചെയ്തു നീ തരും. നീ തരുമ്പോൾ അതും ഒരു സുഖം. പക്ഷെ അതിന് ശേഷം നീ കുടിക്കുമ്പോൾ എനിക്ക് വേദനയും തോന്നും."

ഭക്തവത്സലം ഒന്നും മനസിലാവാത്ത വണ്ണം സ്വാമിയപ്പനെ നോക്കി.

"ഞാൻ കുടിച്ചതിന്റെ ബാക്കി നീ കുടിക്കുന്നതായി എനിക്ക് തോന്നിപോകാറുണ്ട്. അതു നിന്നിൽ അപകർഷതാബോധം ഉണ്ടാക്കിയേക്കും എന്നും ഞാൻ കരുതാറുണ്ട്."

ഭക്തവത്സലം മൂകനായി സ്വാമിയപ്പനെ തന്നെ നോക്കിയിരുന്നു.

ബിയർകുപ്പി പെട്ടെന്ന് തുറന്നതിനാൽ പതഞ്ഞുപൊന്തിയ നുര സ്വാമിയപ്പന്റെ മുഖത്ത്. മുണ്ടിന്റെ കോന്തലയിൽ അതു തുടച്ചപ്പോൾ നാവിൽപെട്ട പുളിപ്പ് രസത്തിൽ മുഖം വക്രിച്ചു. ഭക്തവത്സലം ആ മുഖം സൂക്ഷിച്ചു നോക്കി.

"ങ്ഹും! ഇതും കൂടി ഇനി എത്രനാളേക്ക്" സ്വാമിയപ്പൻ നെടുവീർപ്പിൽ പറഞ്ഞു.

"നമ്മളൊരുമിച്ചു വരുന്നതാണോ"

"ഞാൻ മുതലാളി. എന്റെ കീഴിൽ ജോലി ചെയ്യുന്ന തൊഴിലാളി നീ" അൽപ്പം വേദനയിൽ സ്വാമിയപ്പൻ ഭക്തവത്സലത്തെ നോക്കി. "ജീവിതത്തിൽ വല്ലാത്ത വിരക്തി തോന്നിപ്പോകുന്നു. മറ്റൊരാളുടെ കീഴിൽ ജോലിക്ക് പോകാൻ എനിക്ക് സാധിക്കുമെന്നു തോന്നുന്നില്ല. എല്ലാറ്റിലും ഒരു ഭയം. ഞാനിനി ഏതു ചെളിക്കുഴിയിൽ പോയി വീഴുമോ ആവോ? നിന്നെയും വെറുതെ എന്നോടൊപ്പം...."കടുത്ത ദു:ഖത്തോടെ "ഞാനാകെ.... തകർന്നു. മനസ്സ് തുറന്നു ഒന്നുചിരിക്കാൻ പോലും ആകുന്നില്ല. പ്രശ്നങ്ങൾ......പ്രശ്നങ്ങൾ" ഒരു ചൂടുള്ള നെടുവീർപ്പിനൊടുവിൽ "സഹിക്കാൻ സാധിക്കാത്തതുകൊണ്ടാവാം സ്വർണ്ണലക്ഷ്മിയും പൊയ്ക്കളഞ്ഞതു. അൽപ്പം ക്ഷമകാണിച്ച ്അവൾക്കെന്നോടൊപ്പം നിൽക്കാമായിരുന്നു. എനിക്ക് കുറച്ചെങ്കിലും ആശ്വാസം കിട്ടുമായിരുന്നു. എന്തുകൊണ്ടോ അവൾ ഡൈവോഴ്സ് ആവശ്യപ്പെട്ടു. അന്നത്തെ അവസ്ഥയിൽ ഞാനും സമ്മതിച്ചു. "കുറ്റബോധത്തിലും വേദനയിലും" ഇപ്പോൾപോലും മാപ്പ് പറഞ്ഞു അവളെ കൂട്ടിക്കൊണ്ടു വരണമെന്നു തോന്നിപ്പോകുന്നു. കഷ്ടം...എല്ലാം കൈവിട്ടുപോയി. ജലം നിറഞ്ഞ കണ്ണുകളോടെ "ങ്ഹാ.. ഇനി പ്രയോജനമില്ല."

ആ മുഖം കണ്ടപ്പോൾ ഭക്തവത്സലവും തേങ്ങിപ്പോയി.

ആ തേങ്ങൽ ശ്രദ്ധിച്ചു സ്വാമിയപ്പൻ "നീ എന്നേക്കാൾ മനോദൃഢതയുള്ളവനാണെന്നു തോന്നിയിരുന്നു. ഇപ്പോഴെന്തുപറ്റി."

"എന്തോ... ഒന്നും ചെയ്യാൻ കഴിയാത്തവനായി തോന്നിപ്പോകുന്നു." ഭക്തവത്സലം നിരാശനായി.

"നീ തന്നെയാണ് നിനക്ക് തടസം. എല്ലാം തകർത്തെറിയാൻ നോക്ക്! ആവശ്യമില്ലാതെയാണ് നീ ജ്യോതിമണിയെ ചുമന്നുകൊണ്ട് നടക്കുന്നത്. അതോ അവൾ നിന്നെ ചുമന്നു നടക്കുന്നോ? ഒഴിവാക്കുന്നതായിരിക്കും നല്ലത്. ഇനി നിന്റെ ഇഷ്ടം" സ്വാമിയപ്പൻ നിസ്സംഗനായി.

"എന്തോ! എനിക്കൊന്നും മനസിലാകുന്നില്ല. ആകെ ഒരു കുഴപ്പം"

"നിന്നെപ്പറ്റി ചിന്തിക്കുമ്പോൾ എനിക്കും കുഴപ്പം തന്നെ. മറ്റെവിടെയെങ്കിലും നല്ലൊരു ജോലി തരപ്പെടുത്താൻ നോക്ക്! ഞാനും ശ്രമിക്കാം. ഗോഡൗൺ ഒഴിഞ്ഞുകൊടുക്കാമെന്നു വിചാരിക്കുന്നു" സ്വാമിയപ്പൻ ആലോചനയിൽ മുഴുകി.

സ്കൂട്ടർ നിലാവെളിച്ചത്തിൽ ഒരു നായയുടെ രൂപത്തിൽ നിഴൽ ഉണ്ടാക്കി. സ്വാമിയപ്പൻ മൂകനായി തലകുമ്പിട്ടിരുന്നു. ഭക്തവത്സലം രണ്ട് മൂന്ന് കാലിക്കുപ്പികൾ കയ്യിലേന്തി നിന്നു. "അല്ലാ....ഇതെന്താ കാലിക്കുപ്പികളും കയ്യിൽ പിടിച്ച്. കുപ്പികൾ പെറുക്കുന്ന കുട്ടികളേയും ഇന്നു കാണുന്നില്ലല്ലോ".

ഭക്തവത്സലം കേൾവി നഷ്ടപ്പെട്ടവനെപ്പോലെ നിന്നു. സ്വാമിയപ്പൻ ഭക്തവത്സലത്തെ സമീപിച്ചു ചിരിച്ചുകൊണ്ടു പറഞ്ഞു: "നീയെന്താ

കാലിക്കുപ്പി പെറുക്കുന്നവനായോ? താ...." ഒരു കുപ്പിവാങ്ങി സ്വാമിയപ്പൻ ദൂരെയെറിഞ്ഞു. കുപ്പി പാറയിൽ തട്ടി പൊട്ടിച്ചിതറുന്ന ശബ്ദം. കനത്ത നിശ്ശബ്ദതയെ പറിച്ചെറിഞ്ഞ ആ ശബ്ദത്തെ മധുരമായി ആസ്വദിക്കുന്നതുപോലെ സ്വാമിയപ്പൻ നിന്നു.

പതിനാറ്

മീനിന്റെ അസഹ്യമായ ഒരു നാറ്റം ചെട്ടിയാരുടെ വായിൽനിന്നുമുണ്ടായി. അയാളുടെ ശരീരത്തിൽ നിന്നും ഒരു അഴുക്കുമണം പതിവുള്ളതാണ്. അടുത്തുവരുന്നവർക്ക് മാത്രമല്ല തിണ്ണയിലിരിക്കുന്നവർക്കും ആ ഗന്ധം അരോചകമാകും. പണമിടപാടുകൾക്ക് ചെട്ടിയാരെ കാണാൻ വരുന്നവർക്കും, മരണം, കല്ല്യാണവിശേഷങ്ങൾ തുടങ്ങിയവ അറിയിക്കാൻ വരുന്നവർക്കും ഇതേ അനുഭവം തന്നെയാണ്. അങ്ങനെ എത്തുന്നവരിൽ ചിലർ ഒരു വിചിത്രകാര്യം കൂടി ചെയ്യാറുണ്ട്. കത്തിച്ചൊരു ചന്ദനത്തിരിയും കൊണ്ടുവരും. ഇതൊരു പതിവ് ചര്യയായപ്പോൾ ചെട്ടിയാർ ഒരു ചോദ്യവും ഒരു പ്രവർത്തിയും പതിവാക്കി. "എന്നെ കൊളുത്താനാണോ" എന്ന് ചോദിക്കുകയും ചന്ദനത്തിരി വാങ്ങി തന്റെ പക്കൽ കുത്തി നിർത്തുകയും ചെയ്യും. തന്റെ തീക്ഷ്ണതയുള്ള കണ്ണുകളിൽ ഒരു തറപ്പിച്ച നോട്ടം സാധ്യപ്പെടുത്തിക്കൊണ്ട് ഒരു തത്വവും കാച്ചി വിടും. "എല്ലാവരും ചീഞ്ഞു പുഴുത്തുനാറി പോകേണ്ടവരാണ്. ങ്ഹാ....ഉണ്ടാകുന്ന കാലംവരെ ഒരു "ഗമ ഗമ" വാസന ഇരുന്നോട്ടെ അല്ലെ".

നാഗൻ പതിവുപോലെ ശ്വാസം ഉൾവാങ്ങി. മീൻമണം എവിടെ നിന്നു മണത്താലും നാഗന് പതിവാണിത്. "എന്താ ചെട്ടിയാരെ ചന്ദനത്തിരി വാസനയ്ക്ക് പകരം ഇന്നു മീൻവാസനയാണല്ലോ."

സ്വരം കേട്ട് പൃഷ്ഠം ഉയർത്തി നിരങ്ങിവന്ന ചെട്ടിയാർ കണ്ണിമകൾക്ക് മേൽ കൈത്തലം കുടയായി വച്ചു വന്നതാരെന്നു കണ്ടുപിടിച്ചു. "ങ്ഹാ...നാഗപ്പനാ....നിന്റെ കുടത്തിലൊക്കെ വെള്ളം നിറച്ചുവച്ചിട്ടുണ്ട്. കാശുതാ..."

"ഓ....പിന്നെ...... ഈ ഒരു രൂപ....ഒന്നരരൂപായല്ലേ വല്യകണക്ക്... തരാം...തരാം"

"മീൻ വേണോ...നാലഞ്ച് കഷണം വാങ്ങീട്ട് വാ....കഴിക്കാം"

"കഴിച്ചതല്ലെ....ഇനിയും എന്തിനാണ്" നാഗൻ കടയ്ക്കുപോകാൻ മടികാണിച്ചു.

"രണ്ട് കഷണം വാങ്ങി കഴിച്ചു നാഗാ. ഇനിയും രണ്ട് കഷണം വേണമെന്നു കൊതി തോന്നുന്നു".

"മതി....മതി....വയറിനെന്തെങ്കിലും അസുഖം വരും"

"അസുഖം വന്നാൽ വരട്ടെ. നാഗാ....ഇനിയെന്തു നോക്കാൻ"

അയാൾ ഗതകാലസ്മരണയിൽ കൂപ്പുകുത്തി.

"അന്നൊക്കെ ആഴ്ചയിൽ രണ്ട് മൂന്നു ദിവസമെങ്കിലും മീൻ വേണമായിരുന്നു. തറിനെയ്ത്തിന് അവധിവരുന്ന നാൾ കാത്തിരിക്കും വല

യുമെടുത്തു മണ്ണുറൈ നൊയ്യലിലേക്ക് പായാൻ. കൂടെ വറചട്ടിയും എണ്ണയും മുളകുപൊടിയുമൊക്കെ കരുതും. നൊയ്യൽ ആറ്റിൽ നിന്നും പിടിക്കുന്ന മീനൊക്കെ അവിടെവച്ചുതന്നെ വെട്ടി കഴുകി പൊരിച്ചു തിന്നും. അതിന് ശേഷം മരത്തണലിൽ ഒരു ഉച്ചയുറക്കം. ചില സന്ദർഭ ങ്ങളിൽ വലയിൽ അധികം മീൻ കിട്ടിയാൽ കയ്യോടെ വീട്ടിലേക്ക് കൊണ്ടു വരും. വെട്ടി നുറുക്കി കഴുകി വൃത്തിയാക്കി എല്ലാ ചേരുവകളും ചേർത്തു കറി വച്ചാൽ! ഹാ....ഹാ.... കറിയുടെ വാസന വീട്ടിനുള്ളിൽ നിറഞ്ഞു നിൽക്കും. തന്നെയുമല്ല ജാതി ബന്ധം നോക്കാതെ അയൽവീടുകളിലും മീൻകറി എത്തിക്കും. ഹാ....ഹാ....എന്തു നല്ല കാലം. മീൻകറിയും കൂട്ടി യുള്ള ഊണ്. നാവിൽ ഇപ്പോഴും വെള്ളമൂറുന്നു" ചെട്ടിയാർ ചിറി തുടച്ചു.

"ങ്ഹാ...രുചി കണ്ട നാക്ക്! പക്ഷെ ഇപ്പോൾ ശരീരം പോക്കു കേസാ...അത് മനസിലാക്കണം" നാഗൻ താക്കീതു നൽകി.

"മണ്ണുറൈയിലെ നൊയ്യലിൽ ഇപ്പോഴും മീനുണ്ടാകും" ചെട്ടിയാർക്ക് കൊതി മൂത്തു.

"അവിടെ ഒന്നും ഇല്ലന്നേ! ഒക്കെ ചായശാലകളിലെ മലിനജലം. ങ്ഹാ...ഒരുപക്ഷെ അതിലും മീൻ പിടിക്കുന്നവർ ഉണ്ടാകും. ഞങ്ങളെ പ്പോലെ താണജാതിക്കാർ" നാഗന് വിരക്തി തോന്നി.

"നായാട്ടിന് പോകുന്നവർക്ക് ഏതാടാ ജാതി. കറുത്തവാവിന്റെ തലേ ദിവസം ഉച്ചവരെ കിടന്നുറങ്ങുന്നവരാണ് എന്റെ ജാതിക്കാർ. നായാട്ടിന് പോയാൽ കിട്ടുന്നതെന്തായിരിക്കും? പെരുച്ചാഴി തന്നെ. അതിനെയും ചുട്ടുതിന്നു വീണ്ടും ഉറക്കം. ഉറക്കം കഴിഞ്ഞ് ഒരു കുളി. പിന്നെ സൗണ്ടി യമ്മൻ കോവിലിൽ ചെന്നിരിക്കും. ഭജനയും പൂജയും നോക്കിയിരിക്കും. ചിലപ്പോൾ കൂത്തുണ്ടാകും. അതും കണ്ടിരിക്കും. ങ്ഹാ....അതൊക്കെ പോകട്ടെ നാഗാ....നീ എങ്ങനെയാടാ ഈ കൂത്തൊക്കെ പഠിച്ചത്. നിന്റെ ജാതിയിൽ....ഉണ്ടോ...ഇതൊക്കെ" ചെട്ടിയാർ ഉത്സുകനായി.

"എനിക്ക് എന്റെ ജാതിയോട് ഒരുതരം വെറുപ്പാണ്. അതുകൊണ്ട് തന്നെയാണ് പാട്ടും കൂത്തുമൊക്കെയായത്. പാട്ടിലും കൂത്തിലും ജാതി യില്ലല്ലോ. ഒരുദിവസം വൈകുണ്ഠ കുമ്മിയാട്ടത്തിന് വത്തൽകുണ്ട് എന്ന സ്ഥലത്തുപോയി. വയലിൻ വിദ്വാൻ ഷൺമുഖതേവരുടെ ഓർമ്മയ്ക്ക് വേണ്ടി ഒരു സമ്മേളനം. കൂത്തുകളിക്കാൻ ഞങ്ങളും. സമ്മേളനത്തിന് വന്ന പലർക്കും ഒരു സംശയം. വയലിനും തേവർക്കും എന്തു ബന്ധം. ഇങ്ങനെയാണ് നാട്ടുകാർ. പോരെ. സ്വന്തം ജാതി, സ്വന്തം മതം, സ്വന്തം ഇഷ്ടങ്ങൾ. കലയ്ക്ക് എക്കാലത്തും ജാതിയും മതവും വ്യത്യാസങ്ങൾ ഒന്നുമുണ്ടായിരുന്നില്ലായെന്ന് അറിവില്ലാത്തവർ".

തന്റെ കലാജ്ഞാനം നാഗൻ അഭിമാനത്തോടെ ഉയർത്തി കാട്ടി.

"അന്നത്തെ ഭരണം മുഴുവൻ നായ്ക്കർമാരുടെ കൈവശമായിരു ന്നല്ലോ. അവരെ ഒഴിവാക്കാൻ വേണ്ടി മാത്രമായിരുന്നു റാണിമങ്കമ്മാൾ മാതിരിയുള്ളവർ ഭൂമിദാനം ബ്രാഹ്മണർക്ക് മാത്രമാക്കിയത്. അങ്ങനെ ബ്രാഹ്മണജാതിക്കാർക്ക് സമൂഹത്തിൽ ഒരു പ്രത്യേക ബഹുമാനം

ഉണ്ടായി. അവരോടൊപ്പം എങ്ങനെയോ തേവർമാരും കൂട്ടുചേർന്ന് ഒരു വിചിത്രവംശം തന്നെ ഉണ്ടാക്കി. എന്നാലും തേവർമാർ അവരുടെ ശൗര്യവും വീര്യവും വിട്ടുകൊടുത്തില്ല. അവരിൽ പലരും വയലിൻ, മൃദംഗം എന്നീ വാദ്യഉപകരണങ്ങളിൽ വിദ്വാന്മാരുമായി."

നാഗൻ പറഞ്ഞുനിർത്തി.

"ങ്ഹാ......ഇതൊന്നും എനിക്കറിഞ്ഞുകൂടാ....അറിയുകയും വേണ്ട. നിന്റെ പാട്ടും കൂത്തും കേൾക്കണം. അത്രമാത്രം."

"ശരീരം മോശമായി. ഇപ്പോഴൊക്കെ പാടാൻ തുടങ്ങിയാൽ കരച്ചിൽ പോലെയാകും."

ഒരു കടുത്ത ആലോചനയിൽ ചെട്ടിയാർ പറയാൻ ആരംഭിച്ചു."ബ്രാഹ്മണജാതിയിലും എന്റെ ജാതിയിലും മരണം സംഭവിച്ചാല് മന്ത്രം, ശാസ്ത്രം എന്നൊക്കെ ചൊല്ലി ഒരുമാതിരി ചടങ്ങുകളായിരിക്കും. ഞാൻ മരിച്ചാൽ എനിക്കിതൊന്നും വേണ്ട. സൗണ്ടിയമ്മൻ കോവിലിൽ നിന്നും ഭജനപാർട്ടിയെ വരുത്തി ഭജനപ്പാട്ട് മതി. നിനക്ക് കൂത്ത്പാട്ടൊക്കെ അറിയാമല്ലോ. അതും വേണം. ങ്ഹാ...ഒന്നു ചോദിക്കട്ടെ. നിനക്ക് ഏതു പാട്ടിലാണ് കൂടുതൽ ബുദ്ധിമുട്ട് തോന്നീട്ടുള്ളത്."

"ഓ..... അതൊക്കെ ഓർത്താൽ ഇപ്പോഴും മനസ്സ് നീറും. കന്നിമാർ കോവിലില് ലെസിം എന്ന ഒരു പുതിയ ആട്ടം തയ്യാറാക്കിവച്ചിരുന്നു. ദ്രൗപതിയുടെ കഥയാണത്. വെറ്റിലകന്നിമാർ എന്ന ദേവിയാണ് ക്ഷേത്രത്തിൽ. ഈ കഥ വെറ്റിലകന്നിമാർ കോവിലിൽ മാത്രമെ കൂത്താടാൻ പാടുള്ളൂ എന്നൊരു ഐതിഹ്യമുണ്ടായിരുന്നു. പക്ഷെ കളി സംഘടിപ്പിച്ചവർ അതു മറന്നു. മുനിയപ്പൻ കോവിൽ, ശൂലൈമാരികോവിൽ എന്നിവിടങ്ങളിലെല്ലാം നടത്തണമെന്നായി. പക്ഷെ എന്തുണ്ടായി. ഒരു സ്ഥലത്തും നടത്താനൊത്തില്ല. നടത്തുമ്പോഴൊക്കെയും ഓരോരോ തടസങ്ങൾ. മുനിയപ്പൻ കോവിലിലെ പന്തൽ കാരണമൊന്നുമില്ലാതെ പെട്ടെന്നു തീപിടിച്ചു ചാമ്പലാവുക, മറ്റൊരു ക്ഷേത്രത്തിൽ ആവശ്യമില്ലാതെ ഇരുവിഭാഗങ്ങളും തമ്മിൽ തല്ല്, കത്തിക്കുത്ത് മുതലായവ. വെറ്റിലകന്നിമാർ ദേവി ആ പരിപാടി മറ്റൊരു ക്ഷേത്രത്തിലും അവതരിപ്പിക്കാൻ സമ്മതം തരില്ല എന്നർഥം." നാഗൻ പറഞ്ഞുനിർത്തി.

വടക്കെ ദിശയിൽ വെറ്റിലപ്പടർപ്പുകൾ ആളുയരത്തിൽ ചുറ്റിപ്പടർന്നു കിടന്നിരുന്നു. പച്ചിലപ്പടർപ്പുകൾ വേറെയും. ഇടയിൽ ഇടയിൽ കാട്ടുചീരകളും. അടുത്തുണ്ടായിരുന്ന മുളംകൊട്ടയിൽ വെറ്റിലക്കൊടികൾ പുറത്തേക്ക് തലനീട്ടിയ രീതിയിൽ കാണപ്പെട്ടു. വെള്ളം തേകാനുപയോഗിച്ച മരത്തിന്റെ ഒരു പാതാളക്കരണ്ടി ഈറനായി അവിടെ കിടന്നിരുന്നു. വേലി കരിമ്പുകളിൽ മുഴുവനും കുഷ്ഠപ്പുണ്ണുകൾപോലെ വിളറിവെളുത്ത പാടുകളായിരുന്നു. പഴുത്തു തൂങ്ങിയ വെറ്റിലഞെട്ടികൾ പുഴുക്കളെപ്പോലെ ഞാന്നു കിടന്നിരുന്നു. പശുവിൻ ചാണകവും കഴുതത്തീട്ടവും ആ പ്രദേശത്തു ദുർഗ്ഗന്ധം പരത്തിയിരുന്നു.

പുഴുകുത്തിയ വെറ്റിലക്കൊടികൾ അവിടവിടെയായി തൂങ്ങിക്കിടന്നിരുന്നു. അവയിലൂടെ ഇഴയുന്ന പുഴുക്കൾ വെറ്റിലക്കൊടികൾക്ക് ചലനം

നൽകി ജീവനുള്ളവയാക്കി കാണിച്ചുകൊണ്ടിരുന്നു. വിതയ്ക്കുന്ന മണ്ണിലെ സമ്പ്രദായ ചടങ്ങുകൾക്കായി വിതറിയ കുങ്കുമവും മഞ്ഞളും കലർന്നു കിടന്നിരുന്നു.

വയൽക്കളങ്ങൾക്കരികെ പൂവരശ് മരത്തണലിൽ വെറുതെ കിടന്നിരുന്ന വെറ്റിലകൂടകളിൽ ഈർപ്പവും നിഴലും കലർന്നു കിടന്നു. കൂടാരം കെട്ടാനെന്നമട്ടിൽ പുളിമരക്കമ്പുകൾ കുമിഞ്ഞു കിടന്നിരുന്നു.

വെറ്റിലത്തണ്ടുകൾ മുറിക്കാൻ ഉളികളും അരിവാളുകളും അവിടവിടെ താറുമാറായി കിടന്നു.

അമ്മിണി കണ്ണുകൾ ചിമ്മി ഇരുകൈപ്പത്തികളും മിഴികളിൽ ചേർത്ത് "അമ്മേ...ലക്ഷ്മീ....അമ്മേ ലക്ഷ്മീ" എന്ന് ധ്യാനിച്ചശേഷം കുനിഞ്ഞുനിന്നു വെറ്റിലക്കൊട്ടയെടുത്ത് ഇടുപ്പിൽ തിരുകി. കർപ്പൂരവെറ്റിലയുടെ ചുവന്ന ചാറ് അവളുടെ തുടുത്തുവെളുത്ത അധരങ്ങളിൽ പറ്റിപ്പിടിച്ചിരുന്നു. വീണ്ടും കണ്ണുകളടച്ച് അവൾ ധ്യാനിച്ചു.

"അമ്മേ....ലക്ഷ്മീ! ഇന്നു വ്യാപാരം നന്നായി നടക്കണേ! കള്ളനേയും തെമ്മാടിയേയും അകറ്റി തരണേ! എല്ലാവർക്കും ചുണ്ട് ചുവപ്പിക്കാൻ ഇടവരുത്തണേ! മണവാട്ടി പെണ്ണുങ്ങൾ മണവാളന്മാരുടെ ചുവന്ന അധരങ്ങൾ കണ്ട് നാണിച്ചു നിൽക്കണെ! നിറച്ചുണ്ടവന്റെ ജീർണ്ണ ഏമ്പക്കത്തിന് വേണ്ടിയും എന്റെ വെറ്റില ഉപകരിക്കണേ! എല്ലാവർക്കും എന്റെ വെറ്റില ഇഷ്ടമാകണേ!"

അമ്മിണി മനമുരുകി പ്രാർഥിച്ചു.

ഇന്നലെ ഇതുവഴി വ്യാപാരത്തിനായി കടന്നുപോയവർ പറിച്ചെറിഞ്ഞ എരുക്കിൻ ചെടിയുടെ ഇലകൾ ഉണങ്ങിക്കിടന്നത് അമ്മിണി കണ്ടു. ചെല്ലത്തായി ചന്തയിൽ പോയിട്ട് വേഗത്തിൽ തിരിച്ചു വരണം. ചെല്ലത്തായി ചന്തയിലേക്കുള്ള വഴികാട്ടികളായി എരിക്കിൻചെടിയുടെ ഇലകൾ തളർന്നു കിടന്നു.

ഏഴിരുപ്പുമടയിൽ വെള്ളം നിറഞ്ഞു കവിഞ്ഞിരുന്നു. മടയുടെ താഴത്തെ കുളത്തിൽ താഴംപൂക്കൾ സമൃദ്ധിയായി വിരിഞ്ഞുനിന്നു. മകരത്തിൽ തുടങ്ങി കുംഭം, മീനം, മേടം മാസങ്ങളിലും ഈ ഏഴിരുപ്പുമട നിറഞ്ഞിരിക്കും. പെരിയകുളം രാജകനാലിൽ നിന്നും ഒറ്റക്കണ്ണ് ബണ്ട്വരെയും ചെറിയ കുളത്തിൽ നിന്നും മരുതബണ്ട് വരെയുള്ള പാടശേഖരങ്ങൾക്ക് വെള്ളം നിരന്തരമായി ലഭിക്കും.

ആടുമാടുകളെ മേയ്ക്കാനിറങ്ങുന്നവർ വിശ്രമിക്കാനെത്തുന്ന മരത്തണലുകളും ഇവിടെയാണ്. പച്ചിലപ്പടർപ്പുകളും ഇളകിയാടുന്ന വൃക്ഷലതാദികളും കൊച്ചു കൊച്ചു നീർച്ചാലുകളും തഴച്ചുവളർന്ന മുല്ലച്ചെടികളും ഇവയോടൊക്കെ ഇടയ്ക്കിടെ കിന്നാരം പറയാനെത്തുന്ന ഇളം തെന്നലും ഒക്കെ ഒക്കെ നിറഞ്ഞ പ്രദേശം. ഇവയ്ക്കിടയിൽ അവിടവിടെയായി വലുതും ചെറുതുമായ തുണിക്കൂമ്പാരങ്ങളും കാണാം. അടുത്ത ശ്മശാനത്തിൽ നിന്നും എത്തുന്നതാണവകൾ. മൃതദേഹം കുളിപ്പിച്ചതിനുശേഷം വാരിപ്പൂശുന്ന ചന്ദനം, കളഭം, മഞ്ഞൾ മുതലായവകൾക്കായി കൊണ്ടുവന്ന ചിരട്ടകൾ, എണ്ണച്ചട്ടികൾ, അരിമണികൾ, എരി

ഞ്ഞുതീർന്ന തീപ്പന്തങ്ങൾ, ശവത്തിൽനിന്നും എടുത്തുമാറ്റപ്പെട്ട കച്ച ത്തുണികൾ, തലയിണകൾ, പുതപ്പുകൾ, ഏലസ്സുകൾ, ചരടുകൾ മുത ലായവയും ഉണ്ടായിരിക്കും.

വ്യാപാരം കഴിഞ്ഞു മടങ്ങുമ്പോൾ വെറ്റിലക്കൂട അമ്മിണിയുടെ എളി യിൽ നിന്നും തലയിലായി മാറും. കൂടയിൽ അവളുടെ ഭക്ഷണമുണ്ടാ യിരിക്കും. മുത്താറികളിയുടേയും തലേന്നാളത്തെ മീൻകറിയുടേയും വാസന അവളിൽ വിശപ്പ് അധികരിപ്പിക്കും. വിശപ്പ് മാറിയാൽ ചമ്പുവി നായകർ ക്ഷേത്രത്തിനടുത്തുള്ള വെറും തിണ്ണയിൽ അൽപ്പം വിശ്രമം. കുടലുരുവി മാരിയമ്മൻ ക്ഷേത്രം കടക്കുമ്പോൾ അവൾക്ക് ഭയം തോന്നാറില്ല. പക്ഷേ വീരമാത്തിയമ്മൻ കോവിൽ കാണുമ്പോൾതന്നെ അമ്മിണിയിൽ ഭീതി ഓടിയെത്തും. ഭയംതോന്നരുതെന്നു ദൃഢമായി വിചാരിക്കുമ്പോൾ തന്നെ അധികഭയം തോന്നിത്തുടങ്ങും. എന്താണ ങ്ങനെ! വീരമാത്തിയമ്മൻ.....ഭർത്താവിന് വേണ്ടി ജീവൻ കളഞ്ഞവൾ. തനിക്കും മരണം അങ്ങനെ വരുമോ!!! അതോ കന്യകയായിരിക്കുമ്പോൾ തന്നെ ജീവൻ പോകുമോ!! ഭയമുള്ള ഓർമകൾ വേണ്ടാ....വേണ്ടാ...

ഉപ്പ് കൈമാറി വിവാഹനിശ്ചയം കഴിഞ്ഞ പെരിയമ്മിണി കല്ല്യാണ ത്തിന് മുമ്പെതന്നെ മരിച്ചു. നാട്ടുപ്രമാണിമാരും മുഖ്യസ്ഥരും തദ്ദേശ വാസികളും ചേർന്നു നടത്തിയ വിവാഹനിശ്ചയം. കല്ല്യാണത്തിന് ആഭ രണങ്ങൾപോലും വാങ്ങിവച്ചും പ്രബലനായ എളച്ചിപ്പാളയം ജ്യോത്സ്യനെ വരുത്തിയാണ് കല്ല്യാണപ്പന്തലിനുള്ള മൂലക്കാലിന് മര ത്തിന്റെ ഏതുഭാഗമാണ് വെട്ടേണ്ടതെന്ന് നിശ്ചയിച്ചത്. മൂലക്കാലിന്റെ നീളംപോലും കളംവരച്ചു കവടിനിരത്തി ജ്യോത്സ്യൻ പറഞ്ഞു തന്നു. പക്ഷെ.....എല്ലാം....എല്ലാം....നിന്നുപോയി. ആളും പോയി. ഇത്....ദൈവ നിശ്ചയമോ...അറിയില്ല. ഓർമിച്ചപ്പോൾ അമ്മിണി പതറി.

പച്ചപുതച്ചു നിൽക്കുന്ന വയലേലകളിൽ കൊഴുത്തുവിളഞ്ഞു തല യാട്ടി നിൽക്കുന്ന കതിരുകൾ ഇളംതെന്നൽ പാഞ്ഞോടുന്ന വശങ്ങളിൽ ചാഞ്ചാടി പാഞ്ചാടി നിന്നു. അവകൾക്ക് ദൃഷ്ടിദോഷം വരാതിരിക്കാൻ കരിങ്കണ്ണ് കോലം കൊക്കളച്ചിമടയിൽ നാട്ടപ്പെട്ടിരുന്നു. രണ്ടായി പിളർന്ന കുമ്പളങ്ങയുടെ നീരിൽ കുങ്കുമവും ഭസ്മവും കലർന്നു ചോരപ്പാടുകൾ ഒലിച്ചിറങ്ങി. മുറിച്ച ചെറുനാരങ്ങയിലും കുങ്കുമം രക്തചരവി പരത്തി. പനങ്കൽക്കണ്ടവും മഞ്ഞൾപൂശിയ അരിമണികളും ധാന്യങ്ങളും കുങ്കുമം ചാലിച്ച ഒറ്റനാണയവും ചിതറിത്തെറിച്ചു കിടന്നിരുന്നു. ആരോ ദൃഷ്ടി ദോഷം ചെയ്തതാവാം.

ഇവകളെല്ലാം തന്നെ അമ്മിണിയുടെ തലച്ചോറിൽ ഭയത്തിന്റെ പ്രക മ്പനം സൃഷ്ടിച്ചു.

വേലൻകുളം കടന്നുകിട്ടിയാൽ മതിയായിരുന്നു. പിന്നെ ഭയപ്പെടാതെ നടന്നു നീങ്ങാം. ആൾസഞ്ചാരവും ഉണ്ടാകും. കുളത്തിൽ താഴംപൂവു കൾ നിറഞ്ഞുനിൽക്കുന്നു. ഇളംചുവപ്പും മഞ്ഞയും അലിയിച്ചെടുത്ത നിറങ്ങളിൽ നിറഞ്ഞാടി നിൽക്കുന്ന ഇളംസുന്ദരികൾ. സൗരഭ്യമോ....

ഹോ....മനസിൽ മയക്കത്തിന്റെ തേനലകൾ വന്നുനിറയുന്നു. കുളത്തിലെ താഴംപൂ സുന്ദരികളെ കണ്ടിട്ടും കണ്ടിട്ടും കൊതി തീരാത്തവണ്ണം അമ്മിണി നോക്കി നിന്നു. പരിസരമറവിയിൽ പോലും താഴംപൂ സുന്ദരികൾ മാത്രം.

പിന്നിൽ നിന്നും ഒരശരീരി.

"താഴംപൂ വേണോ" കനത്ത ഒരു പുരുഷശബ്ദം. അവൾ തിരിഞ്ഞുനോക്കിപ്പോയി. അവളുടെ നിറഞ്ഞുതുളുമ്പി നിന്ന വെളുത്ത മാറിടത്തിൽ മാത്രം നോക്കി വശ്യപുഞ്ചിരിയോടൊരാൾ നിൽക്കുന്നു. മാറിടത്തിൽ വിലകിയ ചേലത്തലപ്പുകൾ അവൾ പിടിച്ചിട്ടു. ദൃഢഗാത്രനായ അവന്റെ വിരിഞ്ഞ നെഞ്ചിൽ നിറഞ്ഞ രോമരാജികൾ. വെളുത്തു തുടുത്ത മുഖത്തിന് നെറ്റിയിലെ ഭസ്മചാർത്തുകൾ അഴക് ചാർത്തി. അവൻ ചരിഞ്ഞുനിന്ന് കുളത്തിന്റെ വക്കിൽ കാൽ ചവുട്ടി. കാൽപ്പാദം മണ്ണിൽ പൂണ്ടിറങ്ങിയപ്പോൾ ശരീരം വീഴാനാഞ്ഞു. അമ്മിണിയുടെ നെഞ്ചിടിപ്പ് അധികരിച്ചു. മാറിടം കുലുങ്ങി. കുളത്തിൽനിന്നും കയറാൻ ശ്രമിക്കുമ്പോൾ അവന്റെ കയ്യിൽ താഴംപൂ. അറിയാതെ അവൾ കൈനീട്ടിപ്പോയി. അവൻ ആ കയ്യിൽ കൈചേർത്തു കയറിവന്ന് അവളെ ഒട്ടിനിന്നു. അവളുടെ മുഖത്ത് താഴംപൂ ഉരസിനിന്നു. താഴംപൂവിന്റെ മദനസൗരഭ്യവും അവന്റെ ചൂടുള്ള നിശ്വാസവും അവൾ മുകർന്നു. അവൾ മിഴികളടച്ചു. അവളുടെ വെളുത്ത് തുടുത്ത കവിളിലൂടെ താഴംപൂ സഞ്ചരിച്ചു. ഹോ.....ഹോ..... താഴംപൂവിന്റെ മാദക സൗരഭ്യം...കന്മദഗന്ധം.

ഗാഢനിദ്രയിലെ ഉണർച്ചപോലെ അവൾ പെട്ടെന്ന് മിഴികൾ തുറന്നു. ശ്വാസഗതിയുടെ വേഗതയിൽ മാറിടം താളം ചവിട്ടി. പതുങ്ങിനിന്ന ഓർമകളിൽ ഉളികളും അരിവാളുകളും മാത്രം.

അവന്റെ കാമച്ചൂടുള്ള നിശ്വാസം അവളുടെ നെറ്റിയിൽ പരന്നൊഴുകി. അവന്റെ വിയർപ്പിനും മാദകഗന്ധം. കിതച്ചു കുതറിക്കൊണ്ടവൾ പറഞ്ഞു: "വേ....ണ്ടാ....വേ....ണ്ടാ...താഴംപൂവിൽ....വസിക്കുന്ന നാഗം....ആകരുത്."

അവന്റെ ചൂടുള്ള നിശ്വാസം അവളുടെ നെറ്റിയിൽ നിന്നും കവിളുകളിൽ പരന്നൊഴുകി. താഴംപൂ തെറ്റി വീണ് അവളുടെ ചേലത്തുമ്പിലുടക്കി. ചേലത്തുമ്പിൽ ഉടക്കിനിന്ന താഴമ്പൂ പെട്ടെന്ന് തലകീഴായി ഊർന്ന് ഊർന്ന് ചേലയാകമാനം പറപറത്തി. അരിവാളിന്റെ മുനയിൽതട്ടി അവളുടെ പതുപതുത്ത ഇളംവെറ്റിലക്കൊടികൾ ഓരോന്നായി ഇളകിവീണ് അവിടമാകെ ചിതറിത്തെറിച്ചു.

അവന്റെ ബലിഷ്ഠകരങ്ങൾ അവളെ ഇറുകെ ഇറുകെ പുണർന്നപ്പോൾ അവൾ മെല്ലെ മെല്ലെ കല്ലാകുവാൻ തുടങ്ങി.

ആ കൽപ്രതിമയുടെ വലതുകയ്യിൽ ഏന്തിപ്പിടിച്ച ഒരു അരിവാൾ ഉണ്ടായിരുന്നു.

കന്നിമാർക്ഷേത്രവും വെറ്റിലകന്നിമാർദേവിയേയും ഓർമവരുമ്പോഴൊക്കെയും നാഗന്റെ മനസ്സ് കിടിലംകൊള്ളുമായിരുന്നു.

ആവശ്യമില്ലാതെയാണെങ്കിലും സംബന്ധമില്ലാത്തതാണെങ്കിലും ജ്യോതിമണിയും ഇടയിൽ ഓർമകളിൽ എത്തിച്ചേരും.

പതിനേഴ്

കമ്പനി കവാടത്തിൽ, നിവർത്തിവച്ച ഒരു രേഖപോലെ ആരോ ഒരാൾ നിൽപ്പുണ്ടായിരുന്നു. കക്ഷത്തിൽ ഒരു മഞ്ഞസഞ്ചി താങ്ങിപ്പിടിച്ച അയാൾ ഒരു വേവലാതിക്കാരനെപ്പോലെ ക്ഷമകേടോടെ നിൽക്കുന്നത് കണ്ടു. നീലനിറത്തിൽ കള്ളികളുള്ള ഷർട്ടിന് മീതെയായി പഴുപ്പ് നിറമായി മാറിയ മുണ്ടുടുത്തിരുന്നു. നിശ്ചലമായി കിടന്നിരുന്ന ആ വിശാലമായ ഹാളിന്റെ മുക്കിലും മൂലയിലുമായി അയാളുടെ കൂർമതയുള്ള കണ്ണുകൾ പരതിത്തെറിച്ചു നിന്നു.

ധൃതിയിൽ നടന്നിരുന്ന ഭക്തവത്സലം നടപ്പ് മെല്ലെയാക്കി. റോഡിന്റെ മറുവശത്ത് നിന്നും പെട്ടെന്നൊരാരവം. ഭക്തവത്സലം നടപ്പ് നിർത്തി ആരവം ശ്രദ്ധിച്ചു. സെക്കന്റ് ഹാന്റ് പീസുകൾ വിൽക്കുന്ന ഒരു കടയിൽ നിന്നാണ് ബഹളം. കടുത്ത സ്വരത്തിൽ ശകാരവും തർക്കങ്ങളും കേട്ടിരുന്നു. ഉന്തും തള്ളും പിടിവലികളുമായി അഞ്ചാറാളുകൾ നിരങ്ങിക്കൊണ്ടിരുന്നു. കടയിൽ പലപല വർണങ്ങളിൽ പലയിടങ്ങളിലായി ഹാങ്കറുകളിൽ ബനിയൻ തൂങ്ങിയാടുന്നുണ്ടായിരുന്നു. വാതിലിനരികിൽ ചിതറിവീണ് കിടന്നിരുന്ന ബനിയനുകളെ ഒരാൾ ശ്രദ്ധയോടെയെടുത്തു മടക്കി മൂലയിൽ ചേർത്തുവച്ചുകൊണ്ടിരുന്നു.

തുടുത്ത മുഖവും വെളുത്ത ശരീരവുമായി ഒരാൾ എന്തൊക്കെയോ പുലമ്പിയും അട്ടഹസിച്ചുംകൊണ്ട് പുറത്തേക്കു കടന്നുവന്നു. പെട്ടെന്ന് ആരോ ഒരാൾ അയാളെ ശക്തിയായി തള്ളി റോഡിലേക്കിട്ടു. റോഡിൽ നിന്നെഴുന്നേറ്റ അയാൾ നിന്നെന്തൊക്കെയോ ഹിന്ദിയിൽ വിളിച്ചുകൂവിക്കൊണ്ടിരുന്നു. ഹിന്ദിക്കാരനെ കവച്ചുവയ്ക്കുന്ന അട്ടഹാസത്തോടെ ഒരാൾ കടയിൽനിന്നും ചാടിയിറങ്ങി. അയാളുടെ ഷർട്ട് ബട്ടണുകൾ അഴിഞ്ഞുകിടന്നു. കൈത്തണ്ടയിൽ നിന്നും ഊരിപ്പോയ വാച്ച് അയാൾ ശ്രമപ്പെട്ടു വീണ്ടും കൈത്തണ്ടയിൽ കെട്ടുന്നുണ്ടായിരുന്നു. അയാളെ പ്രീതിപ്പെടുത്താനെന്നവണ്ണം രണ്ടുമൂന്ന് പേർ ഒച്ചവച്ചുകൊണ്ടിരുന്ന ഹിന്ദിക്കാരനെ തെരുവിലേക്ക് വലിച്ചിഴച്ചു. ഹിന്ദിക്കാരൻ കുതറിയും പിടിവിടുവിച്ചുംകൊണ്ടിരുന്നു.

നല്ല ചരക്കുകൾ സാമ്പിൾ കാണിച്ചു മുഴുവൻ സംഖ്യയും കൈപ്പറ്റി നാലാംതരം ചരക്കുകൾ അയച്ചതിനെ ചൊല്ലിയായിരുന്നു തർക്കം. സംഖ്യ നഷ്ടപ്പെട്ട ആൾ ബാംഗ്ലൂർവാസിയായ ഹിന്ദിക്കാരനും വഞ്ചന കാട്ടിയ ആൾ ഷർട്ട്ബട്ടണുകൾ അഴിച്ചുവച്ചവനുമായിരുന്നു. ഹിന്ദിക്കാരനെ മർദ്ദിച്ചവർ അയാളുടെ പിണിയാളുകളായ പണിയാളുകളും.

"സെക്കന്റ് പീസ് കലർത്തി വിറ്റാൽ മാത്രമെ നാല് കാശ് ചുളുവിൽ സമ്പാദിക്കാൻ സാധിക്കുകയുള്ളുവെന്ന് അറിഞ്ഞുകൊണ്ടുതന്നെ ചെയ്തതാണ്. വഞ്ചിക്കപ്പെടാൻ തയ്യാറില്ലെങ്കിലും, വഞ്ചിച്ചേ അടങ്ങൂ എന്ന് വാശിപിടിച്ചാൽ മാത്രമെ ഇവിടെ ഒന്നാമനാകാൻ സാധിക്കുക

യുള്ളൂ" ഭക്തവത്സലത്തെ നോക്കിയപടി ഒരാൾ പറഞ്ഞുപിടിപ്പിച്ചു. ഭക്തവത്സലം പുഞ്ചിരിക്കാൻ ശ്രമിച്ചു. പക്ഷെ അതു പുഞ്ചിരിയായിരുന്നില്ല.

ഹിന്ദിക്കാരന്റെ ആക്രോശധ്വനി അധികമായപ്പോൾ പെട്ടെന്ന് അയാളുടെ സമീപം ഒരു ഓട്ടോറിക്ഷ വന്നു നിൽക്കുകയും രണ്ടുപേർ ചേർന്ന് അയാളെ ഓട്ടോയിൽ തള്ളിക്കയറ്റിയതും ഒപ്പമായിരുന്നു. ചീറിപ്പാഞ്ഞ ഓട്ടോയുടെ ശബ്ദത്തിൽ ഹിന്ദിക്കാരന്റെ ശബ്ദങ്ങൾ ഒന്നുമല്ലാതെ അലിഞ്ഞ് ഇല്ലാതായി.

ഒരുവിധ വിരക്തിയുടെ മുഖചുളിവുകളോടെ ഭക്തവത്സലം നടന്നു നീങ്ങി. കമ്പനി കെട്ടിടത്തിനോടടുത്തപ്പോൾ കാത്തുനിൽക്കുന്നത് അച്ഛനാണെന്ന് മനസിലായി. അൽപ്പം ഉൾഭയം. അതോ മതിപ്പോ! മടക്കിക്കുത്തിയ മുണ്ടിന്റെ മടക്കഴിഞ്ഞത് ബഹുമാനത്താലാണോ?

"അച്ഛാ...." ഭക്തവത്സലം വിളിച്ചു. മകന്റെ മുഖത്തേക്ക് ഒരു നോട്ടമയച്ചുകൊണ്ട് അച്ഛൻ അൽപ്പനേരം നിന്നു. സ്നേഹവും വാത്സല്യവും കണ്ണുകളിൽ താളമിട്ടപ്പോൾ അയാളുടെ അധരങ്ങളിൽ ഒരു ചെറുപുഞ്ചിരി തത്തിക്കളിച്ചു. മഞ്ഞസഞ്ചി അയാളറിയാതെ വലതുകയ്യിൽ നിന്നും ഇടതുകയ്യിലേക്ക് മാറി.

"നാലഞ്ചു മണിക്കൂറായി വന്നിട്ട്. ഇരുന്നിട്ടേയില്ല" അകത്തുനിന്നും വിളിച്ചു പറഞ്ഞുകൊണ്ട് നാഗൻ പുറത്തേക്കു വന്നു.

"ഇരുത്താമായിരുന്നില്ലേ" ക്ഷിപ്രകോപത്തിൽ ഭക്തവത്സലം.

"അയ്യോ...പറഞ്ഞു....പറഞ്ഞു...ഇരുന്നില്ല. ആലോചനതന്നെ....ആലോചന" നാഗൻ സ്വയം തടിതപ്പി.

അച്ഛൻ മെലിഞ്ഞിരിക്കുന്നു. ഓരോ പ്രാവശ്യം വരുമ്പോഴും അച്ഛൻ മെലിഞ്ഞു മെലിഞ്ഞുവരുന്നു. പക്ഷെ ഒരു സമാധാനം. ആ മുഖം മ്ലാനമല്ല. ഒരു കസേര നീക്കിയപടി അച്ഛനെ അതിലിരുത്തി ഭക്തവത്സലം.

"കമ്പനിയിൽ......ജോലി....ഇല്ല....അല്ലേ"

"വളരെ കുറവാണച്ഛാ..."

കയ്യിലിരുന്ന ബനിയൻ തുണിയിലെ നൂലുകൾ ആവശ്യമില്ലാതെ നാഗൻ പറിച്ചുകൊണ്ടിരുന്നു.

"ഹേ...ഇതെന്താണ് നാഗാ...കയ്യുംവച്ചു ചുമ്മാതിരുന്നുകൂടെ. നൂലൊക്കെ പിഞ്ഞിവരുന്നല്ലോ. മുതലാളിയുടെ ശകാരം ദിവസക്കൂലി മാതിരി കിട്ടിക്കൊണ്ടിരിക്കണം അല്ലേ."

"എന്ത് ചെയ്യാൻ...എനിക്കിത് ശീലമായിപ്പോയി" നാഗൻ സത്യം പറഞ്ഞു.

ഭക്തവത്സലം ജ്യോതിമണിയെ ഓർമിച്ചു. അവളും ബനിയൻ തുണ്ടുകളിലെ നൂലൊക്കെ പറിച്ചു പറിച്ചുകൊണ്ടിരിക്കും. അവളുടെ തുടുത്ത മുഖത്തിൽ പലയിടങ്ങളിലായി പഞ്ഞിനൂലുകൾ പറ്റിപ്പിടിച്ചിരിക്കും. അതും ആ മുഖത്തിനൊരലങ്കാരം. ഭക്തവത്സലം അവളെ പരിഹസിക്കും. "എന്താ പൗഡർ വാങ്ങാൻ പണമില്ലേ" "മിച്ചപ്പെടുത്താൻ തന്നെ" അവൾ ചിരിച്ചുകൊണ്ട് പറയും.

ബനിയൻ നൂലുകൾ പറിച്ച നാഗന്റെ കൈവിരൽ നഖങ്ങൾ മിനുമിനുത്തിരുന്നു.

“അച്ഛാ...ആഹാരം എന്തെങ്കിലും കഴിക്കാൻ പോകാം” പെട്ടെന്ന് ഓർമ വന്നപോലെ ഭക്തവത്സലം.

“വേണ്ട...നിനക്കുംകൂടി ഞാൻ പുളിസാദം കൊണ്ടുവന്നിട്ടുണ്ട്”

അപകർഷതാബോധത്തിൽ ഭക്തവത്സലം തലതാഴ്ത്തി. ഇന്നലെയുംകൂടി സ്വാമിയപ്പനോടൊപ്പം നക്ഷത്രഹോട്ടലിൽ ഭക്ഷണം കഴിച്ചതയാൾ ഓർത്തു.

“വീട്ടിലെല്ലാവരും ക്ഷേമത്തോടെയല്ലേ അച്ഛാ...”

“ങ്ഹാ....ങ്ഹാ...നീ വരുന്നില്ലല്ലോ....പണം ഒന്നുമില്ലാതെ വെറുതേ വന്നിട്ടെന്തിനാണെന്നു കരുതിയാണ്” ഭക്തവത്സലം മടിച്ചു മടിച്ചു പറഞ്ഞു.

“പണം ആരും ചോദിക്കില്ലല്ലോ....ഞങ്ങളെയൊക്കെ കാണാനെങ്കിലും വന്നുകൂടെ.”

ഭക്തവത്സലം മൗനിയായി നിന്നു.

കവുങ്ങിൻപാളയിൽ ചോറ് പൊതിഞ്ഞുകൊണ്ടുവന്നിരിക്കുന്നു. പാളയുടെ പഴുപ്പ് നിറം കണ്ടപ്പോൾ ഭക്തവത്സലത്തിന് സ്വന്തംഗ്രാമത്തിന്റെ ഗതകാലസ്മൃതികൾ ഓർമവന്നു. പാള തുറന്നപ്പോൾ പുളിസാദത്തിന്റെ പുളിപ്പ് ഗന്ധം രസാനുഭൂതിയായി.

“അച്ഛൻ കഴിച്ചോളൂ...അച്ഛാ”

“എനിക്ക് മാത്രമെന്തിന്! നമുക്കൊരുമിച്ചുണ്ണാമെന്നു കരുതി കൊണ്ടുവന്നതാണ്.”

നാഗൻ പുളിസാദത്തിന്റെ മണം ശ്വാസത്തിൽ പിടിച്ചു.

ഭക്തവത്സലത്തിന് ചോറ് തൊണ്ടയിൽ കുരുങ്ങിയതുപോലെ. ഒരു വലിയ പാത്രം വെള്ളം അയാൾ കുടിച്ചു.

ഭക്തവത്സലത്തിന്റെ ഷർട്ടിൽ പടർന്നിരുന്ന അഴുക്ക് അയാൾ ശ്രദ്ധയോടെ നോക്കിയതിനുശേഷം “മറ്റെവിടെയെങ്കിലും ജോലിക്ക് ശ്രമിച്ചുകൂടെ”

“നോക്കണം....എല്ലായിടങ്ങളിലും പണി കുറവാണ്” പറഞ്ഞുനിർത്തിയപ്പോൾ ഒരു നെടുവീർപ്പും അകമ്പടി സേവിച്ചു.

ഒരു നിമിഷം മകനെ മാത്രം ഉറ്റുനോക്കിക്കൊണ്ട് അച്ഛൻ പറഞ്ഞു. “ആ പെണ്ണിന്റെ കാര്യത്തിൽ കട്ടായം വേണം. ആവശ്യമില്ലാതെ ഏടാകൂടത്തിൽ ചെന്നു ചാടരുത്”

ഭയന്നവനെപ്പോലെ ഭക്തവത്സലം നാഗനെ നോക്കി. നാഗന്റെ കണ്ണും കയ്യും പുളിസാദത്തിൽ മാത്രം.

കമുകിൻ പാളയുടെ വക്കുകളിൽ മുളക് കഷണങ്ങളും കറിവേപ്പിലകളും തങ്ങിനിന്നു.

പതിനെട്ട്

ലേബൽ ഒട്ടിച്ച് അയക്കാനുള്ള ബനിയൻ പീസുകൾ അവളുടെ മുന്നിൽ കൂമ്പാരമായി കിടന്നു. മൃദുവായ ആ തുണിക്കൂമ്പാരത്തെ ഒന്നു കെട്ടിപ്പിടിക്കണമെന്ന് ജ്യോതിമണിക്ക് തോന്നി. പലപ്പോഴും അങ്ങനെ ചെയ്തിട്ടുമുണ്ട്. ലേബൽ ഒട്ടിച്ചുതീർന്ന തുണിത്തരങ്ങൾ അടുത്ത സെക്ഷനിലേക്ക് ഒന്നിച്ചോ കൈവണ്ടിയിലോ അവൾ കൊണ്ടുപോകാറില്ല. കുറേശ്ശെ കുറേശ്ശെ നെഞ്ചോട് ചേർത്തമർത്തി അവൾ എത്തിച്ചു കൊടുക്കും. എപ്പോഴും അവൾക്കിതാണിഷ്ടം. എന്തൊരു മൃദുത്വം. അവ നെഞ്ചോടു ചേർത്തു പിടിക്കുമ്പോൾ മറ്റൊരു നഗ്നമേനിയെ അണച്ചുപിടിക്കുമ്പോഴുള്ള അനുഭൂതിയാണോ! നഗ്നത മറയ്ക്കാനുപകരിക്കുന്ന ലോലമായ, മിനുസമുള്ള ഈ തുണിത്തരങ്ങൾ കാണുമ്പോൾ അവളുടെ വിചാരങ്ങളിൽ നഗ്നശരീരങ്ങൾ പുളച്ചു നടക്കും...ഹോ...എന്തൊരു വിചിത്രമായ വിചാരങ്ങൾ.

മുഖം താഴ്ത്തി അവൾ തുണിത്തരങ്ങളെ വാസനിച്ചു. പുതുതുണികളുടെ വശ്യഗന്ധം. ഈ ഗന്ധം ഉൾവാങ്ങി പുതുവസ്ത്രങ്ങൾ ധരിക്കുമ്പോൾ ദേഹമാസകലം പടർന്നുകയറുന്ന ഒരുവിധ മാദകഗന്ധത്തിന്റെ ഉന്മാദലഹരി അവൾ ആസ്വദിച്ചു.

ലേബൽ ഒട്ടിക്കാൻ ആരംഭിക്കുമ്പോൾ വെവ്വേറെ വിധത്തിലുള്ള ലേബൽ റോളുകൾ സ്റ്റോർ റൂമിൽ നിന്നും വാങ്ങിവരണം. ലേബൽ റോളുകൾ കൊണ്ടുവരുമ്പോൾ ജ്യോതിമണി മനഃപൂർവ്വം ഒരു കുസൃതി കാണിക്കാറുണ്ട്. തുണിക്കൂമ്പാരത്തിന് മുകളിലായി ലേബൽ റോളുകൾ വിതറി വീഴ്ത്തും. തുണിക്കൂമ്പാരത്തിലും തറയിലുമായി ചിതറി വീണു കിടക്കുന്ന പല വർണങ്ങളിലെ, പല രൂപങ്ങളിലെ ലേബൽ റോളുകൾ അവൾ കണ്ട് രസിക്കും. പിന്നീട് അവകളെല്ലാം പെറുക്കിക്കൂട്ടി അടുക്കിവയ്ക്കും. വർണപ്പൊലിമകളിൽ വിവിധ രൂപഘടനകളിലുള്ള ലേബൽ റോളുകൾ കാണുമ്പോൾ അവകളെ നിർമിച്ച അദൃശ്യകരങ്ങളിൽ ചുംബിക്കുവാൻ അവളുടെ മനസ്സ് വെമ്പും. ഈ ലേബലുകൾ ഭംഗിയോടെ വൃത്തിയോടെ തുണികളിൽ ചേർത്തുവക്കുന്ന തന്റെ കൈകളിൽ ആരെങ്കിലും മുത്തം തരുമോ! തുടുതുടുത്ത മൃദുവായ അധരങ്ങൾകൊണ്ട് ആരെങ്കിലും മുത്തം തരുമോ! അവൾ മനസ്സ് നിറയെ ശബ്ദമില്ലാതെ വെറുതെ ചിരിക്കും.

വർണക്കൂട്ടുകളിൽ മുക്കി മുക്കിയെടുത്ത തുണികൾ. മനോഹരമായി മടക്കിമടക്കിവച്ച തുണികൾ. എണ്ണിത്തിട്ടപ്പെടുത്തി ഭദ്രമായി കെട്ടിവച്ച തുണികൾ. എല്ലാമെല്ലാം ജ്യോതിമണിക്ക് വിസ്മയകാഴ്ചകൾ. തുണികളിലെ ചായങ്ങൾ ഒട്ടുമൊത്തമായും ആകാശത്ത് നിന്നും കടം വാങ്ങിയതാണോ! സായന്തനങ്ങളിൽ ആകാശത്ത് ചിതറിത്തെറിച്ചു നിൽക്കുന്ന വർണഭേദങ്ങൾ ഒരു കൊച്ചുകുട്ടിയെപ്പോലെ അവൾ പലപ്പോഴും നോക്കി നിൽക്കാറുണ്ട്. ഒരു വർണത്തിനു മേൽ പടർന്നു കയറുന്ന മറ്റൊരു

വർണത്തെ അവൾ അതിശയത്തോടെ കണ്ട് നിൽക്കാറുണ്ട്. ആ കൂട്ടു വർണങ്ങൾക്കൊക്കെയും തന്നെ ജ്യോതിമണി ഓരോ പുതിയ പേരുകൾ മനസിൽ കുറിച്ചുവക്കും. സ്ത്രീലിംഗ പേരുകളായിരിക്കും അധികവും. വർണങ്ങളുടെ സ്വതസിദ്ധപേരുകൾ അവൾ മറന്നുകളയും.

ഒരു ദിവസം എത്ര ലേബലുകൾ വയ്ക്കാനാവും. നൂറ് ഡസൻ. ആഴ്ചയിൽ എഴുന്നൂറ് മുതൽ ആയിരം ഡസൻ. ഒരു മാസമാകുമ്പോഴേക്കും അയ്യായിരം ഡസനുകൾ. വർഷത്തിൽ സുമാർ അറുപതിനായിരം ഡസനുകളിൽ തന്റെ കൈകളാൽ ലേബലുകൾ തുണികളിൽ ചാർത്തിയിരിക്കും. ഹായ്.....ഹായ്....കണക്കുകളിൽ കുതൂഹലം. ഈ അറുപതിനായിരം ഡസനുകളിൽ അധികവും വിദേശ കയറ്റുമതികൾ. ഇവകൾ ധരിക്കുന്ന ഏതെങ്കിലും വിദേശിയെ ജീവിതത്തിൽ ഒരിക്കലെങ്കിലും പരിചയപ്പെടാനിടവരുമോ? പുതിയ ബനിയനുകൾ, പുതിയ ടീഷർട്ടുകൾ വാങ്ങുമ്പോൾ ആ വിദേശിയുടെ മുഖത്തെ ഭാവചലനങ്ങൾ കണ്ടു രസിക്കാനാകുമോ? ജ്യോതിമണിയുടെ വിനോദചിന്തകൾ ഈവിധത്തിൽ അലഞ്ഞുനടന്നു. പുതിയ തുണികൾ വാങ്ങുമ്പോൾ താനെന്തുമാത്രം ആഹ്ലാദിക്കുന്നു. അതുപോലെയായിരിക്കില്ലെ അവർക്കും. വിശേഷിച്ചു കുഞ്ഞുങ്ങളായാലോ! അവർ തുള്ളിച്ചാടുകയില്ലേ! റോസ് കലർന്ന വെളുപ്പ് നിറത്തിൽ തുടുത്തുവീർത്ത കവിളുകളും കൊച്ചരിപ്പല്ലുകളുമായി ചിരിച്ചു മയക്കുന്ന വിദേശ കുഞ്ഞുങ്ങൾ. സിനിമകളിൽ കണ്ടിട്ടുള്ള അത്തരം കുഞ്ഞു മുഖങ്ങൾ ജ്യോതിമണി മനസിന്റെ കണ്ണാടിയിൽ നോക്കി നോക്കി രസിച്ചു.

ഫേബ്രിക്കേഷനിൽ ഓടുന്ന വെറും നൂലിഴകൾ സഞ്ചാരപാതവിട്ടിറങ്ങുമ്പോൾ തുണികളായി രൂപാന്തരപ്പെടുന്ന ഇന്ദ്രജാലം അവൾ നിരന്തരമെന്നോണം ആലോചിക്കാറുണ്ട്. നൂലിഴകളേയും തുണികളേയും അവൾ തൊട്ടുതൊട്ടു നോക്കും. സ്ക്രീൻപ്രിന്റിങ് നടക്കുമ്പോൾ ചായക്കൂട്ടുകൾ ചെറിയ ചെറിയ കുഴലുകളിൽ നിന്നും ഊറി ഊറി വരുന്നതും അവൾ രസിച്ചിരിക്കും. സ്ക്രീൻപ്രിന്റിങ് ചെയ്തു കഴിയുമ്പോൾ കാണുന്ന വർണരാജികളുടെ പൊലിമ പ്രകാശധാരകളായി അവളുടെ വിടർന്ന മിഴികളിലെത്തും. അതോടൊപ്പം അവളുടെ മനസും വിചിത്രമായൊരു ആസ്വാദനരീതിയിൽ എത്തിച്ചേരും. തന്റെ മാദകമേനിയെ ആ വർണക്കൂട്ടുകളുമായി താരതമ്യപ്പെടുത്തിക്കൊണ്ടുള്ള സ്വയം ആസ്വാദനം. നിറക്കൂട്ടുകൾ തുണിത്തരങ്ങളിൽ ആലേഖനം ചെയ്യപ്പെടുന്ന ചിത്രങ്ങളും ലിപികളും അവൾക്ക് അത്ഭുതക്കാഴ്ചകളായിരുന്നു. ജപ്പാൻ, ചീന മൊഴികളിലെ ഗോപുരസമാനമായ ലിപികൾ അവൾ കൗതുകത്തോടെ വീക്ഷിക്കും. മനസിലാവാത്ത ഇംഗ്ലീഷ് വാക്കുകൾ അവൾ ആരോടെങ്കിലും ചോദിച്ചു മനസിലാക്കും. അടിവസ്ത്രങ്ങളായതുകൊണ്ട് ചിലപ്പോൾ ലൈംഗികപദങ്ങളുടെ ചേരുവകളും ഉണ്ടാകും. ചില സമയങ്ങളിൽ പരിഭാഷ നടത്തുന്നവർ ദ്വയാർഥ പദങ്ങളുടെ കുസൃതിയും കൺജാലങ്ങളും കാണിച്ചെന്നിരിക്കും. ജപ്പാൻകാരും ചീനക്കാരും യൂറോപ്യ

ന്മാരും ഇങ്ങനൊന്നും ചിന്തിച്ചു കാണില്ല. അവരൊക്കെയും തന്നെ സംസ്കാരസമ്പന്നരായിരിക്കുമെന്നവൾ വിശ്വസിച്ചുപോന്നു.

"ആ ചീനവാക്കുകളുടെ അർഥമെന്തായിരിക്കും"

"ഹേയ്....ചീന അക്ഷരങ്ങളായിരിക്കില്ല."

"ഇല്ലല്ലോ...ചീന അക്ഷരങ്ങളാണെന്ന് ഇവിടെ ആരോ പറഞ്ഞല്ലോ"

"ചീനക്കാരും ഇത്തരം തുണികൾ ഉണ്ടാക്കുന്നുണ്ട്. നമ്മേക്കാളും മികച്ചതും മനോഹരവുമായത്. ഈ ചരക്കുകൾ അതുകൊണ്ട് അവർക്ക് ആവശ്യം വരില്ല. മറ്റേതെങ്കിലും നാട്ടിലേക്കാവാം. പക്ഷെ കട്ടായം പറയാനും വയ്യ കേട്ടോ! കാരണം ഈ അക്ഷരങ്ങളും ഗോപുരം പോലെ തന്നെയാണുള്ളത്. പക്ഷെ ഒന്നു പറയാം. ജർമൻ അക്ഷരങ്ങളും ഫ്രഞ്ച് അക്ഷരങ്ങളും ഏകദേശം ഇംഗ്ലീഷുപോലെ തന്നെ തോന്നിക്കും."

"ഹോ...അങ്ങനെയാണോ! ഞാനൊരു മണ്ടി. എന്റെ ധാരണ നമ്മുടെ ഭാഷയും ഇംഗ്ലീഷും മാത്രമാണ് ലോകം മുഴുവനും സംസാരിക്കുന്നതെന്നാണ്." വിരൽനഖം കടിച്ചുകൊണ്ട് ജ്യോതിമണി പറഞ്ഞു.

"ഓഹോ...അങ്ങനെയെങ്കിൽ ജർമനിയിൽ നിന്നും വരുന്ന കച്ചവടക്കാരോട് നിനക്ക് തമിഴിൽ സംസാരിച്ചു വ്യാപാരം നടത്താമല്ലോ."

"അങ്ങനെ ആരെങ്കിലും വന്നാൽ എന്റെ പക്കൽ അയക്കണേ" ജ്യോതിമണിയും കളി പറഞ്ഞു.

"ങ്ഹാ...ങ്ഹാ...നിന്റെ സൗന്ദര്യത്തിൽ മയങ്ങി മയങ്ങി ഇടറി വീഴും"

ഉൾമയക്കം ഉണ്ടെങ്കിലും പുറത്തുകാണിക്കാതെ "ഹോ...പരിഹസിക്കല്ലെ...എനിക്കെന്ത് സൗന്ദര്യം."

"ങ്ഹും...സുന്ദരിയാണെന്ന് പറയാതെ പറയുന്നതല്ലെ." കളിയാക്കിയെങ്കിലും കാര്യത്തിൽ തന്നെ "ങ്ഹാ...നീ സുന്ദരി തന്നെ. കറുപ്പിന് ഒരു പ്രത്യേക അഴകുണ്ട്"

"ങ്ഹും...പ്രിന്റ് ചെയ്ത ബനിയൻപോലെ."

"മണ്ടീ...അതൊക്കെ ചായക്കൂട്ടുകളുടെ വിഷവെള്ളത്തിൽ മുക്കിയെടുത്തതാണ്. നാക്ക് പുറത്തേക്ക് നീട്ടിയ പാമ്പിന്റെ അഴക്. പെൺശരീരമാണ് പ്രപഞ്ച സൗന്ദര്യം." അവൾ ചായശാലയിലെ ഫിലോസഫർ ആയി.

സഹപ്രവർത്തകയുടെ ഫിലോസഫി ജ്യോതിമണിയിൽ ഏശിയില്ല. ബനിയൻ തുണിത്തരങ്ങളുടെ ആകർഷണവലയത്തിൽ അവൾ മുഴുകിയിരുന്നു.

വിവിധ വർണങ്ങളിലെ ചിത്രങ്ങൾ പ്രിന്റ്ചെയ്ത ബനിയനും മൃദുവായ പെറ്റിക്കൊട്ടും കോളർ ഷർട്ടും ധരിക്കണമെന്ന ആഗ്രഹം ജ്യോതിമണി പറഞ്ഞു.

"ഹോ....പുടവയില്ലാതെയോ" സഹപ്രവർത്തക ആശ്ചര്യപ്പെട്ടു.

"വീട്ടിലും പാടില്ലേ"

"ഓ....അതാവാം"

"ഇല്ല....ഇല്ല....എല്ലായിടങ്ങളിലും എപ്പോഴുമെപ്പോഴും ഇതിട്ട് നട

ക്കണം" ഒരു കൊച്ചുകുട്ടിയുടെ നിർബന്ധത്തിൽ ജ്യോതിമണി പറഞ്ഞു പോയി.

"ങേ"....ആശ്ചര്യത്തോടെ സഹപ്രവർത്തക അവളെ നോക്കി.

പത്തൊൻപത്

അലക്കുകല്ലിന്മേൽ ആയാസമെന്യെ ഭക്തവത്സലം ഇരുന്നു. സോപ്പു പതയുടെ മിനുമിനുപ്പ് തട്ടി കല്ല് വെളുത്തിരുന്നു. കൃത്യമായി വെട്ടിയെടുക്കാത്ത ചതുരാകൃതിയിൽ കല്ല് കിടന്നു. മേൽക്കല്ലിനെ താങ്ങി അഞ്ചാറ് ചെറുകല്ലുകളും കിടന്നിരുന്നു. ഭൂമി തൊട്ട ചെറുകല്ലിന് സ്ഥാനഭ്രംശം നേരിട്ടാൽ മേൽക്കല്ലടക്കം എല്ലാം തലകീഴായി വീഴും. താനും വീഴുമോ!

തന്റെ ജീവിതം താളംതെറ്റിയ ട്രപ്പീസ് കളി പോലെയായെന്നോർത്തപ്പോൾ ഭക്തവത്സലം മൗനം കടംവാങ്ങി. ഓർമകളിൽ പുഴുക്കൾ അരിച്ചിറങ്ങുന്നു. തലച്ചോറിൽ ഇനിയും ഇടമില്ലാതാക്കുന്ന ഓർമകൾ. ഒടുവിൽ ഒരു പരിഹാസച്ചിരി വരുത്തിയപ്പോൾ അതിൽ കയ്പ് രസം കലർന്നിരുന്നു.

കമറലാന ബീഡിയുടെ രൂക്ഷഗന്ധം പുകയായി തുപ്പിക്കൊണ്ട് വേലുസ്വാമി കടന്നുപോയി. ഫുൾകൈ വെള്ളഷർട്ടും മുണ്ടും അയാളുടെ ശരീരം മുഴുവനായും മറച്ചുവച്ചിരുന്നു. ഷർട്ട് പുറത്തേക്ക് പോകുമ്പോൾ മാത്രമാണ്. അല്ലാത്തപ്പോഴൊക്കെയും അയാളുടെ ശരീരം മുഴുവനായി മറച്ചിരുന്നത് ഒരു വെള്ളത്തുണിയായിരുന്നു.

വേലുസ്വാമി ഒരു ചായശാലയിൽ ജോലിചെയ്യുന്നു. മുഴുവനായും വ്രണങ്ങൾ നിറഞ്ഞതാണയാളുടെ ശരീരം. ചലവുംചോരയും പൊട്ടിയൊലിക്കുന്ന വ്രണങ്ങൾ. ചായശാലകൾ നൽകുന്ന സമ്മാനം. ആദ്യമാദ്യം ഒന്നുരണ്ടിടങ്ങളിൽ കാണപ്പെട്ട വ്രണങ്ങൾ കാലക്രമേണ ദേഹം മുഴുവനായും പടർന്നു കയറി. പൊട്ടിയൊലിച്ചു വ്യാപിച്ചതാണ്. ചില വ്രണങ്ങൾ കറുത്തു കരുവാളിച്ചിരിക്കും. ചിലതു വിണ്ടുകീറി ചലമൊലിപ്പിച്ചിരിക്കും. കാറ്റടിച്ചാൽപോലും നീറിപ്പുകയുന്ന വേദന. രാത്രികാലങ്ങളിൽ അധികവേദന. വേദനകൊണ്ട് പുളയുമ്പോൾ സൗന്ദരി ചാരായം വാങ്ങിവന്ന് ഭർത്താവിനെ കുടിപ്പിക്കും. വേദനയുടെ തളർച്ചയിൽ വേലുസ്വാമി മയങ്ങുമ്പോൾ ഗതകാലസ്മരണകളുമായി സൗന്ദരി ഭർത്താവിന് കാവലിരിക്കും.

ഒരേ ചായശാലയിൽ ഒന്നിച്ചു ജോലി ചെയ്ത് ഒന്നിച്ചു ജീവിക്കാൻ പ്രതിജ്ഞയെടുത്തവർ. വേലുസ്വാമിയും സൗന്ദരിയും.

കെമിക്കലുകൾ യഥാവിധി കലക്കി ചേരുവകളുണ്ടാക്കി വയ്ക്കേണ്ട ജോലിയായിരുന്നു വേലുസ്വാമിക്ക്. പല സന്ദർഭങ്ങളിലും വെറും കയ്യിൽ കലക്കേണ്ടിവരും, രസായനശാസ്ത്രത്തിന്റെ വിധിമുറകൾ പാലിക്കാതെ തന്നെ. കയ്യുറകൾ ധരിക്കാൻ വേലുസ്വാമി മടികാണിച്ചിട്ടുള്ളതും സൗന്ദരി ഓർത്തുപോയി.

"കെമിസ്റ്റ്" എന്ന തസ്തികപോലും പല കമ്പനികളിലും ഉണ്ടാകാറില്ല. കെമിസ്ട്രിയിൽ ബിരുദമുള്ളവർക്ക് അധിക ശമ്പളം കൊടുക്കേണ്ടിവരും. വേലുസ്വാമി പോലുള്ളവർ ഉള്ളപ്പോൾ അതെന്തിന്! പരിശോധനയ്ക്കെത്തുന്ന ഉദ്യോഗസ്ഥർക്കും അതറിയാം. കള്ളമാണെന്നറിഞ്ഞു കൊണ്ട് തന്നെ കാശുംവാങ്ങി റിപ്പോർട്ടെഴുതിവച്ച് അവർ കടന്നുപോകും. "കെമിസ്റ്റ്" എന്ന തസ്തികയിൽ വേലുസ്വാമിയെപ്പോലുള്ളവർ വ്രണങ്ങൾ ഏറ്റുവാങ്ങാൻ ജോലിചെയ്തുകൊണ്ടിരിക്കും.

കെമിക്കലുകൾ അധികമായാലും കുറഞ്ഞുപോയാലും ആപത്താണ്. ചിലപ്പോൾ തുണികൾ വെന്തുപോകും. നിറങ്ങളിൽ വ്യത്യാസം കണ്ടെന്ന് വരും. പുള്ളിക്കുത്തുകളും ഡിസൈൻ മാറ്റങ്ങളും ഉണ്ടാകും. ശ്രദ്ധിച്ചു വേണം കെമിക്കൽ മിശ്രിതങ്ങൾ ഉണ്ടാക്കുവാൻ. അല്ലെങ്കിൽ ചായംപുരണ്ട കൈകൾ കഴുകുന്ന ലാഘവത്തോടെ ഉള്ള ജോലിയും പോകും.

വേലുസ്വാമിയുടെ കൈപ്പത്തികളും കൈത്തണ്ടകളും പലവർണ മിശ്രിതമായിരിക്കും. തേഞ്ഞുപോയ കൈപ്പത്തികൾ. കൈരേഖകൾ മാഞ്ഞുപോയ കൈപ്പത്തികൾ കൈവെള്ളകളിൽ മഷിപുരട്ടി കളിക്കുന്ന കുട്ടിയെപ്പോലെയായിരിക്കും ചിലപ്പോൾ വേലുസ്വാമി.

ഇതൊക്കെ സഹിക്കാം. പക്ഷെ രാത്രികളിലെ നിലവിളികൾ....

"സൗന്ദരീീീ......വയ്യ.....വയ്യ...സഹിക്കാനാവുന്നില്ലാാാ...."

"ഒന്നു സമാധാനപ്പെടൂ....ഒന്നും വരില്ല. ബീഡിയോ....സിഗരറ്റോ... വലിക്കൂ...അൽപ്പം ആശ്വാസം കിട്ടും....."വേദനയോടെ സൗന്ദരി പറയും.

"കുറയുന്നില്ല.....കുറയുന്നില്ല...ചുട്ടു നീറുന്നു...."

"ചാരായം...വാങ്ങി വരട്ടെ" വിതുമ്പലോടെ സൗന്ദരി.

"വേണ്ട....വേണ്ട....രണ്ട് കവിൾ കെമിക്കൽ തന്നെ തരൂ...രണ്ട് നിമിഷത്തിൽ എല്ലാം തീരും. ചായത്തിന്റെ മണമുള്ള ഈ തറയിൽ കിടന്ന്.... എനിക്ക് ഉരുളണം. വേപ്പിലയും മഞ്ഞളും അരച്ചു നീ പുരട്ടിത്തരുന്ന മരുന്നിന് ശക്തിപോരാ....പരിച്ചിലും പുകച്ചിലും തന്നെ. താ...താ... എനിക്ക് കെമിക്കൽ കുടിക്കാൻ താ....താ...."

ചായശാലയിൽ വേലുസ്വാമിയുടെ സഹായിയായിരുന്നു സൗന്ദരി. സഹായി കാമുകിയായി. മൂന്നു വർഷങ്ങൾക്ക് ശേഷം ഭാര്യയുമായി.

വിവാഹത്തിന് ശേഷം മറ്റെവിടെയെങ്കിലും ജോലിക്ക് പോകാമോ എന്നും വേലുസ്വാമി ആലോചിക്കാതിരുന്നില്ല. പക്ഷെ മധുവിധു നാളുകളുടെ സ്വാരസ്യവും മധുരവും അത്തരം ആലോചനകൾക്ക് പോലും ഇടം നൽകിയില്ല. ആപത്തിന്റെ അകമ്പടിക്കാർ പുറകിലുണ്ടെന്നറിഞ്ഞിട്ടുപോലും വേലുസ്വാമിക്ക് സൗന്ദരി തന്നെയായിരുന്നു ലഹരി. സൗന്ദരിയെ കെട്ടിപ്പിടിച്ചുറങ്ങുന്ന ഉന്മാദ രാത്രികൾ മാത്രം അയാളുടെ ചിന്തയിൽ നിരന്തരമായി ഉടക്കി നിന്നു. കെമിക്കലുകളുടെ രൂക്ഷഗന്ധം മറന്ന് അയാൾ സൗന്ദരിയുടെ മാദകഗന്ധം മാത്രം ശ്വസിച്ചുറങ്ങി.

അപായമുള്ള ചായങ്ങൾ കലക്കുമ്പോഴും അവകൾ വിനിയോഗം

ചെയ്യുമ്പോഴും അപകടരൂക്ഷഗന്ധം ശ്വസിക്കുമ്പോഴും വേലുസ്വാമി പതറിപ്പോകും. തനിക്കെന്തെങ്കിലും സംഭവിക്കുമോ! കണ്ണുകളിൽ നിന്നും വെള്ളം ചാടും. കാഴ്ചശക്തി ഇല്ലാതാകുമോ?

വ്രണങ്ങൾ ചെറുതും വലുതമായി വിണ്ടുകീറിയും കരുവാളിച്ചും ദേഹം മുഴുവൻ പടർന്നുകയറിയപ്പോൾ വേലുസ്വാമിക്ക് ജോലി ഉപേക്ഷിക്കേണ്ടതായി വന്നു. ജോലിസ്ഥലത്തുനിന്നും കിട്ടിയ രോഗം ജോലി ഉപേക്ഷിക്കാനും ഇടയാക്കി.

ഭക്തവത്സലം ഒരിക്കൽ വേലുസ്വാമിയോട് അയാളുടെ കമ്പനിയിൽ ജോലികിട്ടുമോ എന്നന്വേഷിക്കുകയുണ്ടായി. വേലുസ്വാമി ഭക്തവത്സലത്തെ ഒന്നു തറപ്പിച്ചു നോക്കിയതിനുശേഷം തന്റെ ഷർട്ടഴിച്ചു മാറ്റി. സ്വന്തം ശരീരത്തിൽ അവിടവിടെയായി ചൂണ്ടുവിരൽകൊണ്ടു കുത്തി നോവിച്ചുകൊണ്ട് ചോദിച്ചു. "നിന്റെ ശരീരം ഇതുപോലാകണമോ...പറയൂ...വേണ്ട... വേണ്ടാ....നിനക്ക് ജോലി വേണ്ടാ...."

വ്രണങ്ങൾ പുകഞ്ഞു നീറുമ്പോൾ ഷർട്ടഴിച്ചു ദൂരെ എറിഞ്ഞുകൊണ്ട് വേലുസ്വാമി ഭാര്യയോട് ചോദിക്കും "നീ ഈ ശരീരം കണ്ടാണോ...എന്നെ സ്നേഹിച്ചത്....മോഹിച്ചത്..."

ഗദ്ഗദത്തോടെ അവൾ പറയും "എന്തിനിതൊക്കെ ചിന്തിക്കുന്നു. എനിക്ക് എപ്പോഴും ആ മനസ്സ് മതി."

"ദൈവീകസ്നേഹം....എന്നാണോ! ഇനിയെത്രനാൾ ഈ പുഴുത്തു നാറിയ ശരീരം."

"എന്തിനിങ്ങനെയൊക്കെ പറയുന്നു."

"ഒരു പെണ്ണിന് എന്തൊക്കെ ആഗ്രഹങ്ങൾ ഉണ്ടാകും. അതെല്ലാം ത്യാഗം ചെയ്ത് എന്നോടൊപ്പമുള്ള നിന്റെ ജീവിതം...ഇനിയും നിനക്കതിന് സാധിക്കുമോ."

"ഞാൻ നിങ്ങളെ ഉപേക്ഷിച്ചു പോകുമെന്നു നിങ്ങൾക്ക് തോന്നുന്നുണ്ടോ..."കരച്ചിലോടെ അവൾ തുടർന്നു. "ഹില്ല....ഹില്ല... ഒരിക്കലുമില്ല."

"എന്റെ വേദന നിന്നെ ഓർത്തുള്ളതാണ്" ഇടറിയ തൊണ്ടയോടെ വേലുസ്വാമി പറഞ്ഞു.

"വേണ്ട...വേണ്ട...അങ്ങനെ ഓർക്കരുത്. നമുക്കിവിടംവിട്ട് പോകാം. ഒരുപക്ഷെ നിങ്ങൾക്കൊരാശ്വാസമാകും."

"എവിടെ പോകാനാണ് സൗന്ദരി. എനിക്കെവിടെ ജോലി കിട്ടാനാണ്. ശരീരം നാറിപ്പുഴുത്താലും ഈ നാട്ടിലാകുമ്പോൾ കുഴപ്പമില്ല. ചാരായം മോന്തുമ്പോൾ നാറ്റം ഇല്ലാതാകും. അന്യനാട്ടിലാകുമ്പോൾ ദുർഗന്ധം മൂലം എന്നെ ആരും അടുപ്പിക്കുകയില്ല."

സൗന്ദരി നെടുനേരം ഭർത്താവിനെ നോക്കി. അവളുടെ മുഖം ചുവന്നു തുടുത്തു. അധരങ്ങൾ വിറപൂണ്ടു. മേൽച്ചുണ്ടിന് മുകളിൽ വളർന്നുനിൽക്കുന്ന നനുനനുത്ത രോമങ്ങളിൽ അരിമണിപോലെ വിയർപ്പുതുള്ളികൾ ഒട്ടിനിന്നു. കാതുകളിൽ ആരംഭിച്ച് കവിളോരങ്ങ

ളിൽ പടർന്നുനിൽക്കുന്ന രോമരാജികൾ അവളുടെ മുഖലാവണ്യം വർദ്ധിപ്പിച്ചു.

വേലുസ്വാമി ആ മുഖത്തേക്കുറ്റുനോക്കി. ആ നോട്ടത്തിൽ അയാളിലെ ഉൾക്കൊതി തെളിഞ്ഞു. ഒടുവിൽ ഒരു നെടുവീർപ്പോടെ അയാൾ മാനം നോക്കിനിന്നു.

മനസിന്റെ ഉൾപ്പുണ്ണുകൾ അവളെ കുലുങ്ങിക്കുലുങ്ങി കരയാനനുവദിച്ചു. മാനം കറുത്തിരുണ്ടിരുന്നു. വിഷാദത്തോടെ വീശിയടിച്ച മഴക്കാറ്റ് അവളുടെ മിഴിനീരൊപ്പി. ചേലത്തലപ്പുകൾ വാരിപ്പുതച്ചുകൊണ്ട് കലങ്ങിയ കണ്ണുകളുയർത്തി അവൾ മേലോട്ട് നോക്കി.

കരയാനാരംഭിച്ച മാനം അവളുടെ മേനിയിൽ തേൻതുള്ളികൾ വർഷിച്ചു.

ഇരുപത്

ചായക്കൂട്ടുകൾ ഒഴുകിയൊഴുകി ഓവുചാലുകൾ നിറം മാറി കാണപ്പെട്ടു. കറുപ്പും ചുവപ്പും നീലയും പച്ചയും വർണങ്ങളിൽ ഓവുചാലുകൾ മിനുങ്ങി മിനുങ്ങി നിന്നു. വെള്ളത്തിന്റെ ഒഴുക്കിലും കുതിച്ചു ചാട്ടത്തിലും പാത്തികൾ കെട്ടാത്ത ഓവുചാലുകളുടെ വശങ്ങൾ നനഞ്ഞും കുതിർന്നുമിരുന്നു. നനഞ്ഞു കുതിർന്ന ഓവുചാലിന്റെ വശങ്ങളിൽ നടക്കുമ്പോൾ കാലുകൾ പൂണ്ടുപോകാതിരിക്കാൻ അവിടവിടെ ചെറിയ ചെറിയ കല്ലുകൾ കാണാനുണ്ടായിരുന്നു. ഓവുചാലിന്റെ മാലിന്യങ്ങളിൽ പാദങ്ങൾ പതിയാതിരിക്കാൻ നടക്കുന്നവർ കാൽപ്പാദങ്ങൾ കല്ലുകളിൽ ഊന്നി ഊന്നി കടന്നുപൊയ്ക്കൊണ്ടിരുന്നു. ചില കല്ലുകൾ ഈറൻ മണ്ണിൽ പുതഞ്ഞുകൊണ്ടിരുന്നു. കല്ലുകൾക്ക് ഈറൻപശ കുളിർമ്മ നൽകിക്കൊണ്ടിരുന്നതായി തോന്നി. കിരീടക്കല്ലുകൾപോലെ അവയിൽ പലതും പ്രകാശിച്ചുകൊണ്ടിരുന്നു. ഓവുചാലുകളുടെ ഓരങ്ങളിൽ അപൂർവം ചില ചെടികളും മുളച്ചുപൊന്തിയിരുന്നു. കറുത്ത ഓവുചാലുകൾക്ക് പച്ചപ്പൊട്ടുകൾ പോലെ അവ തിളങ്ങി.

വടക്കേമൂലയിൽ നിന്നും ഒരു കുട്ടി ഓടിവന്ന് ഓവുചാലിന്റെ ഓരത്തു നിന്നു. പിന്നീട് ഈറൻ ഓരങ്ങളിൽ അവൻ മെല്ലെ മെല്ലെ നടക്കാനാരംഭിച്ചു. അവന്റെ നടത്തം തത്തക്കാ...പുത്തക്കാ ആയിരുന്നു. പെട്ടെന്നൊരിടത്ത് അവന്റെ കാലുകൾ പൂണ്ടിറങ്ങി. സാഹസമെന്നോണം കാൽ വലിച്ചെടുത്തപ്പോൾ മുട്ടിന്റെ മുകൾഭാഗംവരെ ഓവുചാലിലെ മാലിന്യം കറുത്ത നിറത്തിൽ തിളങ്ങി.

അപ്പോൾ മാത്രം അവന്റെ സമീപമെത്തിയ മറ്റൊരു കുട്ടി ഹായ്... ബൂട്ട്സ്....ബൂട്ട്സ് എന്നുച്ചത്തിൽ വിളിച്ചുകൂകി.

"എന്റെ ബൂട്ട്സ്...നന്നായിട്ടുണ്ടോ!"

"കറുത്ത ബൂട്ട്സ്...എനിക്ക് കറുപ്പിഷ്ടമല്ല"

"എനിക്കും കറുപ്പിഷ്ടമല്ല. വേറെ കളർ ബൂട്ട്സിടാം"

അവൻ ഓവുചാലിൽ ഒരു ദീർഘവീക്ഷണം നടത്തി. വെങ്കി വീട്ടിലെ കക്കൂസിൽനിന്നും കുളിമുറിയിൽനിന്നും മാലിന്യജലം ഒഴുകി ഓവുചാൽ നിറഞ്ഞു പതയുന്നു. ഒന്ന് രണ്ട് കീറിപ്പറിഞ്ഞ ഷഡ്ഡികൾ അഴുക്ക് പുതച്ചു ഒഴുകിയെത്തി. ആ മാലിന്യജലത്തിന് ഇളംചുവപ്പുനിറമായിരുന്നു. കുട്ടി അൽപ്പം നീങ്ങി അവന്റെ കാലുകൾ ഈറമണ്ണിൽ പൂഴ്ത്തി. ഈറമണ്ണിൽ നിന്നും വലിച്ചൂരിയെടുത്ത വലതുകാലിൽ ചുവപ്പ് ബൂട്ട്സ്. അവന്റെ കണ്ണുകളിൽ അഭിമാനപ്പൂത്തിരി കത്തി.

"ഇപ്പോഴെങ്ങനെ....ഇതാ...ചുവന്ന ബൂട്ട്സ്."

"ങ്ഹാ...ങ്ഹാ...നന്നായിരിക്കുന്നു."

"ഈ ബൂട്ട്സിന്റെ വിലയെന്താണെന്നറിയാമോ!"

"എന്ത് വില"

"നിന്റെ അച്ഛന്റെ സ്കൂട്ടറിന്റെ വില"

"ങേ! അത്ര വിലയോ...നീ മാത്രം ബൂട്ട്സിട്ടാൽ മതിയോ! ഞാനും ബൂട്ട്സിടട്ടെ!"

അവൻ അൽപ്പം മുന്നോട്ട് നീങ്ങി ഈറമണ്ണിൽ കാൽപൂഴ്ത്തി. ഒരു താങ്ങലായി മറ്റവന്റെ കൈപിടിച്ചു കാലുയർത്തിയപ്പോൾ കാലിൽ ബൂട്ട്സ്. ചുവപ്പ് കളർ ബൂട്ട്സ്.

"തെറ്റി....തെറ്റി...എന്റെ ബൂട്ട്സിനാണ് നല്ല ചുവപ്പ് നിറം. നിന്റേത് ചുവപ്പും കറുപ്പും കലർന്ന ബൂട്ട്സ്."

"ങ്ഹാ...അത് സാരമില്ല. വേണമെങ്കിൽ ബൂട്ട്സിന്റെ കളർ ഇനിയും മാറ്റാം."

തുള്ളിക്കുതിച്ചുകൊണ്ട് ഈറമണ്ണിൽ കാലുകൾ താഴ്ത്തിയപ്പോൾ പിന്നിൽ നിന്നും ഒരു അശരീരി ശബ്ദം "എന്താടാ...ഇത്...അഴുക്കിലും ചെളിയിലും കാലിട്ട് കളിക്കുന്നോ" ഓടിവന്ന പെണ്ണ് പെട്ടെന്നു നിന്നു കിതച്ചു. മഞ്ഞച്ചരടിൽ കെട്ടിക്കോർത്ത താലിക്കൊടി അവളുടെ മാറിനിരുവശവും ചാഞ്ചാടി. അവളതിനെ മാറിടമധ്യത്തിൽ തിരുകിവച്ചു. ഈറൻ തലമുടിയിൽ ചുരുട്ടിക്കെട്ടിവച്ചിരുന്ന തോർത്ത് അഴിഞ്ഞ് അവളുടെ ചുമലിൽ ഊർന്നിറങ്ങി.

"ഒന്നുമില്ലമ്മേ....ബൂട്ട്സിടുകയാണ്"

"ബൂട്ട്സോ...ഈ നാറിയ ചെളിക്കുണ്ടിലോ"

അറപ്പും അരിശവും അവർക്കുണ്ടായി.

"നോക്കൂ...നോക്കൂ....കളർ...കളർ ബൂട്ട്സ്."

കുട്ടി കാലുകൾ രണ്ടും മാറി മാറി ഉയർത്തി കാണിച്ചു.

ഇരട്ടിപ്പിച്ച കോപത്തിൽ അവൾ കുട്ടിയുടെ ഇടതുകൈ ബലമായി പിടിച്ചു. അസഹ്യമായ വേദനയിൽ കുട്ടി കരഞ്ഞു. കരയുന്ന കുട്ടിയെ വലിച്ചിഴച്ച് അവൾ കടന്നുപോയി.

ഈ കാഴ്ച മറ്റേ കുട്ടിയിൽ ഭീതിയുണർത്തി. ഭീതി കോപമായി മാറി. തീപാറുന്ന കണ്ണുകളോടെ അവൻ കുനിഞ്ഞുനിന്നു കല്ലുകൾ പെറുക്കി. പെണ്ണും കുട്ടിയും കടന്നുപോയ ഭാഗത്തേക്ക് അവൻ കല്ലു

കൾ വീശിയെറിഞ്ഞു. "പ്ലക്...പ്ലക്" എന്ന ശബ്ദത്തോടെ കല്ലുകൾ ചെളിയിൽ വീണുതെറിച്ചു. ദുർഗ്ഗന്ധമുള്ള ചെളിയും വെള്ളവും കല്ലുകൾ വീഴുമ്പോൾ നാലുപാടും തെറിച്ചുകൊണ്ടിരുന്നു.

ചൊറിയും ചിരങ്ങും പിടിച്ച് രോമങ്ങൾ കൊഴിഞ്ഞു വികൃതകോലത്തിലുള്ള ഒരു നായുടെ സമീപം രണ്ട് കല്ലുകൾ പതിച്ചു. "ങ്യും....ങ്യും" എന്നു മോങ്ങിക്കൊണ്ട് നായ വട്ടംചുറ്റി നിന്നു. പെരിയണ്ണൻവീട്ടിൽനിന്നും അധിക മാലിന്യങ്ങൾ നിറഞ്ഞ ചായക്കൂട്ടുകൾ ഒഴുകിവന്നു. മാലിന്യകൂമ്പാരം തങ്ങിനിന്ന ഭാഗത്ത് നിന്നും ഊറി ഊറി കുറെ വെള്ളം വന്നുകൊണ്ടിരുന്നു. നായ ആ വെള്ളം രുചിച്ചു നക്കി കുടിച്ചുകൊണ്ടിരുന്നു.

"ഛീ...വൃത്തികെട്ട ശവം.... ദൂരെപോ"

അതുവഴി കടന്നുപോയവരിൽ ആരോ അതിനെ വിരട്ടിയോടിച്ചു. നായ കുറെ ദൂരെ പോയി തന്നെ വിരട്ടിയോടിച്ചവരെ തിരിഞ്ഞുനോക്കി നിന്നു.

"നാശം...തീട്ടം തിന്നിട്ട് ചായം കലർന്ന വെള്ളം കുടിക്കാൻ വന്നിരിക്കുന്നു." മുറിഞ്ഞുവീണ ശാപവാക്കുകൾ ശ്രദ്ധിക്കാതെ നായ വീണ്ടും വന്നു വെള്ളം രുചിച്ചു നക്കി കുടിച്ചുകൊണ്ടിരുന്നു.

ആറേഴ് നിമിഷങ്ങൾ കഴിഞ്ഞപ്പോൾ നായ മെല്ലെ ഈർപ്പമണ്ണിൽ തല ചായ്ച്ച് ചരിഞ്ഞുകിടന്നു. പെട്ടെന്ന് കൈകാലുകൾ കുടയുവാൻ തുടങ്ങി. കാലുകൾ ആഞ്ഞാഞ്ഞു ചവിട്ടിത്തീർത്തു. നിലത്തുരസി കിടന്നു. വായിൽനിന്നും അൽപ്പം നുരയും പതയുമൊഴുകിക്കൊണ്ടിരുന്നു. അപ്പോഴും "ങ്യും...ങ്യും..." എന്ന ദീനശബ്ദം കേട്ടിരുന്നു. ദേഹം "റ" പോലെ വളച്ചു ശക്തിയോടെ കൈകാലുകൾ വീണ്ടും കുടഞ്ഞു. "ങ്യും... ങ്യും...." ശബ്ദം മെലിഞ്ഞു മെലിഞ്ഞ് ഇല്ലാതായി. അൽപ്പനിമിഷങ്ങൾക്കകം തുറിച്ച കണ്ണുകളോടെ ശരീരചലനം നിലച്ചു.

ഇരുപത്തിയൊന്ന്

നൊയ്യൽ ആറിൽ വർണക്കൂട്ടുകളുടെ ജാലങ്ങളുതിർക്കുന്ന ചെറിയ ചെറിയ വെള്ളച്ചാട്ടങ്ങൾ നിരന്തരമായുണ്ടാകും.

മുൻസിപ്പൽ പൂന്തോട്ടം എന്നപേരിൽ വർഷങ്ങളായുണ്ടായിരുന്നതാണ് വൃന്ദാവൻ പൂങ്കാവനം. ആദ്യമാദ്യം ആകർഷകമായി ഒന്നുമുണ്ടായിരുന്നില്ല. ഞായറാഴ്ചകളിൽ സിലോൺ റേഡിയോ വാർത്തകളും പാട്ടുകളും പുറപ്പെടുവിച്ചുകൊണ്ടിരിക്കും. കേൾവിക്കാരും കുറവ്. പിന്നീട് വൃന്ദാവൻ പൂങ്കാവനം മോടിപിടിപ്പിക്കുവാൻ തുടങ്ങി. ചുറ്റുമതിൽ ഉയർത്തിക്കെട്ടി. മുൾവേലികൾ കമ്പിവേലികളായി മാറി. വൃത്താകാരത്തിലും ചതുരാകൃതിയിലും വർണവിളക്കുകൾ പൂങ്കാവനത്തിലെങ്ങും പതിച്ചുവച്ചു. ഭീമാകാരനായ മീനിന്റെ വായിൽനിന്നും വെള്ളം നിരന്തരമായി ചീറ്റിയടിച്ചുകൊണ്ടിരുന്നതു കുട്ടികളെ ഏറെ ആകർഷിച്ചു. നീണ്ടുവളഞ്ഞ പൈപ്പുകൾ ജല ശ്രോതസുകളായി പൂങ്കാവനമെങ്ങും വീശി

യടിച്ചു. കുട്ടികൾക്കായി പ്രത്യേകം സജ്ജീകരിച്ച പാർക്കിൽ ഊഞ്ഞാലുകൾ, മേലും കീഴും പായുന്ന ചക്രക്കസേരകൾ, വട്ടത്തിൽ ചുറ്റിത്തിരിയും കുടക്കസേരകൾ, ഏണിപ്പടവുകളിൽ നിന്നും തെന്നിത്തെന്നി വീഴാവുന്ന ചരിവ് പലകകൾ എന്നിവകളും നിർമിക്കപ്പെട്ടു. ചുറ്റുമതിലുകളിൽ ചില പ്രധാന ഭാഗങ്ങളിൽ മൃഗങ്ങളുടേയും പക്ഷികളുടേയും ചിത്രങ്ങൾ വരച്ചുവച്ചു. പക്ഷെ അവകളെല്ലാം നൊയ്യൽ നദിയുടെ വേലിയേറ്റങ്ങളിലും ചിലപ്പോഴൊക്കെയും ഉണ്ടാകാറുള്ള ഒഴുക്കിന്റെ സമ്മർദ്ദത്താൽ ചീറ്റിത്തെറിക്കുന്ന മലിനവെള്ളത്തിലും മുങ്ങി മുഖങ്ങൾ ചുളിച്ചു നിൽക്കുന്നതായി തോന്നി. ചുറ്റുമതിൽ പാർശ്വങ്ങളിലായി പച്ചപ്പുൽ സമൃദ്ധിയായി വളർന്നുവന്നു.

നഗരത്തിന്റെ മറ്റേതു ഭാഗങ്ങളിലും ഇത്തരമൊരു പൂന്തോട്ടമില്ല. പഴയ പൂന്തോട്ടത്തിന്റെ നവീകരിക്കലിൽ ആകൃഷ്ടരായി നഗരവാസികളും സമീപഗ്രാവാസികളും ആഹ്ലാദത്തോടെ പൂങ്കാവനത്തിൽ തുടർച്ചയായി വന്നും പോയുമിരുന്നു. പൂങ്കാവനമില്ലെന്ന പരാതി കടംവീട്ടാനെന്നമട്ടിൽ സന്ദർശകർ അധികമധികമായി വന്നുചേർന്നുകൊണ്ടിരുന്നു. ഏവർക്കും കാണത്തക്ക ഉയരത്തിൽ മനോഹരമായൊരു ടെലിവിഷൻ സെറ്റും എത്തിയപ്പോൾ വൃന്ദാവൻ പൂങ്കാവനം മനോഹരിയായി. പ്രവേശന നിരക്കിലും സന്ദർശകർക്ക് പരാതി ഉണ്ടായിരുന്നില്ല.

ഭക്തവത്സലം ചില ഞായറാഴ്ചകളിൽ വൃന്ദാവനത്തിൽ എത്തിപ്പെടുമായിരുന്നു. ക്ഷേത്രോത്സവങ്ങളിൽ പങ്കെടുക്കാൻ പോകുന്ന കൊച്ചുകുട്ടിയുടെ ഉൾമനസോടെ ഭക്തവത്സലം വൃന്ദാവനത്തിൽ കടന്നുചെല്ലും. പുൽത്തറകളിൽ പുതിയ പുതിയ മുഖങ്ങൾ കാണുമ്പോൾ ആ മുഖങ്ങളൊക്കെയും തത്സമയം പുൽത്തറയിൽ മുളച്ചു പൊന്തിയതാണോയെന്നു ചിന്തിക്കും. അന്നൊരിക്കൽ മരിയ റോസയ്ക്ക് വൃന്ദാവനം ദൂരെനിന്ന് ചൂണ്ടിക്കാണിച്ചുകൊടുത്തിരുന്നു. അപ്പോഴവൾ റയിൻ നദിക്കരയിലെ പൂന്തോട്ടങ്ങളേയും തേംസ് നദിക്കരയിൽ പൂന്തോട്ടങ്ങൾക്കൊപ്പം പണിതുയർത്തിയ കെട്ടിടങ്ങളേയും കുറിച്ചു പറഞ്ഞത് ഭക്തവത്സലം ഓർത്തു. തേംസ് നദിയിൽ അവൾ നടത്തിയ ജലയാത്രകളെപ്പറ്റി വിശദീകരിച്ചപ്പോൾ അവളുടെ തുടുത്തുവെളുത്ത മുഖത്തിന്റെ വശ്യലാവണ്യം അയാളുടെ മനസ്സിൽ കൊളുത്തുകമ്പികളായി ഉടക്കിവലിച്ചതും ഭക്തവത്സലം ഓർത്തു. ഓ....മരിയ റോസ...അവളെപ്പറ്റിയുള്ള ഓർമകൾതന്നെ മധുരമാണ്...തളർന്ന മനസിന് ഉന്മേഷഔഷധമാണ്. അവൾക്കൊരു കത്തയച്ചാലോ! അവൾ മറുപടി അയക്കുമോ! ങ്ഹാ.... ഒരുപക്ഷെ താമസിച്ചാലും വർഷപ്പിറവിയുടെ സന്ദേശമയച്ചേക്കും.

ജ്യോതിമണിയേയും കൂട്ടി വൃന്ദാവനത്തിൽ വരണമെന്ന് ഭക്തവത്സലം പലപ്പോഴും ഓർക്കാറുള്ളതാണ്. പലപ്പോഴും അവളോട് പറഞ്ഞിട്ടുള്ളതുമാണ്. പക്ഷെ അവൾക്ക് താൽപ്പര്യമില്ല. എന്തിന് നാട്ടുകാരെക്കൊണ്ട് അതുമിതും പറയിക്കണമെന്നാണവളുടെ ചോദ്യം. നാട്ടുകാർ എന്ത് പറയാൻ എന്ന് അവളോട് തിരിച്ചുചോദിക്കുമ്പോൾ ഭാര്യാഭർത്താ

ക്കന്മാരാണെങ്കിൽപോലും വൃന്ദാവനത്തിലെത്തുമ്പോൾ കമിതാക്കൾ എന്നു കരുതുന്നവരാണ് അവിടെയുള്ളവർ എന്നാണവൾ മറുപടി പറയുക.

പ്രവേശന ടിക്കറ്റെടുക്കാൻ പോക്കറ്റ് തപ്പിയപ്പോൾ ഒരഞ്ചുരൂപ നാണയം തടഞ്ഞു. സന്തോഷത്തോടയാൾ പ്രവേശന കവാടം കടന്നു. അയാളുടെ മുന്നിൽ പിച്ചവച്ചു നടന്നുനീങ്ങിയ ഒരു കുഞ്ഞ് കാലിടറി വീണു വലിയവായിൽ കരഞ്ഞു. കുഞ്ഞിന്റെ അമ്മ യാതൊരുവിധ പ്രതികരണവുമില്ലാതെ നോക്കി നിന്നു. ഒടുവിൽ "കമോൺ" എന്നൊരു വാക്ക് പറഞ്ഞുവച്ചു. കുഞ്ഞ് നിലത്തു കാലൂന്നി മെല്ലെ എഴുന്നേറ്റപ്പോൾ അവന്റെ കരച്ചിൽ നിന്നിരുന്നു. ഉടുപ്പിൽ പറ്റിയ പൊടി അവൻ തട്ടിക്കുടഞ്ഞു. ഭക്തവത്സലം അവനെതന്നെ ശ്രദ്ധിച്ചത് അവന്റെ അമ്മയ്ക്ക് ഇഷ്ടപ്പെട്ടില്ലായെന്നു തോന്നിച്ചു. അവളുടെ മുഖത്ത് ക്ഷമകേട് തെളിഞ്ഞു. ബംഗാളിയാണോ മലയാളിയാണോ...ഭക്തവത്സലം അവളെ ഉറ്റുനോക്കി. കൂസലെന്യേ അയാളെ തറപ്പിച്ചുനോക്കി മുഖം തിരിച്ച അവൾ തന്റേടി തന്നെ. ജീവിതയാത്രയിൽ കണ്ടുമുട്ടി മറന്നുപോകുന്ന എത്രയെത്ര മുഖങ്ങൾ. അവയൊക്കെയും മനസിൽ ഉറച്ചു നിൽക്കുമോ! ചിലപ്പോൾ ചിലതു മാത്രം. രാത്രികളുടെ നിശ്ശബ്ദതയിൽ ഏകാന്തതയുടെ സ്വകാര്യതയിൽ ഈ മുഖങ്ങളെ മനസിൽ താലോലിക്കാൻ തോന്നിപ്പോകും.

ഊഞ്ഞാലിനരികെ ഒരു ചെറിയ ആൾക്കൂട്ടം. "ഒരാൾക്ക് ഇരുപതാട്ടം" എന്നൊരു കൽപ്പന ആരിൽ നിന്നോ വന്നുകൊണ്ടിരുന്നു. ഒരു നാൽപ്പതുകാരി ഊഞ്ഞാലാടാൻ കാത്തുനിന്നു. ഊഞ്ഞാൽ പലകയെ പട്ടുപാവാടയാൽ മറച്ചുവച്ചുകൊണ്ട് ഒരു പത്തുവയസുകാരി ആടിക്കൊണ്ടിരുന്നു. ഐസ്ക്രീം പാർലറും പോപ്കോൺ കടയും പുതിയതാണെന്ന് ഭക്തവത്സലത്തിന് മനസിലായി. ഇനിയും ഇരുട്ടെത്തിയിട്ടില്ലയെന്ന മട്ടിൽ ടെലിവിഷൻ സ്ക്രീൻ വെളുത്തിരുന്നു.

വിളക്കുകൾ കത്തിത്തുടങ്ങിയപ്പോൾ ഇരിപ്പിടങ്ങളും നിറഞ്ഞു തുടങ്ങിയിരുന്നു. പുൽത്തറകളിൽ ഇരുന്നും കിടന്നും ചിലർ കാഴ്ചകൾ കണ്ടു. മീൻ വായിൽനിന്നും ചീറ്റിയടിക്കുന്ന വെള്ളത്തിന് വർണങ്ങളുണ്ടായിരുന്നു. ഒരു പെൺപ്രതിമയുടെ ഇടുപ്പിലെ കുടത്തിൽനിന്നും വെള്ളം ധാരധാരയായി ഒഴുകിക്കൊണ്ടിരിക്കുന്നു. പൂന്തോട്ടത്തിലെവിടെയും ഒരു തണുപ്പ്. ഭക്തവത്സലത്തിന് നേരിയ കുളിരനുഭവപ്പെട്ടു. ഉൾബനിയനുണ്ടായിരുന്നുവെങ്കിൽ അൽപ്പം ആശ്വാസം കിട്ടിയേനെ!

ഹാവൂ....ഒരു തനി ഇരിപ്പിടം കിട്ടി. സിമന്റ് ചാരുബെഞ്ചിൽ മുതുക് ചേർത്തപ്പോൾ ഒരു സുഖമുള്ള വേദന. കൈകൾ വിരിച്ചുവച്ചുകണ്ണുകളടച്ചപ്പോൾ ബെഞ്ചിന്റെ അടുത്ത മൂലയിൽ ഒരു കുശുകുശുപ്പ്. പെൺശബ്ദം നേർത്തതായിരുന്നു. മങ്ങിയ വെളിച്ചത്തിൽ ബെഞ്ചിന്റെ മൂലയിൽ കുശുകുശുപ്പ് തുടർന്നുകൊണ്ടിരുന്നു.

മയക്കത്തിൽ മിഴികൾ പാതിയടഞ്ഞപ്പോൾ പെട്ടെന്നൊരു വളകിലുക്കം. വെളിച്ചക്കീറുകൾ അധികം കടന്നുചെല്ലാത്ത ഒറ്റയാൾ ഇരിപ്പിടത്തിൽ രണ്ടുപേർ അള്ളിപ്പിടിച്ചിരിക്കുന്നു. കുശുകുശുത്ത അധരങ്ങൾ

ഒട്ടിച്ചേർന്നിരുന്നത് അവ്യക്തതയിൽ കണ്ടു. ആ സ്വാരസ്യത ഒളിഞ്ഞു നോട്ടത്തിൽ നുണയുമ്പോൾതന്നെ മറ്റൊരു മൂലയിൽ നിന്നും അടക്കി പ്പിടിച്ച സംസാരം ഭക്തവത്സലത്തിന്റെ കാതുകൾ നുള്ളിയെടുത്തു.

"ഹോ...എന്തായിത്ര നാണം"

"ങ്ഹും.....ങ്ഹും....."

"എന്താ...വീട്ടമ്മമാരെപ്പോലെ അഭിനയിക്കുന്നോ"

"എന്നുവച്ചാൽ.....വീട്ടമ്മാരും..."

"അതേയ്...ചില വീട്ടമ്മമാരും തൊഴിലിലുണ്ട്. കാലത്തേ ഉടുത്തൊ രുങ്ങി ബസ്സ് കയറി വരും. വൈകുന്നേരം വീട്ടിലെത്തും, ഉദ്യോഗസ്ഥ യെപ്പോലെ. വീട്ടിലും നാട്ടിലും അറിയില്ല. വീട്ടുചെലവിന് കാശ് കിട്ടും, നാട്ടിൽ മര്യാദയും നഷ്ടമാകില്ല."

"ഛേ.....ഛേ..."

"എന്തേ.....നീയും ഛേ.....ഛേ..... പറയാൻ തുടങ്ങിയോ! അല്ലാ.....ഇ ത്രത്തോളം നാണിക്കാൻ തുടങ്ങിയപ്പോൾ നീയും ഒരുപക്ഷെ വീട്ടമ്മ യായോ എന്നെനിക്ക് തോന്നിപ്പോയി. എനിക്കും നിനക്കും ഇത് ആദ്യ രാത്രിയൊന്നുമല്ലല്ലോ. രണ്ടുപേരും ഒരുത്തരെ ഒരുത്തർ കടത്തിവെട്ടു ന്നവരാകണം...അല്ലേ"

വയലേലകളിലും ചുണ്ണാമ്പുചൂളകളിലും ചുട്ടുപൊള്ളുന്ന വെയി ലിലും പാടുപെടുന്ന വീട്ടമ്മമാരെ ഭക്തവത്സലം വെറുതെ ഓർത്തു നോക്കി.

ഇരുപത്തിരണ്ട്

പ്ലാസ്റ്റിക് കുടങ്ങളുടെ നീണ്ടനിര പൈപ്പിൽ നിന്നും തുടങ്ങി ചെട്ടി യാർ ഇരിക്കുന്നിടം വരെയെത്തി. കുടങ്ങളുടെ വശങ്ങളിൽ അടയാള ത്തിനായി നമ്പരുകൾ, ഇനീഷ്യലുകൾ വലുതും ചെറുതുമായി ക്രമമി ല്ലാതെ എഴുതിവച്ചിരുന്നു. ഭക്തവത്സലവും രണ്ട് കുടങ്ങൾ നിരയിൽ വച്ചു.

"ഉം...എന്താ...നീ വന്നത്. മറ്റേവനെ കാണുന്നില്ലല്ലോ" ചെട്ടിയാർ ചോദിച്ചു.

"ഉണ്ട്...അയ്യാ.."

ചെട്ടിയാർ ഇരുന്ന സ്ഥലത്തിന് ചുറ്റും അഴുക്ക് മുമ്പത്തേക്കാൾ അധികമായിരുന്നു. എണ്ണപ്പിശുക്ക് പടർന്ന അഴുക്ക് തലയിണയ്ക്ക് സമീപം പുതിയതായി മറ്റൊരു തലയിണയും ഉണ്ടായിരുന്നു. അതിലും അഴുക്ക് തന്നെ. തലയിണയ്ക്കരികിൽ ഒരു മണ്ണെണ്ണ വിളക്കും ഉണ്ടാ യിരുന്നു. അൽപ്പം മണ്ണെണ്ണ തറയിൽ ചിന്തിക്കിടന്നു.

"ആഹാരം.....കഴിച്ചോ.....അയ്യാ..."

"ങ്ഹും...ഹോട്ടൽ ശാപ്പാട്. പോകുമ്പോൾ ഒരു കുടം വെള്ളം എന്റെ ദേഹത്തൊഴിച്ചോളൂ."

"അയ്യോ...തണുത്ത വെള്ളമോ....വേണ്ട....ആ പെണ്ണ് വരട്ടെ. ചൂട് വെള്ളം കാച്ചിത്തരാൻ പറയാം"

"നാലഞ്ച് ദിവസമായി, അവളെ കണ്ടില്ല"

"വരും അവളെ വിളിക്കാൻ ഞാൻ ആളെ അയക്കട്ടെ"

"വേണ്ട...വരട്ടെ...വരട്ടെ..." ചെട്ടിയാർ വെറുതെ ഭക്തവത്സലത്തെ ഉറ്റുനോക്കി. പിന്നീട് സ്വയം പറഞ്ഞു "അവളെ കാണുമ്പോഴൊക്കെയും എന്റെ ചേച്ചിയെ ഓർമ വരും. ചെറുപ്പത്തിൽ തന്നെ മരിച്ചുപോയ ചേച്ചി. അന്നൊക്കെ വലിയ സ്നേഹമൊന്നും തോന്നിയിരുന്നില്ല. പാവം...മരിച്ചും പോയി" ചെട്ടിയാർ ഭക്തവത്സലത്തെ നോക്കി ചോദിച്ചു "ഉം...നിന്റെ കുടമെവിടെ" ഭക്തവത്സലം കുടങ്ങൾ ചൂണ്ടിക്കാട്ടി. "ങ്ഹാ...താമസ മുണ്ട്"

ചെട്ടിയാർ ഗതകാലസ്മരണകളിലേക്ക് കൂപ്പുകുത്തി.

"ചേച്ചി....കഴിഞ്ഞാഴ്ച സ്വപ്നത്തിൽ വന്നു"

"അയ്യാ...ചായയോ മറ്റോ വേണോ..."

"വേണ്ട...വേണ്ട...ഞാൻ പറയുന്നതു കേട്ടോളൂ...വെള്ളം പിടിക്കാൻ സമയമുണ്ട്" സ്വപ്നത്തിൽ എത്തിയ ചേച്ചി ഒരു മുതിർന്ന പെണ്ണായി രുന്നു. മുഖം മാത്രം ചെറുപ്പത്തിൽ കണ്ടതുപോലെ തന്നെ. എന്നെ കെട്ടി പ്പിടിച്ചു കരഞ്ഞു. എന്നെയെടുത്ത് ഒക്കത്തുവച്ചു. ഞാൻ കുഞ്ഞായി മാറി. ചേച്ചിയുടെ മുഖം പ്രകാശമായി തെളിഞ്ഞു തെളിഞ്ഞു വന്നു. ചേച്ചി ഇങ്ങനെ മരിക്കാൻ പാടില്ലായിരുന്നു. വീട്ടുവളപ്പിലെ വേപ്പ് മരത്തിന്റെ നാല് മുഴം കയറിൽ ചേച്ചി തൂങ്ങിയാടുന്നു.

കടുത്ത ഓർമയിൽ ചെട്ടിയാർ അൽപ്പം നിർത്തി. ഒടുവിൽ "ങ്ഹും... ചേച്ചി പോയി.....ഞാനിങ്ങനെ...ഈ അഴുക്കിൽ."

ചെട്ടിയാർ പൃഷ്ഠം നിരക്കി നിരക്കി ഭക്തവത്സലം നിന്നിരുന്ന സ്ഥല ത്തെത്തി. കോണകം അഴിഞ്ഞ് സ്ഥാനം തെറ്റി കിടന്നിരുന്നു. മെലിഞ്ഞു വൃത്തികെട്ട വിരലുകളിലെ നഖങ്ങൾ നീണ്ട് നിന്നിരുന്നത് ഭയം തോന്നിച്ചു. ഉണങ്ങിപ്പോയ പൊരികടല അങ്ങിങ്ങ് കിടന്നിരുന്നു. ഏതോ പക്ഷിയുടെ കാഷ്ഠം പോലെ.

ചെട്ടിയാർ തുടർന്നു "ഇപ്പോഴൊക്കെയും നിരവധി സ്വപ്നങ്ങൾ. എല്ലാം കുടുംബക്കാർ തന്നെ. അമ്മയും അച്ഛനും കൈകൾ കോർത്തു വരുന്നു. അമ്മ അച്ഛനെ ചൂണ്ടി. "ഇതാ....അച്ഛൻ...അച്ഛൻ" എന്നു പറ യുന്നു. അച്ഛൻ അമ്മയെ ചൂണ്ടി "ഇതാ...അമ്മ....അമ്മ" എന്നു പറയുന്നു. അമ്മയെ കെട്ടിപ്പിടിച്ചപ്പോൾ അസഹ്യമായ ഒരു നാറ്റം"

നിറഞ്ഞ കുടം ഒക്കത്തുവച്ച ഒരുത്തി ചെട്ടിയാരെ തുറിച്ചു നോക്കി.

"ഉറക്കം ശരിയാകുന്നില്ല....അല്ലേ"

"ഉറക്കം പോയി തുലയട്ടെ. രണ്ട് വാക്ക് പറയാൻപോലും ആരുമി ല്ലല്ലോ"

നിറഞ്ഞ കുടങ്ങൾ പോയും കാലി കുടങ്ങൾ വന്നും ഇരുന്നു. വെള്ളം ചിന്തി വഴി നനഞ്ഞിരുന്നു. ഈറനായ വഴിയിൽ ആരോ കൊണ്ടുവന്നിട്ട ചാക്കിൽ ഭക്തവത്സലം കാൽ അമർത്തിത്തുടച്ചു.

ആരോടെന്നില്ലാതെ ചെട്ടിയാർ പറഞ്ഞുകൊണ്ടിരുന്നു "ചേച്ചി ഇങ്ങനെ ചാകേണ്ടായിരുന്നു. ചേച്ചി തൂങ്ങിയാടിയ വേപ്പ്മരം ഉടനെ വെട്ടി ക്കളഞ്ഞു. വീട്ടുവളപ്പിൽ വേറെ മരങ്ങൾ ഒന്നുമില്ല. വേപ്പ് മരം ഉണ്ടായിരു ന്നപ്പോൾ അതിന്റെ ശാഖയിൽ വലിയൊരു ഊഞ്ഞാൽ കെട്ടിവച്ചിരുന്നു. ആകാശംമുട്ടെ ആടിയാടി താഴെ വീണിട്ടുണ്ട്. ഒരിക്കൽ ഒരു പല്ലും കള ഞ്ഞിട്ടുണ്ട്. മുഖത്തും മുറിവേറ്റിട്ടുണ്ട്. എന്നാലും ആടും. ആട്ടിക്കൊണ്ടേ യിരിക്കും. ചേച്ചി പോയി വേപ്പുമരവും പോയി. പിന്നീട് വീടിന്റെ ഉത്തര ത്തിൽ കയറ്കെട്ടി ഊഞ്ഞാലാടും. എങ്ങനെ ആടിയാലും കാലുകൾ ചുമരിൽ മുട്ടും. സുഖമില്ലാത്ത ആട്ടം. ചേച്ചി മരിച്ചതിനേക്കാളേറെ ദു:ഖം ഊഞ്ഞാൽ പോയതിനാലായിരുന്നു."

ഭക്തവത്സലം കുടങ്ങൾ നിറച്ചു. കിട്ടിയ വെള്ളം ചെമ്മണ്ണ് കലർന്ന തായിരുന്നു. നിറഞ്ഞ കുടങ്ങൾ കൈകളിൽ തൂക്കി ഭക്തവത്സലം നട ക്കാനാരംഭിച്ചപ്പോൾ ചെട്ടിയാരെ നോക്കിപ്പോയി.

വൃത്തികെട്ട നീണ്ട നഖങ്ങളുള്ള വലതുകൈ താടിയിലൂന്നി വിദൂര തയിൽ ആരെയോ തേടുന്നതുപോലെ ചെട്ടിയാർ ഇരിപ്പുണ്ടായിരുന്നു.

ഇരുപത്തിമൂന്ന്

സൗന്ദരിയുടെ ശബ്ദം നേർത്തു നേർത്ത് ഗദ്ഗദമായി മാറിക്കൊ ണ്ടിരുന്നു. തൊണ്ടയിൽ കുരുങ്ങിയ ഗദ്ഗദം കരച്ചിലായും മാറി. സൗന്ദ രിയുടെ തേങ്ങലിനോടൊപ്പം തന്നെ വേലുസ്വാമിയുടെ ശകാരവാക്കു കൾ അൽപ്പം ഉച്ചത്തിലും ഇടയിൽ അൽപ്പം അടക്കത്തിലും കേട്ടുകൊ ണ്ടിരുന്നു. സൗന്ദരിയുടെ തേങ്ങലുകളും വേലുസ്വാമിയുടെ ശകാരവാ ക്കുകളും ജ്യോതിമണിയുടെ കാതുകൾക്ക് ഒറ്റച്ചുമരിന്റെ വിള്ളലുകൾ നൽകിക്കൊണ്ടിരുന്നു. സൗന്ദരിയുടെ തേങ്ങലുകൾ നിലവിളിയായി മാറി. അതു കേട്ടപ്പോൾ ജ്യോതിമണിയുടെ ശരീരം വിറപൂണ്ടു. കഴിഞ്ഞ രാത്രി യിലും സൗന്ദരിയുടെ നിലവിളി കേട്ടതായി ഭക്തവത്സലം പറഞ്ഞതവൾ ഓർത്തു. ഒറ്റക്കാണെന്ന വിചാരത്താൽ ജ്യോതിമണിയുടെ ഭയം ഇര ട്ടിച്ചു.

"വിടൂ...വിടൂ...എന്നെ വിടൂ...വേണ്ട....വേണ്ട..." സൗന്ദരിയുടെ അട ക്കിയ തേങ്ങൽ ശബ്ദം.

"സഹിക്കാനാവുന്നില്ല...ഞാനെന്ത് ചെയ്യട്ടെ..." വേലുസ്വാമിയുടെ കിതപ്പുള്ള ശബ്ദം.

"തൊടല്ലേ...പൊന്നേ...തൊടല്ലേ"

"എന്തായിത്...ഒന്നു തൊട്ടാൽ ഇങ്ങനെ അലറണോ"

"ഹെനിക്ക്....ഹെനിക്ക്...പേടിയാവുന്നു"

"എന്റെ പുണ്ണുകൾ നിനക്ക് പകരുമെന്നാണോ....എന്നാലും...എ ന്നാലും എനിക്ക് വേണം....ഇന്നെനിക്ക് വേണം..."

വേലുസ്വാമിയുടെ കിതച്ചുകൊണ്ടുള്ള അധികാരസ്വരം.

"വേണ്ട....വേണ്ട...എന്നെയും കൊല്ലാനാണോ...."

അവളുടെ ശബ്ദം നേർത്തുനേർത്തുവന്നു. വേലുസ്വാമിയുടെ കിതപ്പ് ഉച്ചത്തിലായി. പിന്നീട് അതും നേർത്തുനേർത്ത് ഇല്ലാതായി. പെട്ടെന്നു മുറിയിൽ വെളിച്ചം പരന്നു. വേലുസ്വാമി ചാടിയെഴുന്നേറ്റ് അയയിലെ തുണി പറിച്ചെടുത്ത് നഗ്നശരീരം പുതച്ചു. ചേലത്തലപ്പുകൾ വാരിപ്പുതച്ചവണ്ണം മൂലയിൽ കൂനിക്കൂടിയിരുന്ന സൗന്ദരിയെ ഒന്നു നോക്കി വേലുസ്വാമി പുറത്തു വന്നു അലക്കു കല്ലിൽ തലകുമ്പിട്ടിരുന്നു.

അലറിത്തെറിച്ചവണ്ണം ജ്യോതിമണി ഉണർന്നു. കിതച്ചുകൊണ്ടവൾ ചുറ്റുപാടും നോക്കി. കണ്ണുകൾ തിരുമ്മി ഘടികാരത്തിൽ അവൾ ഉറ്റു നോക്കി. മങ്ങിയ വെളിച്ചത്തിൽ അവൾ കണ്ടു. മണി ആറേ പത്ത്. പുറത്ത് ആൾപ്പെരുമാറ്റം. പെട്ടെന്നെഴുന്നേറ്റവൾ മുടി വാരിചുറ്റി മുഖം തുടച്ചു. പുറത്തു പതുങ്ങിയ ശബ്ദങ്ങൾ. ജ്യോതിമണി സൗന്ദരിയുടെ കുടിലിന് മുന്നിൽ നിന്നു. വാതിൽ തള്ളി തുറക്കാൻ ഒരുൾഭീതി. നാലഞ്ച് സെക്കന്റുകൾ. പെട്ടെന്നവൾ വാതിൽ തുറന്നു. കൈകൾ വിരിച്ചു തറയിൽ കമിഴ്ന്നു കിടക്കുന്ന വേലുസ്വാമി. ഉത്തരത്തിൽ എന്തോ ഒന്നു തൂങ്ങിയാടുന്നു. കണ്ണുകളുയർത്തി ജ്യോതിമണി ഒന്നു നോക്കിപ്പോയി. ഹോ....അവൾ കണ്ണുകൾ ഇറുകെയടച്ചു. അവളുടെ ശരീരത്തിൽ വിറയൽ അനുഭവപ്പെട്ടു. അൽപ്പം ചരിഞ്ഞു തൂങ്ങിയാടുന്ന സൗന്ദരി. കഴുത്തിൽ ഇറുകിപ്പിടിച്ചിരിക്കുന്ന കയർ. തുറിച്ചു തുറന്നു നിൽക്കുന്ന കണ്ണുകൾ. കടിച്ചു മുറുക്കി അൽപ്പം പുറത്തു കാണാവുന്ന നാക്ക്. ഭയം.... ഭയം...

"അയ്യോ" എന്നലറിക്കൊണ്ട് ജ്യോതിമണി തറയിൽ ഇരുന്നു. അനുവാദമില്ലാതെ തന്നെ അവളുടെ മിഴികളിൽ നീർ ചാടിയൊഴുകി. തറയിലിരുന്നപ്പോഴും തൂങ്ങിയാടുന്ന ചേലത്തലപ്പുകൾ അവളുടെ നീർമിഴികൾ കണ്ടു. ഒരുപ്രാവശ്യം കൂടി സൗന്ദരിയുടെ മുഖം കാണണമെന്നവൾക്ക് തോന്നി. ഹില്ല...ഹില്ല....തനിക്ക് ധൈര്യം ഇല്ല. തറയിൽ ഇരുന്നുകൊണ്ടുതന്നെ കണ്ണുകളുയർത്തിയപ്പോൾ തനിക്കുചുറ്റും ഒരു ചെറു ആൾക്കൂട്ടം.

"അയ്യോ....അയ്യോ..." എന്ന നിലവിളികൾ മാത്രം അവിടെങ്ങും തങ്ങിനിന്നു. ആരുടെ പക്കലും വേറെ വാക്കുകൾ ഇല്ലാത്തതുപോലെ ഏവരിലും "അയ്യോ...അയ്യോ..." നിലവിളികൾ മാത്രം. ഇടയിൽ ചെറിയ ചെറിയ ഉന്തും തള്ളലും. ജ്യോതിമണിയുടെ കാലുകൾക്കരികെ സെൽവമണിയുടെ മകൾ റോജ വന്നു നിന്നു. പെട്ടെന്ന് ഇടറിയ വണ്ണം റോജ താഴെവീണു. ആരോ അവളെ അറിയാതെ ഉന്തിയതാവണം. റോജയുടെ ചുറ്റും കുറെ കുട്ടികൾ ആ കുടിൽ നിറഞ്ഞു നിന്നു. പെട്ടെന്നു റോജ തറയിൽ കാലിട്ടടിക്കാൻ തുടങ്ങി. മെല്ലെ ആരംഭിച്ച കാലിട്ടടിക്കൽ നിമിഷങ്ങൾക്കുള്ളിൽ അധികരിച്ചു. ഇമകൾ പൂട്ടി തലചരിച്ചു റോജ കിടന്നു. അവളുടെ വായിൽ നിന്നും നുരയും പതയും തറയിൽ ഒഴുകി.

"ഒരു താക്കോൽക്കൂട്ടം താ...ഒരു ഇരുമ്പ് കഷണം താ..." കൂട്ടത്തിലൊരാൾ വിളിച്ചു കൂകി. പെട്ടെന്നൊരു ദീർഘകായനെത്തി റോജയുടെ

ചുറ്റും നിന്നിരുന്ന കുട്ടികളെ വകഞ്ഞുമാറ്റിക്കൊണ്ട് പറഞ്ഞു "അൽപ്പം കാറ്റ് കിട്ടട്ടെ. ഒന്ന് ഒഴിഞ്ഞു നിൽക്കൂ....കുട്ടിക്ക് അപസ്മാരം വന്നതാണ്"

അയാൾ റോജയെ തൊട്ടില്ല.

താക്കോൽക്കൂട്ടം റോജയുടെ കൈവെള്ളയിൽ തിരുകി ആരോ ഒരാൾ അവളെ പുറത്തേക്ക് എടുത്തുകൊണ്ടുപോയി.

ആൾക്കൂട്ടത്തിന്റെ ശ്രദ്ധവീണ്ടും തൂങ്ങിയാടുന്ന സൗന്ദരിയിൽ തറച്ചു. അപ്പോഴും "അയ്യോ...അയ്യോ...." നിലവിളികൾ ഉച്ചസ്ഥായിയിലും കീഴ്സ്ഥായിയിലും തുടർന്നുകൊണ്ടിരുന്നു. സൗന്ദരിയുടെ മാറിടങ്ങൾ തുറിച്ചു പുറത്തേക്ക് തള്ളിനിന്നിരുന്നു. ചേലത്തലപ്പുകൾ സ്ഥാനംതെറ്റി താറുമാറായി കിടന്നാടിയിരുന്നു. തൂങ്ങിയാടുന്ന കാലുകൾക്ക് നേർ താഴെ അൽപ്പം മലവും മൂത്രവും ചിതറിക്കിടന്നിരുന്നു.

കൈകാലുകൾ വിരിച്ച നിലയിൽ ഇതൊന്നുമറിയാതെ വേലുസ്വാമി തറയിൽ കമിഴ്ന്ന് കിടന്നു മയങ്ങുന്നുണ്ടായിരുന്നു.

ഇരുപത്തിനാല്

പെട്ടെന്നൊരുണർവിൽ ഭക്തവത്സലം മിഴികൾ തുറന്നു. പുലർച്ച യായോ എന്നറിഞ്ഞുകൂടാ. ഓടുകളുടെ വിടവിലൂടെ അരിച്ചിറങ്ങിയ വെളിച്ചം അതിരാവിലെയെന്ന അടയാളം കാട്ടി. തലമുടി വിരിച്ചുറങ്ങുന്ന ഒരു പെണ്ണിനെപ്പോലെ ഇടതുമൂലയിൽ ചൂല് കിടന്നിരുന്നു. ചൂലിൽ മാറാല പടർന്നിരുന്നു.

ഒരു ശീതക്കാറ്റ് വീശിക്കൊണ്ടിരുന്നു. ഈ കാറ്റാണോ തന്നെ ഉണർത്തിയത്. തന്നെ പലപ്പോഴും അലോസരപ്പെടുത്തുന്ന ആ സ്വപ്നം കഴിഞ്ഞ രാത്രിയിലും ഉണ്ടായെന്നു ഭക്തവത്സലം മനസിലാക്കി. ഈ സ്വപ്നം ഈയിടെയായി ഇടയ്ക്കിടെ വന്നുകൊണ്ടിരിക്കുന്നു.

ഏതോ ഒരു വസ്തുവിനെ അവലംബിച്ചുകൊണ്ട് അവൻ പറന്നു കൊണ്ടിരുന്നു. അതൊരുപക്ഷെ അവനുറങ്ങുന്ന കട്ടിലോ പറക്കും പായയോ ആവാം. പെട്ടെന്നതാ പറക്കുന്ന വസ്തുവിനോടൊപ്പം അവനും താഴേയ്ക്ക് പതിക്കുന്നു. തറയിൽ മുട്ടിയുരുമ്മുന്ന വിധത്തിൽ വീണ്ടും പറന്നു കൊണ്ടിരിക്കുന്നു. നെഞ്ചിടിപ്പ് മൂലം ഉണർച്ച കിട്ടുന്നു.

ഇന്നത്തെ ശീതക്കാറ്റും ഈ സ്വപ്നവും ഒന്നിച്ചു തന്നെഉണർത്തി യതായി ഭക്തവത്സലത്തിന് തോന്നിപ്പോയി. കണ്ണുകൾ മുഴുവനായും തുറക്കാനാവുന്നില്ല. ഇമകൾ പശകൊണ്ട് ഒട്ടിച്ചോ! ഉറക്കബാക്കിയും കാരണമാവാം.

ങ്ഹാ....സാരമില്ല. ഇങ്ങനെ തന്നെ കുറച്ചുനേരം കിടക്കാം.

വയറ് കത്തിക്കാളുന്നതായി തോന്നി. പെട്ടെന്ന് ഭക്തവത്സലം എഴു ന്നേറ്റിരുന്നു. വിശപ്പ്.....കടുത്ത വിശപ്പ്. ഇന്നലെ രാവിലെയാണ് അവ സാനമായി ഭക്ഷണം കഴിച്ചത്. പിന്നീടിതേവരെ ഒന്നും കഴിച്ചിട്ടില്ല. കമ്പനി പൂട്ടിയിരിക്കയാണ്. നാഗൻ നാട്ടിലേക്ക് പോയി. സ്വാമിയപ്പൻ

അന്നു പറഞ്ഞതു മനസിന്റെ വിളുമ്പിൽ തട്ടി പ്രതിധ്വനിച്ചു. ഇനി സ്വാമിയപ്പനെ വിചാരിച്ചു കമ്പനിപ്പടിക്കൽ യാചകനെപ്പോലെ കാത്തുനിന്നിട്ട് കാര്യമില്ല. സ്വാമിയപ്പനും കഴിഞ്ഞ കാലങ്ങളിൽ തന്നെ സമൃദ്ധിയായി സഹായിച്ച ആളാണല്ലോ. പാവം ഇന്നു കഴിഞ്ഞുകൂടാൻ അയാളും ശ്രമപ്പെടുന്നു.

വെള്ളമൊഴിക്കാതെ മദ്യം കഴിച്ചാലുണ്ടാകുന്ന എരിച്ചിലും പുകച്ചിലും വയറിനകത്ത് അനുഭവപ്പെടുന്നു. കൂജയിലെ തണുത്ത വെള്ളം കുറെ കുടിച്ചപ്പോൾ വയറും തണുത്തു. ങ്ഹും....ഇനിയും വിശപ്പടക്കി വെക്കാൻ നിവൃത്തിയില്ലായെന്നു തോന്നുന്നു. അരിപ്പാത്രത്തിൽ അരിയുണ്ടെങ്കിൽ അൽപ്പം കഞ്ഞിവെച്ചെങ്കിലും കുടിക്കാമായിരുന്നു. ഉറക്കവും കിട്ടുമായിരുന്നു.

ബിസ്കറ്റ് ടിന്നുകൾ മൂന്നും പരതി നോക്കി. ങ്ഹും....ഒന്നിലുമില്ല അരിമണികൾ. കാലിടിന്നുകളിൽ വിരൽനഖങ്ങൾ കോറി ശബ്ദങ്ങൾ പുറപ്പെട്ടതു തന്നെ മിച്ചം. വേറെ ഏതെങ്കിലും പാത്രത്തിൽ അരിയുണ്ടാകുമെന്നു സ്വയം സമാധാനം കണ്ടെത്തി.

കോൺകേസ് പെട്ടികൾ കൊണ്ട് നിർമിച്ച വാതിൽ തുറന്നു പുറത്തു വന്നു. റോഡിൽ ആരേയും കാണാനായില്ല. തെക്കെ മൂലയിൽ ഒരു വിളക്ക് കത്തുന്നുണ്ടായിരുന്നു. പലചരക്ക് കടയുടെ തിണ്ണയിൽ വർണച്ചാക്കുകൾ പോലെ ചിലർ പുതച്ചുമൂടി കിടന്നിരുന്നു. നേരിയ വെളിച്ചം. നേരിയ തണുപ്പ്. വെളിച്ചത്തിൽ മഞ്ഞുതുള്ളികൾ ഉണ്ടായിരുന്നോ! സംശയം.

വയറ്റിലൊരു കൊളുത്തിപ്പിടുത്തം. വിശപ്പ് തന്നെ. സമയം എത്രയായിരിക്കും! ഒരു വാച്ച് ഉണ്ടായിരുന്നെങ്കിൽ! ഒരിക്കൽ ഒരു വാച്ച് ഉണ്ടായിരുന്നു. കോളേജിൽ പുതുതായി ചേർന്നപ്പോൾ ഒരു വാച്ച് ആവശ്യമായി വന്നു. അന്വേഷിച്ചു. അപ്പോഴാണ് കന്തസ്വാമിയുടെ കടയിൽ പണയപ്പണ്ടമായിവന്ന ഒരു വാച്ച് അവധി കഴിഞ്ഞും തിരിച്ചെടുക്കാൻ ആളെത്താതെ വെറുതെ കിടപ്പുണ്ടെന്നറിഞ്ഞത്. കന്തസ്വാമി കുറഞ്ഞ വിലയിൽ വാച്ച് ഭക്തവത്സലത്തിന് നൽകി. ഒരു പഴയ മോഡൽ. ചുണ്ണാമ്പ് ഡപ്പി എന്ന ഓമനപ്പേരിൽ ഭക്തവത്സലത്തിന്റെ സതീർഥ്യരുടെയിടയിൽ ആ വാച്ച് പ്രബലമായി. നാണക്കേട്. ഒരിക്കൽ അതു നിശ്ചലമായി. എന്തൊക്കെ നുണുങ്ങ് വിദ്യകൾ പ്രയോഗിച്ചിട്ടും അത് പ്രവർത്തിക്കുന്നില്ല. റിപ്പയറിംഗിന് കൊടുക്കാൻ തീരുമാനിച്ചു. റിപ്പയറിംഗിന് ചാർജ്ജ് കേട്ടപ്പോൾ അന്തംവിട്ടു. ഏകദേശം വാച്ച് വാങ്ങിയ വില തന്നെ. ചെറുപ്പകോപത്തിൽ വാച്ച് പൊട്ടക്കിണറ്റിലേക്ക് വലിച്ചെറിഞ്ഞു. വലിപ്പകോപത്തിൽ ഇനി വാച്ച് തിരിച്ചു കിട്ടുമോ..?ഇല്ല. പിന്നീടിതേവരെ വാച്ചില്ല.

പെട്ടെന്ന് അവന് ചുറ്റും വിവിധ വർണങ്ങളിൽ ഘടികാരങ്ങൾ. മുളച്ചുപൊന്തിയ ഘടികാരങ്ങൾ. പലരൂപത്തിലുള്ള ഘടികാരങ്ങൾ. ഓരോന്നും ഓരോവിധം. വെവ്വേറെ സമയം കാണിക്കുന്ന ഘടികാരങ്ങൾ അവന് ചുറ്റും കറങ്ങിക്കൊണ്ടിരുന്നു. അവൻ കണ്ണുകൾ ഇറുകെയടച്ചു. ഘടികാരങ്ങൾ ഓരോന്നായി അപ്രത്യക്ഷപ്പെട്ടുകൊണ്ടിരുന്നു.

വയറ്റിനുള്ളിൽ വിശപ്പിന്റെ വിളി തുടർന്നുകൊണ്ടിരുന്നു. രാവിലെ നേരത്തെ പോയി ജ്യോതിമണിയെ കാണണം. ഈ ഇരുട്ടിൽപോലും മെല്ലെ നടന്നുപോകാം. വേണ്ട.....ആരെങ്കിലും സംശയക്കണ്ണുകളുമായി നോക്കും...എന്തെങ്കിലും ചോദിക്കും....എന്തിന് പൊല്ലാപ്പ്. നഗരത്തിൽ രാത്രികാലങ്ങളിൽ ചുറ്റിത്തിരിയുന്നതു സുരക്ഷിതമല്ലെന്ന കാര്യം കഴിഞ്ഞ മാസങ്ങളിലെ ഒന്നു രണ്ടു സംഭവങ്ങൾ തെളിയിക്കുന്നതായി ഭക്തവത്സലം ഓർത്തു. പക്ഷെ ഈ ഏകാന്തതയിൽ ഏകനായി നടക്കുന്നതും ഒരു സ്വാരസ്യം തന്നെ...എന്നാലും വേണ്ട....

കോൺകേസ് പെട്ടികൊണ്ടുള്ള വാതിൽ മെല്ലെ ചാരി. ആണികളുടെ ഉരസൽ ശബ്ദം ഇന്നെന്തോ അരോചകമായി തോന്നിപ്പിക്കുന്നു. തലയിണയെ മടിയിൽ ചേർത്തു വയറിന്റെ പാർശ്വങ്ങളിൽ അമർത്തിവെച്ചു. വിശപ്പിന് ആശ്വാസം ലഭിച്ചോ..ഇല്ല...ഇല്ല....ഭക്തവത്സലം ശിരസ്സ് കുനിച്ചപ്പോൾ തലയിണയിൽ നിന്നൊരു രൂക്ഷഗന്ധം.

പായയിൽ മലർന്നു കിടന്നു. തലയിണ ഉറയുടെ വക്കുകൾ തുന്നൽ വിട്ടുകിടന്നിരുന്നു. ഉറയിൽ എഴുതിയിരുന്ന ഇംഗ്ലീഷ് അക്ഷരങ്ങൾ പാതിയും മാഞ്ഞിരുന്നു. മാഞ്ഞുപോയ അക്ഷരങ്ങളെ ഓർമിച്ചെടുക്കാനെന്ന പോലെ അയാൾ ഉറ മാത്രം നോക്കി കിടന്നു. ഒടുവിൽ പുതപ്പെടുത്തു ശരീരമാസകലം പുതച്ചു. കണ്ണുകൾ ഇറുകെ അടച്ചു.

അവൻ കിടന്നിരുന്ന കട്ടിലിന്റെ നാല് കാലുകളും പെട്ടെന്ന് ഒടിഞ്ഞുതൂങ്ങി. തറയോട് ചേർന്ന് കട്ടിൽ വേഗത്തിൽ മേലോട്ട് പൊന്തി പറന്നു തുടങ്ങി. നീലാകാശം തറയിലും കെട്ടിടങ്ങൾ അവയ്ക്ക് മുകളിൽ മുളച്ചതുപോലെയും തൂങ്ങിക്കിടന്നു. അവന്റെ കട്ടിൽ കെട്ടിടങ്ങൾക്ക് നേരെ പറന്നുകൊണ്ടിരുന്നു. കട്ടിൽ പെട്ടെന്ന് ഒരു അസ്ത്രമായി രൂപാന്തരപ്പെട്ടു. അസ്ത്രം അധികവേഗത്തിൽ പാഞ്ഞുകുത്തി ഭൂമിയിൽ തറച്ചുനിന്നു. അസ്ത്രത്തിന്റെ മുനയിൽ അവൻ തൂങ്ങിപ്പിടിച്ചുനിന്നു. ഭയം... ഭയം....ശരീരം കിടിലം കൊള്ളുന്ന ഭയം.

നെഞ്ചിടിപ്പ് അധികരിച്ചു. വലതുകൈ നെഞ്ചിലമർത്തി ഭക്തവത്സലം എഴുന്നേറ്റു. ഇനിയും ഉറക്കം വരില്ലെന്നുറപ്പ് വരുത്തികാത്തിരുന്നു.

ഇരുപത്തിയഞ്ച്

സ്വാമിയപ്പൻ നൽകിയ വിലാസം കണ്ടുപിടിക്കാൻ ഭക്തവത്സലം നന്നെ പാടുപെട്ടു. സൂസയ്യാപുരം എന്ന് വ്യക്തമായി എഴുതിയിരുന്നെങ്കിലും കോളനി, പ്രധാനവീഥി, മറ്റ് ഒന്നുരണ്ട് തെരുവുകൾ എല്ലാമെല്ലാം കൂടിക്കുഴഞ്ഞുകിടന്നു. എല്ലാ തെരുവുകളിലും നാൽപ്പതാം നമ്പർ വീട് തേടിയലഞ്ഞു.

പേര് കണ്ടതിൽ മാർവാഡിക്കാരൻ ആയിരിക്കുമെന്നു തോന്നിപ്പോകുന്നു. ഒരുപക്ഷെ ഗുജറാത്തിക്കാരനോ രാജസ്ഥാൻകാരനോ ആവാം. വെളുത്ത മേനി, വെറ്റിലയോ ബീഡയോ ചവച്ചു ചുമപ്പിച്ച അധരങ്ങൾ,

കഴുത്തിലും കയ്യിലും സ്വർണ്ണാഭരണങ്ങളും രുദ്രാക്ഷമാലയും അണിഞ്ഞിരിക്കാം. പക്ഷെ നാൽപ്പതാം നമ്പർ വീടെവിടെ! സൂസയ്യാപുരത്തെ വൃത്തികെട്ട ചേരിയുടെ മറുഭാഗത്തുള്ള പ്രദേശങ്ങൾ ഏകദേശം മുഴുവനായും മാർവാഡികളുടേതാവാം എന്ന നിഗമനത്തിൽ ഭക്തവത്സലം അങ്ങോട്ട് നടന്നുനീങ്ങി.

വലിയ വലിയ കുഴികളുണ്ടാക്കി അതിൽ കേബിളുകൾ പതിച്ച് അവയെ ഉറ്റുനോക്കിക്കൊണ്ട് നാലഞ്ചു ടെലിഫോൺ തൊഴിലാളികൾ നിന്നിരുന്നു. അവരുടെ ഷർട്ടുകളിലും പാന്റുകളിലും ധാരാളം ചേറും ചളിയും പറ്റിപ്പിടിച്ചിരുന്നു. മുഖങ്ങളിൽ ക്ഷീണവും. ഭക്തവത്സലം വെറുതെ കേബിൾ കുഴികളിലേക്ക് എത്തിനോക്കി. കുഴികളിൽ കേബിൾ വയറുകൾ മനോഹരമായി പിണച്ചുവച്ചിരിക്കുന്നു. കുഴിയിലുണ്ടായിരുന്ന ഒരാൾ പെട്ടെന്ന് ബ്ലോയർ എടുത്ത് അമർത്തി. തീനാളങ്ങൾ ചിതറിത്തെറിച്ചണഞ്ഞു.

ബനിയൻ കമ്പനികളുടെ നെടുങ്കൻ കെട്ടിടങ്ങൾക്ക് പൂശിയിരുന്ന വിവിധ ചായങ്ങൾ കണ്ടപ്പോൾ ഒന്നുവെറുതെ നോക്കിനിൽക്കണമെന്ന് ഭക്തവത്സലത്തിന് തോന്നി. ഹുങ്കാരശബ്ദത്തോടെ ഒരു ഹെലികോപ്റ്റർ രാക്ഷസപരുന്തിനെപ്പോലെ ആകാശത്തു നെടുകെ പറന്നു മറഞ്ഞു. തെരുവിൽ കാണപ്പെട്ട ഓവുചാലുകൾ കറുത്തതായിരുന്നു. കുപ്പക്കൂനകളിൽ പ്ലാസ്റ്റിക് സഞ്ചികൾ അഴുകാതെ തലനീട്ടി കിടന്നു. ഒരു ട്രാൻസ്ഫോർമറിന്റെ താഴെ ചാക്ക് കൊണ്ടുള്ള ടെന്റിന്റെ മുൻഭാഗത്ത് ഒരു സ്ത്രീയും പുരുഷനും ഇരുന്നിരുന്നു. ദമ്പതികളാവാം. അഴുക്കുപുരണ്ട വസ്ത്രങ്ങൾ ധരിച്ച അവരുടെ മുകളിലായി ഭീമാകാരനായ ട്രാൻസ്ഫോർമർ. ഭക്തവത്സലത്തിന് ട്രാൻസ്ഫോർമറുകൾ എന്നും എന്തിനോ ഒരു പേടിസ്വപ്നമായിരുന്നു.

ആകാശഗംഗ എന്ന ആ കോളനിയുടെ കവാടത്തിൽ ഭക്തവത്സലമെത്തി. അധികവും നാലുനില കെട്ടിടങ്ങൾ. ഓരോ നിലകളുടെ അയകളിൽ അലക്കിയ തുണികൾ തൂങ്ങിയാടുന്നു. അരമതിലുകളിൽ പൂച്ചെടികളും അവകളിൽ ഇളകിയാടുന്ന പൂക്കളും പച്ചച്ച ഇലകളും. അയാൾ ഒരു നിമിഷം നോക്കി നിന്നു.

കൂകി പാഞ്ഞുവന്ന ഒരു ബാലന്റെ വസ്ത്രം മുഴുവനായും നീല, പച്ച, ചുവപ്പ് ചായങ്ങൾ. സെക്യൂരിറ്റിക്കാരെ ആരെയെങ്കിലും കാണുമെന്ന വിചാരത്തിൽ ഭക്തവത്സലം നാലടി നടന്നു. ചുറ്റുമുള്ള നാല് നില കെട്ടിടങ്ങൾക്ക് നടുവിൽ വരണ്ടുണങ്ങിയ ഒരു മൈതാനം കണ്ടു. പെട്ടെന്ന് നാലഞ്ചുപേർ ഒരു മുതിർന്ന സ്ത്രീയെ ഓടിച്ചു പിടികൂടാൻ ശ്രമിക്കുന്നതായി കണ്ടു. സ്ഥാനം തെറ്റിക്കിടക്കുന്ന ചേലത്തുമ്പുകൾക്കിടയിൽ അവളുടെ നിറഞ്ഞ മാറിടം കുലുങ്ങുന്നുണ്ടായിരുന്നു. പെട്ടെന്നവൾ ഓട്ടം നിർത്തി വലതുകൈകൊണ്ട് മാറിടം മറച്ചു. കിതച്ചു കിതച്ച് അവൾ ശ്വാസം ഉതിർത്തു. അവളെ അനുഗമിച്ചെത്തിയവരുടെ കൈകളിൽ ഓരോ പീച്ചാംകുഴലുകളുണ്ടായിരുന്നു. പീച്ചാംകുഴലുകൾ ചീറ്റി

ത്തെറിപ്പിച്ച വിവിധ വർണങ്ങളിലെ വെള്ളം അവളെ നനഞ്ഞൊലിപ്പിച്ചു. വരണ്ടുണങ്ങിയ മൈതാനത്തിന്റെ പലഭാഗങ്ങളിൽനിന്നും കൂക്കുവിളികളും ആർത്തനാദങ്ങളും കെട്ടിടച്ചുമരുകളിൽ തട്ടി മാറ്റൊലികളായി മാറിക്കൊണ്ടിരുന്നു.

ഈ കെട്ടിട സമുച്ചയത്തിലെ ഏതോ ഒരു വീടിന്റെ കതകിൽ നാൽപ്പതാം നമ്പർ എഴുതിയിരിക്കുമെന്നു ഭക്തവത്സലം മനസിൽ കുറിച്ചിട്ടു. അയാൾ പടികൾ കയറാൻ തുടങ്ങി. ചിതറിക്കിടന്ന വർണപ്പൊടികൾ പടികളിലെ അഴുക്കുമായി ലയിച്ചിരുന്നു. പടികളിൽ അങ്ങിങ്ങായി വെച്ചിരുന്ന പൂച്ചട്ടികളിലും ചായങ്ങൾ കലർന്നിരുന്നു. രണ്ടാംനില കടക്കുമ്പോൾ ക്ഷീണം തോന്നിച്ചു. വിശപ്പിന്റെ ക്ഷീണം. അയാൾ ചുമരിൽ ചാരി നിന്നു കിതച്ചു.

“കോൻ ഹെ” എതിർദിശയിൽനിന്നും ഒരു പെൺശബ്ദം. ശബ്ദത്തിനുടമ മുഖം മൃദുതുണിയാൽ മറച്ചിരുന്നു. വെള്ളയും മഞ്ഞയും കലർന്ന ആ തുണിയുടെ സുതാര്യതയിൽ അവളുടെ വശ്യസൗന്ദര്യം വിശപ്പിലും ഭക്തവത്സലം ആസ്വദിച്ചു. നാൽപ്പതാം നമ്പർ എഴുതിയ കടലാസ് കാണിച്ചപ്പോൾ “ഊപ്പർ ഹെ” എന്നവൾ മൊഴിഞ്ഞു. ആ കിളിശബ്ദത്തിന്റെ മാധുര്യം നുണയുംമുമ്പെ അവൾ മറഞ്ഞു.

പടികളിലൂടെ ആർത്തുല്ലസിച്ചുവന്ന കുട്ടികൾ കലപില ശബ്ദമുണ്ടാക്കി. അതിലൊരുത്തൻ ഭക്തവത്സലത്തെ തന്നെ ഉറ്റുനോക്കി. അവന്റെ നെറ്റിയും കവിൾത്തടങ്ങളും നീലനിറമായിരുന്നു. അവന്റെ കുപ്പായം പലവർണത്തിൽ കാണപ്പെട്ടു. മൈതാനത്തിൽ ഒരാൾ സൈക്കിളിൽ ചുറ്റിത്തിരിയുകയും അയാളെ പിൻതുടർന്നു നാലഞ്ചുപേർ ഓടിക്കളിക്കുകയും ചെയ്തിരുന്നു. പിന്തുടരുന്നവരുടെ അടഞ്ഞ കൈവെള്ളകളിൽ വർണപ്പൊടികൾ നിറഞ്ഞ് വിരലുകൾക്കിടയിൽ പുറത്തേക്ക് കാണപ്പെട്ടു. ഈ മൈതാനം അടുത്ത ചില മണിക്കൂറുകളിൽ വർണമൈതാനമാകാം. മൈതാനം പഴയരൂപത്തിലാവാൻ മാസങ്ങളാകുമെന്നു ഭക്തവത്സലം മനസിൽ കണക്കുകൂട്ടി.

മൂന്നാം നിലയിൽ നിന്നും താഴേക്ക് നോക്കിയപ്പോൾ തലചുറ്റുന്നതുപോലെ തോന്നി. വിശപ്പാണോ...ഭയമാണോ...കാരണം അറിഞ്ഞുകൂടാ. താൻ താഴെ വീഴുമോ...ഭയമായിരിക്കുന്നു.

ചായം വാരിപ്പൂശിയും മറ്റുള്ളവരുടെമേൽ പടർത്തിയും ഉല്ലസിച്ചു നടക്കുന്ന ഇവരുടെയിടയിൽ താൻ ഏകനാണെന്ന ചിന്ത ഭക്തവത്സലത്തെ കുഴക്കി.

അയാൾ മെല്ലെ താഴേക്കിറങ്ങി.

ഇപ്പോൾ മൈതാനത്തിൽ അനേകംപേർ കൂടിയിരിക്കുന്നു. അവർ ഏവരും തുടർച്ചയായി സംസാരിക്കുന്നു. അവരുടെ സംഭാഷണങ്ങൾ കേൾക്കാനാവുന്നില്ല. അവരുടെ ചിരിച്ച മുഖങ്ങളും ആംഗ്യങ്ങളും അവരെല്ലാവരും തന്നെ ആനന്ദലഹരിയിൽ തുടരുന്നുവെന്ന കാര്യം സ്ഥിരീകരിച്ചു. മൈതാനത്ത് നാട്ടിയിരുന്ന ഇരുമ്പ് കമ്പികളിൽ വർണക്കൊടികൾ പാറിക്കളിച്ചു.

ചായക്കൂട്ടുകളും കലർപ്പുകളും ചിതറിക്കിടന്നിരുന്ന വഴിയിലൂടെ കടന്നപ്പോൾ മറ്റൊരു കവാടം ഭക്തവത്സലത്തിന്റെ കണ്ണിൽപ്പെട്ടു. ഗൂർഖ പോലെയുള്ള ഒരാൾ ഭക്തവത്സലത്തെ തുറിച്ചുനോക്കി. ഗൂർഖയുടെ മുഖത്ത് നിറയെ പച്ചച്ചായം. യൂണിഫോമിൽ വർണക്കൂട്ടുകൾ സമൃദ്ധിയായിരുന്നു.

കൈ രണ്ടും നീട്ടി കൈവെള്ള ചുരുട്ടി ഇരുചക്രവാഹനം ഓടിക്കുന്ന മട്ടിൽ ഓടിവന്ന ബാലൻ ഭക്തവത്സലത്തെ കണ്ടയുടൻ നിന്നു. ഏഴെട്ട് വയസ്സ് കാണും. അവന്റെ വിടർന്ന കണ്ണുകളിൽ ഒരു വശ്യത. വായയ്ക്ക് ചുറ്റും ചുവപ്പ് നിറത്തിൽ ചായം പൂശിവച്ചിരിക്കുന്നു. അവൻ ഭക്തവത്സലത്തെ നോക്കി മനോഹരമായ കൊച്ചരിപ്പല്ലുകൾ കാട്ടി ചിരിച്ചു. പെട്ടെന്നവൻ കൂക്കിവിളിച്ചുകൊണ്ട് ട്രൗസർപോക്കറ്റിൽ നിന്നും ഒരുപിടി ചുവന്ന വർണപ്പൊടിയെടുത്ത് ഏന്തിനിന്നുകൊണ്ട് ഭക്തവത്സലത്തിന്റെ മുഖത്തേക്കെറിഞ്ഞുപിടിപ്പിച്ചു. അയാൾ കണ്ണുകൾ ശ്രമത്തോടെ ചിമ്മിച്ചിമ്മി തുറന്നു.

ചുവന്ന സ്കെച്ച്പേനകൊണ്ട് സ്വാമിയപ്പന്റെ തുടുത്ത മുഖത്ത് അവൾ ഭംഗിയായി രേഖകൾ വരച്ചു. അയാളുടെ നെറ്റിയിൽ ഭസ്മം കൊണ്ടെന്നപോൽ മൂന്ന് വരകൾ വരച്ചു. അവയ്ക്ക് മധ്യേ നാമംപോലെ നീളത്തിൽ മൂന്ന് വരകളും വരച്ചു. ദ്വേഷ്യത്തോടെ സ്വാമിയപ്പൻ മുഖം ചുളിച്ചു. പകരത്തിന് അവളും പരിഹാസത്തോടെ മുഖംചുളിച്ചു. സ്വാമിയപ്പന്റെ ദ്വേഷ്യം പമ്പകടന്നു. അയാളുടെ കയ്യിലുണ്ടായിരുന്ന പുസ്തകം താഴെവീണു.

കൃത്രിമകോപം വരുത്തി അൽപ്പം കൊഞ്ചലോടെ സ്വാമിയപ്പൻ

"ഛേ...ഛേ...എന്ത് കളിയാണിത്"

ങേ! എന്ത് കളിയാണെന്നോ! ഇന്ന് ഹോളിയാണ്....ഹോളി...

അർഥമുള്ള പരിഹാസത്തിൽ സ്വാമിയപ്പൻ

"ങ്ഹും...ങ്ഹും....ഇന്ന് ആരുടെ കൂടെയാണ് ചായം പൂശി വിലസി നടന്നത്"

"ഹേയ്....ആരുടേയും കൂടെയില്ല"

"നിന്നെ ഇപ്പോൾ കാണാൻ ചായത്തിൽ മുക്കിയെടുത്ത കൊഴുകൊഴുത്ത ബൊമ്മപോലെയുണ്ട്. കൊതിയാകുന്നു...." മോഹകാമം സ്വാമിയപ്പനിൽ സടകുടഞ്ഞു.

"നിങ്ങളും അങ്ങനെ തന്നെ"

"ങ്ഹാ....ശരി....ശരി...രണ്ട് കൊഴുത്ത ബൊമ്മകൾ"

"ബൊമ്മകളോ"

"അതേ....ജീവൻ തുടിക്കുന്ന ശരീരമുള്ള ബൊമ്മകൾ. ശരീരത്തിൽ ചീറ്റിയടിക്കുന്ന ചുവന്ന വെള്ളം. ഇന്ന് ഹോളിയല്ലേ. ഹോളിയുടെ ചുവന്ന വെള്ളം. രക്തം. രക്തം വെളുത്തുംപോകും."

"ങ്ഹാ....ങ്ഹാ...ഇങ്ങനെ പോയാൽ രക്തം വെളുത്തുതന്നെയിരിക്കും."

വശ്യമായി ചിരിച്ചുകൊണ്ടവൾ മദ്യക്കുപ്പിയുടെ കഴുത്തിന് പിടിച്ചു തിരിച്ചു.

"ഈ കുപ്പിക്കകത്തുള്ള ചുവന്ന വെള്ളം ശരീരത്തിൽ കയറ്റുന്നില്ലേ"

അവളുടെ കണ്ണുകളിൽ കാമം തീകത്തി.

തുറക്കാത്ത കുപ്പിയുടെ മൂടിയിൽ സർക്കാർ മുദ്ര പതിച്ചിരുന്നു. കുപ്പിയുടെ ലേബലിൽ കൊഴുത്ത കുതിരകൾ ഓടിക്കൊണ്ടിരുന്നു. അവകളുടെ കാലുകൾക്കടിയിൽ മദ്യത്തിന്റെ ദൂഷ്യവശങ്ങളെക്കുറിച്ചുള്ള ഉപദേശ പാഴ്വാക്കുകൾ. കുതിരകളുടെ കാൽക്കുളമ്പുകൾക്കടിയിൽപ്പെട്ട് ഉപദേശവാക്കുകൾ ഞെരിഞ്ഞമർന്നിരുന്നു. ആൽക്കഹോളിൽ ശതമാനക്കണക്കുകൾ തിട്ടപ്പെടുത്താൻ സ്വാമിയപ്പൻ കുപ്പിയിൽ ഉറ്റുനോക്കിയിരുന്നു.

ഇരുട്ടിൽ മിന്നി മിന്നി പ്രാണികൾ കടന്നുപൊയ്ക്കൊണ്ടിരുന്നു. ഇരുട്ട് നന്നായി വ്യാപിച്ചുകിടന്നു.

"പ്രേതബംഗ്ലാവ് മാതിരി തോന്നുന്നു"

അവൾ സ്വാമിയപ്പനോട് പറ്റിച്ചേർന്നു.

"എന്നേയും പ്രേതമായി കണക്കാക്കിയോ"

"ഞാനും പ്രേതമല്ലെ" കടമിഴിക്കോണിൽ കന്മദ തേനൂറി അവൾ അവനെ നോക്കി.

"ഇത്തരം പ്രേതങ്ങളെ ഞാനിഷ്ടപ്പെടുന്നു" സ്വാമിയപ്പന്റെ കള്ളക്കണ്ണുകൾ അവളെ ഉഴിഞ്ഞെടുത്തു.

"നീ കൊഴുത്തു മുഴുത്ത പ്രേതമാണ്"

"ഇല്ല...മോഹിനിപ്പിശാച്"

"ങ്ഹാ....അങ്ങനെയും പറയാം. ശരി അതൊക്കെ പോകട്ടെ...ഈ വീട്ടിൽ നീ ഇതിന് മുമ്പ് വന്നിട്ടുണ്ടോ...എനിക്ക് ഓർമ കിട്ടുന്നില്ല"

"അതു കള്ളം. ങ്ഹാ...ആദ്യത്തേതാകുമ്പോൾ അതിന്റെ ത്രിൽ ഒന്ന് വേറെയാണല്ലോ. അങ്ങനെ കരുതാം"

"ഇതൊരുപക്ഷെ അവസാനത്തേതുമാകാം"

പെട്ടെന്നു സ്വാമിയപ്പൻ പറഞ്ഞുനിർത്തി.

"എന്നോട് പിണക്കമായോ!"

"ഇല്ല...പിണക്കം എന്നോട് തന്നെ"

"എന്നിലെന്തെങ്കിലും കുറവുകൾ തോന്നിയോ"

"ഹേയ്....അതൊന്നുമല്ല"

ഒരു നെടുനിശ്വാസത്തിന്റെ ബാക്കിയിൽ

"എല്ലാം....എല്ലാം.... മടുത്തു തുടങ്ങി"

സ്വാമിയപ്പൻ മദ്യക്കുപ്പി അൽപം ദൂരെ മാറ്റിവച്ചു.

തറയിൽ വീണുകിടന്ന പുസ്തകം അയാൾ കയ്യിലെടുത്തു. അരികിൽ നിന്നിരുന്ന അവളെ അയാൾ ഉറ്റുനോക്കി. അതിനുശേഷം അയാൾ ആ പുസ്തകത്തിൽ കണ്ണുംനട്ടിരുന്നു. വിരക്തിയിലെന്നോണം അവൾ ചുമരും ചാരിയിരുന്നു.

അകലെയകലെ ഒരു പക്ഷിയുടെ കരച്ചിൽ.

ഇരുപത്തിയാറ്

നാഗന്റെ കൈവിരലുകളിലെ നഖഇടുക്കുകൾ നന്നായി വേദനിച്ചു. അവകൾ ചുവന്നു തടിച്ചിരുന്നു. ആ ചുവപ്പ് നാഗനിൽ ഭയം ഉളവാക്കി. വിരലുകൾക്ക് നീളം കൂടിയോ? ഭയം അയാളെ കാർന്നുനിന്നു. ബനിയൻ നൂലുകൾ വിടർത്തുവാൻ വളർന്ന നഖം ഉപയോഗിക്കേണ്ടായിരുന്നു. പക്ഷെ കത്തി ഉപയോഗിക്കുമ്പോഴും നഖങ്ങളിൽ വേദന ഉണ്ടായിരുന്നതായി നാഗൻ ഓർത്തു.

രാവിലെ ഏഴുമണിമുതൽ ഉച്ചയ്ക്ക് മൂന്നുവരെ നൂലുകൾ വിടർത്തിയാലും ഒന്നര കിലോഗ്രാം ബനിയൻ തുണ്ടുകൾ മാത്രമെ ലഭിക്കുകയുള്ളു. കിട്ടുന്ന കൂലിയോ തുച്ഛം.

ചുവന്നുന്തിയ നഖക്കീറുകളിൽ അൽപ്പം വെളിച്ചെണ്ണ തടവി. വിരലുകൾക്ക് ഒരു പൊലിമ. വിരലുകൾ വിടർത്തിവച്ചുനോക്കി. ങേ! കുഷ്ഠരോഗികളുടെ വിരലുകൾപോലെയായോ!

അന്നത്തെ ദിവസം നഗരത്തിൽ ബന്ദായിരുന്നു. തികച്ചും ആവശ്യമില്ലാത്ത ഒരാകർഷണം. അവിടെയുണ്ടായിരുന്ന ഒരു സെക്കന്റ് പീസ് ഗോഡൗൺ ബന്ദനുകൂലികൾ തീവച്ചു നശിപ്പിച്ചിരുന്നു. ഇത്തരം തീക്കളികൾ മറ്റു പലയിടങ്ങളിലും നടന്നതായറിഞ്ഞു. കമ്പനി ചുറ്റുമതിലിൽ ഏന്തിനോക്കിയപ്പോൾ പോലീസ്‌വണ്ടികൾ തലങ്ങും വിലങ്ങും ഓടിക്കൊണ്ടിരുന്നു. ഡിസംബർ മാസത്തിന്റെ പ്രത്യേകതയെന്നോണം ഈ വർഷത്തിലും ബന്ദ് രണ്ട് മൂന്ന് ദിവസങ്ങളിൽ നടന്നു. കടകമ്പോളങ്ങൾ അടഞ്ഞു കിടന്നു. റോഡുകളിൽ ആൾസഞ്ചാരം തുലോം കുറവായിരുന്നു.

കമ്പനി കതകുകൾ ഭദ്രമായടച്ച് അകത്തുകിടന്നുറങ്ങാം എന്നോർത്തപ്പോൾ നാഗന് അൽപ്പം ആശ്വാസം തോന്നി. കുറെനേരം മലർന്നു കിടന്നപ്പോൾ ഈറൻ തറയിലൂടെ തണുപ്പ് അനുഭവപ്പെട്ടു. നീണ്ട ഹാളും മുറികളും വിറങ്ങലിച്ചു കിടന്നിരുന്നു. മേൽക്കൂരയാകമാനം ഒരു വെളുപ്പ് നിറം. ഹാളും മുറികളും വൃത്തിയായി കിടന്നതിൽ നാഗന് സന്തോഷം തോന്നി. അഭിമാനവും. തന്റെ ജോലിയിൽ മുതലാളിക്ക് കുറ്റം കണ്ടുപിടിക്കാനാവില്ലല്ലോ. ഹാളും മുറികളും താൻ വൃത്തിയായി സൂക്ഷിച്ചിരുന്നുവെങ്കിലും ജോലിയൊന്നും കിട്ടാതായതുകൊണ്ടാണല്ലോ അവകൾ വിറങ്ങലിച്ചു കിടക്കേണ്ടിവന്നത്. ഇതൊന്നുമാലോചിക്കാതെ താൻ അമ്പതുരൂപ ശമ്പളക്കൂടുതൽ മുതലാളിയോട് ചോദിക്കുകയും ചെയ്തു. അർത്ഥംവച്ചുള്ള സ്വാമിയപ്പന്റെ നോട്ടത്തിൽ താൻ ദഹിച്ചുപോയ കാര്യവും നാഗൻ ഓർത്തു.

സ്വാമിയപ്പൻ ഉള്ളപ്പോൾ എന്തുകൊണ്ടോ ഭക്തവത്സലം കമ്പനിയിലേക്ക് വരാൻ ശ്രമിക്കാറില്ല.

ശമ്പളത്തിനുവേണ്ടി മാസത്തിൽ നാലഞ്ച് തവണ നാഗന് സ്വാമിയപ്പന്റെ മുന്നിൽ നിൽക്കേണ്ടതായി വരും. "എങ്ങനെയെങ്കിലും ശരി

പ്പെടുത്തി തരാം" എന്ന് സ്വാമിയപ്പൻ പറയുമ്പോൾ രണ്ടുപേരിലും ദു:ഖം ബാക്കി നിൽക്കും.

നാഗൻ മെല്ലെ വാതിൽതുറന്നു. ഏതോ ഒരു ഗാനശകലം ഈ അവസ്ഥയിലും പാടി മറഞ്ഞതായി തോന്നി. റോഡിൽ അങ്ങുമിങ്ങും ഒന്ന് രണ്ട് ഇരുചക്രവാഹനങ്ങൾ കിതച്ചവണ്ണം ഓടി. വീഥിയിൽ പൊടിപടലം നിറഞ്ഞുനിന്നു. എതിർഭാഗത്ത് നിന്നിരുന്ന പൂവരശു മരത്തിൽ നിന്നും ഒരില മാത്രം നാഗന്റെ കാലടിയിൽ മുട്ടിയുരുമ്മി കിടന്നു. ഇലയുടെ പഴുപ്പ് നിറവും കൈരേഖകൾ പോലെ വിരിഞ്ഞുനിന്ന അതിന്റെ പാർശ്വങ്ങളിലും നേർവരയുള്ള അതിന്റെ നടുഭാഗവും ഇതിന് മുമ്പ് കാണാത്തമട്ടിൽ നാഗൻ കൗതുകത്തോടെ നോക്കിനിന്നു. പൂവരശുമരത്തിന്റെ അടിഭാഗ തടിയിൽ വിവിധ നിറങ്ങളിൽ പോസ്റ്ററുകൾ പതിച്ചുവച്ചിരുന്നു. സമതലമല്ലാത്തതിനാൽ മരത്തിൽ പതിച്ചുവച്ച പോസ്റ്ററുകൾ മുഴച്ചും കുഴിഞ്ഞും കാണപ്പെട്ടു. പോസ്റ്റർ വാചകങ്ങൾ അപൂർണവും അർഥശൂന്യവുമായി കാണപ്പെട്ടതിൽ നാഗന് ചിരിതോന്നി. പോസ്റ്ററുകൾ രാഷ്ട്രീയ യോഗങ്ങളുടെ മുഖപലകകളായിരുന്നു. പോസ്റ്ററുകളിൽ രാഷ്ട്രീയ പ്രസംഗകരുടെ നീളമുള്ള പട്ടിക കാണുമ്പോഴും നാഗന് ചിരി തോന്നും. നിറഞ്ഞു കവിയുന്ന സദസും വർണവിളക്കുകൾക്ക് നടുവിൽനിന്നു സംസാരിക്കുന്നവരുടെ അംഗവിക്ഷേപങ്ങളും നാഗൻ മനസിലെ കമ്പ്യൂട്ടറിൽ പതിച്ചുവയ്ക്കും. യോഗാനന്തരം പ്രേക്ഷകർ ജ്ഞാനം സമ്പാദിച്ചു മൗനികളായി തിരിഞ്ഞു നടക്കുന്നതും നാഗന്റെ മനസിൽ വിചിത്ര ഭാവനകളായി മാറും. ഒരിക്കൽ ഭക്തവത്സലം പറഞ്ഞതു നാഗന് ഇപ്പോഴും ആശ്ചര്യമായി തോന്നാറുണ്ട്. വൈകുന്നേരങ്ങളിൽ അഞ്ച് അഞ്ചരയോടെ ഉച്ചഭാഷിണികൾ പെരുപ്പിച്ചു നൽകുന്ന സിനിമാഗാനങ്ങളുടെ തുടർച്ചയെന്നോണം എട്ടര ഒമ്പതു മണിയോടെയായിരിക്കും യോഗം ആരംഭിക്കുക. വേദികളിലെ കസേരകളിൽ പ്രസംഗകരും സംഘാടകരും പ്രവർത്തകരും നിറഞ്ഞെന്നുവരാം. പക്ഷെ പ്രേക്ഷകർ? അധികപക്ഷവും ശുഷ്കം. റോഡിലൂടെ കടന്നുപോകുന്നവരുടെ കേൾവിക്കുറവില്ലാത്ത കാതുകളെ വിശ്വസിച്ചായിരിക്കും പ്രസംഗകരുടെ പ്രഭാഷണങ്ങൾ. പരദൂഷണങ്ങളും തെറിവിളികളും കസേരകളിയുമെല്ലാം തീപ്പൊരി പ്രസംഗത്തിൽ തട്ടിവിടും.

ഇതൊക്കെ കേട്ടപ്പോൾ നാഗൻ ഭക്തവത്സലത്തിനോട് ഒരു ചോദ്യം.

"ഇതൊക്കെയിങ്ങനെയാണെങ്കിൽ തെരുക്കൂത്തിന്റെ കാര്യമോ?"

ഭക്തവത്സലം ഒന്ന് ഊറിച്ചിരിച്ചു.

"ങേ! തെരുക്കൂത്തോ! അതൊക്കെ ഇനി ഏതെങ്കിലും അടച്ചിട്ട ഒറ്റമുറിയിൽ മാത്രം. ക്ഷേത്രവളപ്പിൽ കിട്ടിയാൽ കിട്ടി. അതും സിനിമാപ്പാട്ട്കച്ചേരി ഇല്ലെങ്കിൽ"

ഭക്തവത്സലം പറഞ്ഞത് എത്ര ശരിയായിരിക്കുന്നു. താൻ എത്രയോ തവണ ഒറ്റമുറിക്കുള്ളിൽ ഒറ്റയ്ക്ക് തെരുക്കൂത്ത്പാട്ടുകൾ പാടിയിരിക്കുന്നു. പാടുന്തോറും സ്വരം ഇടറും. ചുമ വരും. തുപ്പുമ്പോൾ കഫക്കട്ട

കൾ പുറത്തുചാടും. നെഞ്ചിടിപ്പുകൾ അധികമായി കിതപ്പനുഭവപ്പെടും. കിടക്കണമെന്നു തോന്നും. ഇനി തെരുക്കൂത്ത് പാട്ടുകൾ അത്രതന്നെ.

നാഗന്റെ ഓർമകളിൽ കനൽക്കട്ടകൾ വീഴുന്നു.

രണ്ട് ദിവസത്തിന് മുമ്പ് നാഗമണി വന്നിട്ടുപോയി.

"ജോലിയൊന്നുമില്ലല്ലോ. നാട്ടിലേക്ക് വന്നുകൂടെ" ഭവ്യതയോടെ ഭാര്യ പറഞ്ഞു.

"കെട്ടിടത്തിനെങ്കിലും കാവൽ വേണ്ടേ! ഒരുപക്ഷെ ഈ കാരണം കാണിച്ചു ശമ്പളത്തിൽ കുറവ് വരുത്തിയാലോ"

കോയമ്പത്തൂർ ജയിലിലെ തടവുപുള്ളിയായ മകനെ കാണാനെത്തിയതായിരുന്നു നാഗമണി.

"എങ്ങനെയുണ്ടവൻ"

നാഗൻ മനസില്ലാമനസോടെ ചോദിച്ചു.

"ജയിലിലുള്ളവർ എങ്ങനെയിരിക്കാൻ. റാഗിക്കറിയും ചീരക്കറിയും കിട്ടുമായിരിക്കാം."

"ങാഹാ...അവന് അതെങ്കിലും കിട്ടുന്നുണ്ടല്ലോ."

"പരിഹസിക്കുന്നതിനും ഒരു വീണ്ടുവിചാരമില്ലാതായോ" ഗദ്ഗദത്തോടെ നാഗമണി പറഞ്ഞു. "മരണം കാത്തിരിക്കയാണവൻ" ഒതുക്കിയ കരച്ചിലോടെ "പെറ്റ വയറാണ്. തീ എരിയുന്നു."

"വിചാരണപോലും കഴിഞ്ഞതായറിവില്ല"

നാഗനിൽ മന:ക്ലേശം നിഴലിച്ചു.

"നിങ്ങൾ ഒരുതവണപോലും അവനെ കാണാൻ പോയില്ലല്ലോ."

നാഗമണി മൂക്ക് ചീറ്റി.

"പറ്റിയില്ല...ങ്ഹാ...തോന്നിയതുമില്ല. പോയാലും ചിലവ്. എന്തെങ്കിലും വാങ്ങികൊടുക്കേണ്ടെ!"

അയാൾ ഭാര്യയുടെ മുഖത്തേക്ക് നോക്കി. അൽപ്പം കഴിഞ്ഞ്

"ങ്ഹാ...പോയി കാണാം."

ഒരു നെടുവീർപ്പിനുശേഷം നാഗൻ തുടർന്നു.

"കുടുംബബന്ധം നോക്കിയതുപോലുമില്ല. വെള്ളവും വെളിച്ചെണ്ണയും പോലെ അകന്നു ജീവിച്ചു. കൂട്ടുകെട്ടിൽ താന്തോന്നിയായി ചുറ്റിക്കറങ്ങി."

ഗതകാലസ്മരണയുടെ വേദനയിൽ–

"അവൻ ഇങ്ങനെയാകുമെന്നു വിചാരിച്ചില്ല"

"ആരും വിചാരിച്ചില്ലല്ലോ"

നാഗൻ താണജാതിക്കാരനായിരുന്നുവെങ്കിലും ആ ജാതിക്കാരുടെ മാത്രം കീഴ്വഴക്കങ്ങളെ പിൻപറ്റാതെ, ആ കീഴ്വഴക്കങ്ങളെ മറികടക്കണമെന്ന ചിന്ത, ചെറുപ്പത്തിൽതന്നെ നാഗൻ ഉറച്ച തീരുമാനമായെടുത്തിരുന്നു. സ്വന്തം കുലത്തൊഴിലുകളിൽ മുടങ്ങിക്കിടക്കാതെ കെട്ടിടനിർമാണപ്പണി, കൂലിപ്പണി, നെയ്ത്തു തൊഴിൽ എന്നിങ്ങനെ വിവിധ ജോലികളിൽ മുഴുകി. നെയ്ത്തുതൊഴിലിൽ എല്ലാ ജാതിക്കാരും

ഉൾപ്പെട്ടിരുന്നു. അതിൽ നാഗന് ആശ്വാസവും സന്തോഷവും തോന്നിയിരുന്നു. മനസിന്റെ ക്ഷമകേട് തീർക്കാൻ തെരുക്കൂത്ത് നാഗൻ പഠിച്ചെടുത്തു.

മകൻ അങ്ങനെയായിരുന്നില്ല. ജീവിതത്തിൽ ഒരു ലക്ഷ്യവുമില്ലായെന്നവൻ വെറുതെ കണക്കുകൂട്ടി. വീട്, കുടുംബം, ബന്ധുക്കൾ എല്ലാം അവന് അന്യമായിരുന്നു. വഴക്കും വക്കാണവും ലഹളയുമായി അവൻ കാലങ്ങൾക്ക് നീളം കൂടി. കാര്യവും കാരണവുമില്ലാതെ നടന്ന ഒരു ജാതി ലഹളയിൽ കരുവായി നിന്നു. നാലഞ്ചുപേരുടെ മരണത്തിനിടയായ ആ സംഭവത്തോടനുബന്ധിച്ച് തടവിലുമായി. കൊലക്കുറ്റം വിധിക്കപ്പെട്ട പത്തുപേരിൽ അവനും ഉൾപ്പെട്ടു.

“അവനിതെന്തിന് ചെയ്തു. പണത്തിനുവേണ്ടിയായിരുന്നോ”

നാഗമണിക്ക് സംശയം തീർന്നില്ല.

“എന്ത് പണം...ഏതു പണം...പണം ആര് കൊടുക്കാൻ...നാല് കുപ്പി ചാരായവും കുറച്ച് ഇറച്ചിയും...തീർന്നു. ജാതിലഹളയായാലും നാട്ടുലഹളയായാലും എല്ലാറ്റിനും ഇറക്കിവിടും. തല്ല് കൊടുത്തും വാങ്ങിയും ആലോചനയില്ലാതെ ലഹളയിൽ ഇറങ്ങും. പാവങ്ങൾ. പ്രമാണിമാർ നോക്കി നിൽക്കും.”

മകന്റെ അവസ്ഥയോർത്ത് നാഗന്റെ മനസ്സ് നീറി. അയാൾ അൽപ്പനേരം മൗനിയായി നിന്നു.

നാഗമണിക്ക് നൽകുവാൻ പണമൊന്നുമില്ലാത്തതിൽ നാഗന് സങ്കടം തോന്നി.

“ശമ്പളം കിട്ടുമ്പോൾ കൊണ്ടുവന്നു തന്നാൽ മതി. എനിക്കിപ്പോൾ എന്തിനാണ് പണം. ജോലിക്ക് പോയാൽ കമ്പും റാഗിയും ചീരയുമൊക്കെ കൂലിയായി കിട്ടുന്നുണ്ടല്ലോ. അതുമതി. മഴയില്ലാത്തതുകൊണ്ട് വയലിൽ പണികിട്ടുന്നില്ല. അതിലാണ് സങ്കടം. ഇവിടെ ജോലിയില്ലെങ്കിൽ നിങ്ങൾക്കും നാട്ടിലേക്ക് വരാമല്ലോ”

“അവിടെ വന്നിട്ട് എന്തുചെയ്യാനാണ്.”

“ഏതെങ്കിലും മാടത്തില് കാവലിന് പോകാമല്ലോ”

സ്വാമിയപ്പന്റെ മേശപ്പുറത്തു കുറെ നാളുകളായി പലപല വർണങ്ങളിലെ കോളർഷർട്ടുകൾ അടുക്കും ചിട്ടയുമില്ലാതെ മടക്കിവച്ചിരിക്കുന്നു. ആവശ്യമില്ലാത്തതാവാം. ഉണ്ടായിരുന്നുവെങ്കിൽ ഇവിടെയിങ്ങനെ ഇത്രനാളും അനാഥമായി കിടക്കുമോ?

നാഗൻ അതിൽനിന്നും രണ്ടെണ്ണമെടുത്ത് നാഗമണിക്ക് കൊടുത്തു.

“ഇതുകൊണ്ടുപൊയ്ക്കോ. ഓരോന്നും നൂറ്റമ്പതിനും ഇരുന്നൂറിനും പോകും. നൂറിൽ കുറച്ച് ആർക്കും കൊടുക്കരുത്”

ആൾസഞ്ചാരമില്ലാതെ വിജനമായി മലർന്നു കിടന്ന റോഡും നോക്കി നാഗൻ കുറെനേരം ഇരുന്നു. ഒരു പോലീസ്വണ്ടി മെല്ലെ മെല്ലെ നീങ്ങുന്നുണ്ടായിരുന്നു. വാഹനത്തിന് പിന്നാലെ നാലഞ്ച് പോലീസുകാരും. എന്താണ് നടക്കുന്നതെന്നോ നടക്കാൻ പോകുന്നതെന്നോ ഒന്നും

അറിയുന്നില്ല. ഭക്തവത്സലം ഉണ്ടായിരുന്നുവെങ്കിൽ വിവരങ്ങൾ തരുമായിരുന്നു.

ഒന്നുരണ്ട് ഇരുചക്രവാഹനങ്ങൾ ചീറിപ്പാഞ്ഞുപോയി.

ഗെയിറ്റിൽ "ടക്...ടക്" എന്നു മുട്ടുന്ന ശബ്ദം കേട്ടു. തുറക്കണോ വേണ്ടയോ എന്ന ആലോചനയിൽ നാഗൻ നിന്നപ്പോൾ "നാഗപ്പാ.....നാഗപ്പാ...." എന്ന കനത്ത ശബ്ദം.

ഓ.... മുതലാളി എത്തി.

ഗെയിറ്റ് തുറന്നതും സ്വാമിയപ്പൻ പെട്ടെന്ന് അകത്തു കടന്നു. "തുറക്കേണ്ട...അടച്ചുവച്ചോളു" എന്നും പറഞ്ഞു ധൃതിയിൽ അകത്തേക്ക് പോയി.

മേശപ്പുറത്തുണ്ടായിരുന്ന കോളർഷർട്ടുകൾ വാരിയെടുത്തുകൊണ്ടു വന്നു തറയിൽവച്ചു. "എല്ലാം അടുക്കി ഒരു കയറെടുത്ത് കെട്ടിവയ്ക്കൂ"

സ്വാമിയപ്പൻ ധൃതി കാണിച്ചു.

നാഗൻ ഹാളിലേക്ക് ഓടി. കയറുമായി വന്നു. കോളർഷർട്ടുകൾ അടുക്കികെട്ടിവച്ചതിനുശേഷം സ്വാമിയപ്പനെ നോക്കി. അയാൾ സിഗരറ്റ് പുകച്ചുകൊണ്ടിരുന്നു.

"എല്ലാ സ്ഥലത്തും ലഹളയാണ്. സൂക്ഷിക്കണം. എവിടെയും പൊയ്ക്കളയരുത്. ഇവിടെ തന്നെ ഉണ്ടായിരിക്കണം."

"ഓ....ശരി....ശരി..." നാഗൻ ഭവ്യത കാണിച്ചു.

"വേലൻ ഹോട്ടലിൽ നിന്നും ഒരുപക്ഷെ ഫോൺ വിളിക്കും. വിളിച്ചാൽ സാമ്പിൾപീസുമായി ഞാനങ്ങോട്ട് വരികയാണെന്നു പറയണം."

"ഓ....പറയാം"

ആരോടെന്നില്ലാതെ സ്വാമിയപ്പൻ പിറുപിറുത്തു.

"ബയ്യറും വളരെ ധൃതി പിടിക്കുന്നു. സാമ്പിൾപീസ് കൊറിയറിൽ ഇന്നുതന്നെ അവന്റെ നാട്ടിലേക്ക് അയക്കണമത്രെ. ഇന്നെങ്ങനെ സാധിക്കും. ബന്ദല്ലേ"

സ്വാമിയപ്പൻ സിഗരറ്റ്കുറ്റി ദൂരെയെറിഞ്ഞു.

സ്വാമിയപ്പൻ തുണിക്കെട്ട് പൊന്തിച്ചുനോക്കി. വീണ്ടും പൊന്തിച്ചു. അതിൽതന്നെ സൂക്ഷിച്ചുനോക്കി. അതിനുശേഷം മേശപ്പുറത്തുകൊണ്ടു വന്നുവച്ചു.

നാഗന് ദേഹം വിറച്ചുതുടങ്ങി.

സ്വാമിയപ്പൻ തുണിക്കെട്ടിൽ കൈവിരൽ ചേർത്ത് എണ്ണാൻ തുടങ്ങി.

"എന്താണിത്. രണ്ട് പീസ് കുറയുന്നുണ്ടല്ലൊ"

സ്വാമിയപ്പൻ രൂക്ഷമായി നാഗനെ നോക്കി. നാഗൻ വീഴാതിരിക്കാനെന്നോണം മേശപ്പുറത്തു കൈ ചേർത്തു.

"എന്താ....നീയെടുത്തോ...ആർക്കെങ്കിലും വിറ്റോ"

"ഇല്ലാ....സാർ...അത്....അത്" നാഗൻ വിക്കി വിക്കി പറഞ്ഞു.

"എന്താടാ...ഇല്ലാ...സാർ....അവനവൻ പെടാപ്പാട് പെടുന്നു. സാമ്പിൾ പീസ് എടുത്തു വിറ്റുതിന്നിരിക്കുന്നു. നാണമില്ലാത്തവൻ. അറിവില്ലേടാ നിനക്ക്. ചോദിക്കാമായിരുന്നില്ലേ....കള്ളൻ.."

സ്വാമിയപ്പന്റെ വാക്കുകളിൽ അഗ്നികഷണങ്ങൾ ഉണ്ടായിരുന്നു.

"വിറ്റില്ല സാർ...നാട്ടിൽനിന്നും ഭാര്യ വന്നിരുന്നു. ഇതിവിടെ വളരെ നാളായി കിടക്കുന്നു. ആവശ്യമില്ലാത്തതാണെന്നുവിചാരിച്ചുപോയി...... പറയണമെന്നു കരുതിയപ്പോഴാണ്...."

മുറിഞ്ഞ വാക്കുകൾ നാഗന്റെ തൊണ്ടയിൽ കുരുങ്ങി.

"പോടാ..." തീപാറുന്ന കണ്ണുകളോടെ സ്വാമിയപ്പൻ നാഗനെ നോക്കി. അയാളുടെ പല്ലിറുമ്മൽശബ്ദം സ്കൂട്ടർ സ്റ്റാർട്ട് ചെയ്തപ്പോഴുള്ള ശബ്ദത്തിൽ അലിഞ്ഞുചേർന്നു.

ഇരുപത്തിയേഴ്

പൈപ്പിൻചോട്ടിൽ പ്ലാസ്റ്റിക് കുടങ്ങൾ നിറഞ്ഞു കിടന്നു. അക്കങ്ങളും ഇംഗ്ലീഷ് അക്ഷരങ്ങളും പല നിറങ്ങളിൽ താറുമാറായ രീതിയിൽ കുടങ്ങളിൽ എഴുതിവച്ചിരുന്നു. ഭൂമി നോക്കിനിന്ന പൈപ്പിന്റെ മുഖത്ത് പഴയൊരു തുണിചുറ്റി വെച്ചിട്ടുണ്ടായിരുന്നു. പൈപ്പിന്റെ കുഴൽ അൽപ്പം വളഞ്ഞു നിന്നിരുന്നു.

ഭക്തവത്സലം ഗവേഷകനെപ്പോലെ പൈപ്പുമാത്രം ഉറ്റുനോക്കിയിരുന്നു.

"പൈപ്പിനെപ്പറ്റി ചിന്തിക്കുന്നതുപോലും പൈപ്പിൽ വെള്ളം വരാതിരിക്കുമ്പോഴാണല്ലോ"

"വെള്ളം കിട്ടിയാൽ മാത്രം മതി. പൈപ്പിനെപ്പറ്റി ആര് ചിന്തിക്കുന്നു. അതും എന്തു വെള്ളമായാവും. ശിരുവാണിയോ....അത്തിക്കടവോ...ഏതായാലും...."

അയാൾ വിരക്തിയോടെ ഭക്തവത്സലത്തിനോട് പറഞ്ഞു.

"അപ്പോൾ നൊയ്യൽ വെള്ളം വേണ്ടാതായോ....."

ഭക്തവത്സലം പരിഹസിച്ചു.

"നൊയ്യലിലെ ചായം ചുരണ്ട വെള്ളം കുടിക്കാം. പക്ഷെ മറ്റൊരു തവണ കുടിക്കേണ്ടിവരില്ല. ചുടുകാട്ടിലേക്ക് നാലുപേർ എടുത്തുകൊണ്ടുപോകേണ്ടിവരും."

"ഒരു ദിവസത്തേക്ക് നിനക്കെത്ര വെള്ളം വേണ്ടിവരും"

"കുളിക്കാൻ ഒന്നര ബക്കറ്റ്, അലക്കാൻ മൂന്ന് ബക്കറ്റ്, പാചകത്തിന് മൂന്ന് ബക്കറ്റ്. മൊത്തം ഏഴര ബക്കറ്റ് വെള്ളം"

"ങേ! ഏഴര ബക്കറ്റോ! തരക്കേടില്ലല്ലോ.... കെനിയയിലും അംഗോളയിലുമുള്ള ഒരു കുട്ടിക്ക് തന്നെ ഏകദേശം മൂവായിരം ലിറ്റർ ജലം വേണ്ടിവരും."

"അപ്പോൾ കിഴക്കാഫ്രിക്കയിലോ"

"ങ്ഹാ....അവരൊക്കെ കിണറുകൾ തേടി തേടി നടക്കണം."

"അതൊക്കെ പോകട്ടെ....എനിക്ക് ഏഴരബക്കറ്റ് വെള്ളം. അതെത്ര കുടം, എത്ര ലിറ്റർ, എത്ര ഘന അളവ്."

“അതിന് ഞാനൊരു കഥ പറയാം. കേട്ടോളൂ”

ഭക്തവത്സലം പറഞ്ഞുതുടങ്ങി.

“പരാക്രമബാഹു എന്നൊരു രാജാവ്. നാലുചുറ്റും ജലസ്രോതസുള്ള ശ്രീലങ്കയുടെ അധിപൻ. പ്രകൃതിജന്യമായ മഴനീർ ഒരുതുള്ളിപോലും ജനങ്ങൾക്ക് പ്രയോജനപ്പെടാതെ കടലിൽ വീഴരുതെന്ന് ശാഠ്യം പിടിക്കുന്ന രാജാവ്. തുള്ളിക്കുതിച്ചെത്തുന്ന നീരോട്ടങ്ങളിൽ ചെടികളും ആറുകളും ആഘോഷം നടത്തുന്നു. കുപ്പകളും മാലിന്യങ്ങളും തുടച്ചെറിഞ്ഞുകൊണ്ട് നുരകളും പതകളുമായി നദികളും ആറുകളും പൊട്ടിപ്പൊട്ടിച്ചിരിച്ചുകൊണ്ട് പാഞ്ഞൊഴുകുന്നു. പരാക്രമബാഹുവിന്റെ പാദങ്ങളെ ചുംബിച്ചുകൊണ്ട് ജലം ഓടിയോടി കളിക്കുന്നു. ദൂരെ നിർത്തിയിരുന്ന കുതിരകളുടെ കനപ്പ് ശബ്ദങ്ങൾ വെള്ളപ്പാച്ചിലിൽ അലിഞ്ഞലിഞ്ഞില്ലാതാകുന്നു. ആയുധങ്ങളേന്തിനിൽക്കുന്ന പടയാളികളുടെ വസ്ത്രങ്ങൾ നനഞ്ഞു കനം തൂങ്ങുന്നു.”

“പ്രകൃതിയുടെ വരദാനമായ ഈ ജലസ്രോതസുകളെ നിയന്ത്രിച്ചു നമ്മുടെ ആവശ്യങ്ങൾക്ക് ഉപകരിക്കുന്നവിധത്തിൽ ആക്കി തീർക്കണം.”

രാജാവ് എഞ്ചിനീയർമാർക്ക് ആജ്ഞ നൽകി.

“മഴ പെയ്യുന്നത് ഒരിടത്തു കുറവായും മറ്റൊരിടത്തു അധികമായുമാവാം. പക്ഷെ മഴനീർ നാം ശേഖരിച്ചു പ്രയോജനപ്പെടുത്തണം.”

“ഇനിമുതൽ നദികൾതോറും അണക്കെട്ടുകൾ ഉണ്ടായിരിക്കും രാജാവേ.”

എഞ്ചിനീയർമാർ ഉറപ്പ് നൽകി.

“കുടിവെള്ളപ്രശ്നം രൂക്ഷമായിരിക്കുന്നു. ആഴവും പരപ്പുമുള്ള നമ്മുടെ ഈ കടലിൽനിന്നു തന്നെ ജലമെടുത്തു ശുദ്ധീകരിച്ച് കുടിവെള്ളമാക്കുന്ന വിദ്യ കണ്ടുപിടിക്കപ്പെടാൻ നാം വിജയിച്ചു.”

“കണ്ടുപിടിക്കും...രാജാവേ....കണ്ടുപിടിക്കും.” എഞ്ചിനീയർമാർ രാജാവിന് ഒത്താശ നൽകി. “കേട്ടിരുന്നയാൾക്ക് സംശയം തോന്നി.

“ങ്ഹും....ഉണ്ടാക്കും....ഉണ്ടാക്കും.”

“എഞ്ചിനീയർമാർ അണക്കെട്ടുകളുണ്ടാക്കിയോ?”

ഭക്തവത്സലം താൻ പഠിച്ചുവെച്ച കോളേജ് വിജ്ഞാനത്തിലേക്ക് സ്വയം കൂപ്പുകുത്തി.

ആകാശത്തു നിന്നും ഭൂമിയെ നോക്കുമ്പോൾ അതൊരു ജലഗോളമായി തന്നെതോന്നിപ്പോകുന്നു. ഈ ജലഗോളത്തിൽ നിന്നും ജലം കാലക്രമേണ വറ്റിതീരുമെന്നതു സങ്കടകരം തന്നെ. ചൂടായിക്കൊണ്ടിരിക്കുന്ന ഭൂമിയിൽ ദ്വാരങ്ങളുണ്ടാക്കി ജലം ഊറ്റിക്കുടിച്ചു കുടിച്ച് അതിനെ പാഴ്നിലമാക്കുകയാണ്.

വെള്ളം വറ്റി നദികൾ ശാന്തമായി ഒഴുകിത്തുടങ്ങുമ്പോൾ അവയിൽ മീനുകൾ തുള്ളിക്കളിക്കുന്നതും കാണാം. നല്ല മീനുകൾക്ക് വംശനാശം വന്നുകൊണ്ടിരിക്കുന്നു. ജലപാമ്പുകളാൽ സാൽമൻ മീനുകളും ഇല്ലാതായി തീരാൻ പോകുന്നു.

പക്ഷെ എത്ര വലിയ അണക്കെട്ടുകൾ ഉണ്ടായാലും അവയെല്ലാം കടന്നു റെഡ്ഫിഷ് മാത്രം കായലുകളിലെത്തി വംശവർദ്ധന നടത്തിയിരുന്നു. എന്നാലിപ്പോൾ അവകളും ഇല്ലാതായി തുടങ്ങി.

ചില പ്രത്യേകതരം ഒച്ചുകൾ മുഖേന 'പിലഹാർഗിയ' രോഗങ്ങളുടെ അണുക്കൾ യഥേഷ്ടം ഉണ്ടാകാറുണ്ട്. പിലഹാർഗിയ ചർമ്മത്തിലൂടെ മനുഷ്യശരീരത്തിൽ പ്രവേശിച്ച് ആന്തരാവയവങ്ങളുടെ പ്രവർത്തനങ്ങൾ ഉന്മൂലനം ചെയ്തുകൊണ്ടിരിക്കുന്നു. കരൾവീക്കം, ഞരമ്പ് തളർച്ച, കിഡ്നിയുടെ പ്രവർത്തനമില്ലായ്മ, പതിരയ്ക്ക് സംഭവിക്കുന്ന കേടുപാടുകൾ ഇങ്ങനെ പലതുമായി മനുഷ്യശരീരത്തിലെ പ്രതിരോധശക്തി കുറയ്ക്കും.

പ്രതിരോധശക്തി ഇല്ലാതാകുമ്പോൾ സുലഭമായ മരണം.

മരണമെന്ന പ്രക്രിയയുടെ ശാശ്വത വിചാരങ്ങളിൽ മനസ്സ് ഉടക്കി നിന്നപ്പോൾ ഭക്തവത്സലം മിഴികൾ തുറന്നു.

മിഴികൾ തുറന്നപ്പോൾ മുന്നിൽ പഴയപൈപ്പ്. വായിൽ പഴന്തുണി ചുറ്റിയ പൈപ്പ്. പ്രതികരണശേഷി നഷ്ടപ്പെട്ടതു കൊണ്ടാണോ വായ പൊത്തി നിൽക്കുന്നത്. ഭക്തവത്സലം കണ്ണിമകൾ പൂട്ടാതെ പൈപ്പിനെ തന്നെ നോക്കിയിരുന്നു. നോക്കിനോക്കിയിരുന്നപ്പോൾ ഒരു തുള്ളി വെള്ളം പൈപ്പിൽ നിന്നും താഴെ പതിക്കുന്നു. ആ ഒരു തുള്ളി വെള്ളം വിശ്വരൂപമെടുക്കുന്നു. ആ മുഴുത്ത ജലഗോളം ഭക്തവത്സലത്തെ അങ്ങനെ തന്നെ വിഴുങ്ങുന്നു. ഇരവീഴുങ്ങിയ മലമ്പാമ്പ് പോലെ ആ ജലഗോളം ഇരിപ്പുറപ്പിക്കുന്നു. അതിന്റെ ഘോരദംഷ്ട്രകൾ പച്ചനിറത്തിലുള്ളതായിരുന്നു. കൂർത്തുമൂർത്ത ദംഷ്ട്രകൾ കണ്ടുപേടിച്ചവണ്ണം ഭക്തവത്സലം സമീപത്തുള്ള ആളെ നോക്കി. അയാളും പകച്ചുനോക്കിയപ്പോൾ ഭക്തവത്സലം ആരോടെന്നില്ലാതെ പറഞ്ഞു.

"നിങ്ങൾക്ക് ക്ലോറിൻ ചേർത്ത വെള്ളം മതിയോ...."

"ങേ!...ക്ലോറിൻ ചേർത്ത വെള്ളമോ! വേണ്ട...വേണ്ട...നല്ല വെള്ളം വേണം. കിണറ് വറ്റുമ്പോഴാണല്ലോ കിണറിന്റെ മഹിമ മനസ്സിലാകുന്നത്."

"സൂസയ്യാപുരത്തിൽ അന്നൊരിക്കൽ നടന്നതെന്താണെന്നറിയാമോ....?"

"ഇല്ല....എന്താണത്."

"നല്ല വെള്ളക്കുഴലുകളിൽ ഓവ്ചാലിലെ മലിനജലം കലർന്നു. താമസക്കാരുടെ വെള്ളത്തൊട്ടികളിൽ അമേദ്യകഷണങ്ങളും ചായപ്പിശറുകളും ഒഴുകി നടന്നു. ഛർദ്ദിയോടു ഛർദ്ദിയായി ആളുകൾ വലഞ്ഞു. വയറ്റിനുള്ളിലെ അഴുക്കുകൾ മുഴുവനായും വായിലൂടെ പുറത്തു വന്നുകൊണ്ടിരുന്നു. ഓക്കാനത്തിന്റെയും ഛർദ്ദിയുടെയും ശബ്ദങ്ങളിൽ കോളനിവാസികൾ വീർപ്പുമുട്ടി."

"നമ്മുടെ നാട് ഈ വിധത്തിലായല്ലോ! ആരുണ്ട് ചോദിക്കാൻ"

"ഇതൊക്കെ ചോദിക്കാൻ തുടങ്ങിയാൽ നമ്മുടെ നാടിന്റെ ചിത്രം

തന്നെ ഒരുപക്ഷെ ഭൂപടത്തിൽ നിന്നും എടുത്തു മാറ്റും. തങ്ങൾക്ക് ആവശ്യമില്ലാത്ത, അല്ലെങ്കിൽ ഇഷ്ടപ്പെടാത്ത, പ്രദേശങ്ങളെ ഭൂപടങ്ങളിൽ മനഃപൂർവ്വം അച്ചടിക്കാത്തവരും ഉണ്ട്. എന്തിനേറെ പറയുന്നു നല്ല വെള്ളശേഖരമുള്ള തടാകങ്ങളും ഏരൽ കടൽപോലും ലോകഭൂപടത്തിൽ അച്ചടിക്കാതെ വിട്ടുകളഞ്ഞ വിഡ്ഢിത്തങ്ങളും ഉണ്ട്. ഏരിയൽ കടലിന്റെ തലവിധി പോലും സൈബീരിയൻ നദികൾ നിർണയിക്കുന്നുവെന്നു പറഞ്ഞാൽ അതിശയോക്തിയല്ല. എന്തിനധികം ഇനിയും മരുഭൂമികൾ രൂപപ്പെട്ടാലും അതിശയിക്കാനില്ല. ഈന്തപ്പഴം പോലും കിട്ടാതാകുന്ന മരുഭൂമികൾ."

"അതിനെന്താ...പുതിയ നഗരവികസന പരിപാടി സർക്കാർ ഏറ്റെടുത്തിട്ടുണ്ടല്ലോ."

"ങ്ഹാ....അതൊക്കെ വെറും പ്രഹസനം."

"ങേ!.....പ്രഹസനമോ....."

"ങ്ഹും..... അതുതന്നെ. പതിനാറാം നൂറ്റാണ്ടിലെ മെക്സിക്കോ മെട്രോപോളിറ്റൻ ക്രൈസ്തവാലയം വലതുഭാഗത്തേക്ക് ചരിഞ്ഞു നിൽക്കുന്നു എന്നും നമ്മുടെ താജ്മഹൽ കറുത്തുപോയിരിക്കുന്നുവെന്നും പറഞ്ഞെന്നിരിക്കും."

"ങ്ഹും...നാട്ടുവിശേഷങ്ങളും ലോകവിശേഷങ്ങളും കേട്ടുകേട്ടിരുന്നാൽ വിശപ്പ് വർദ്ധിക്കാനിടയുണ്ട്."

"ങ്ഹും......ഭക്ഷണക്രമത്തിലും മാറ്റങ്ങൾ വന്നുകൊണ്ടിരിക്കുന്നു. ഗോമാംസത്തിൽ നിന്നും ഹാംബർഗർ ഉണ്ടാക്കാം. പക്ഷെ അതിന്റെ ചിലവ് ഇന്ന് ഒരു കുടുംബത്തിന് വെള്ളം വാങ്ങുവാൻ ചിലവാക്കേണ്ടിയിരിക്കുന്നു. പോഷകാഹാരത്തിന് വേറെയും."

പെട്ടെന്നതാ....പൈപ്പിൽ നിന്നൊരു വല്ലാത്ത ശബ്ദം. പടമെടുത്തു ചീറി നിൽക്കുന്ന പാമ്പിന്റെ ശബ്ദം. ഉസ്.....ഉസ്...ശബ്ദം. അൽപ്പം കഴിഞ്ഞു വെള്ളം ഇറ്റിറ്റ് വീണുതുടങ്ങി. കുടങ്ങളും മെല്ലെ മെല്ലെ ഒഴിഞ്ഞു പൊയ്ക്കൊണ്ടിരുന്നു. കാത്തുനിന്നവരുടെ മുഖങ്ങളിലെ വിയർപ്പ് തുള്ളികൾ കുടങ്ങൾ നിറയ്ക്കുമോ? സ്ത്രീകളിൽ വിയർപ്പ് ഗ്രന്ഥികൾ അധികമുണ്ടോ? വിയർത്ത കൈത്തലങ്ങൾ കുടങ്ങളേന്തി തുടങ്ങി. കൈകളുയർത്തുമ്പോൾ വിയർപ്പിൽ ഒട്ടിപ്പിടിച്ച കീറിയ ജാക്കറ്റുകളിൽ നിന്നും രൂക്ഷമായ വിയർപ്പ് ഗന്ധം ഉയർന്നു. പെൺശരീരങ്ങളുടെ വിയർപ്പു ഗന്ധം.

ആ ഗന്ധം ആസ്വദിക്കാനെന്നവണ്ണം ഭക്തവത്സലം മൂക്കു വിടർത്തി.

ഇരുപത്തിയെട്ട്

"ഇങ്ങനെ ബന്ദിന്റെ പേരും പറഞ്ഞു നിന്നെയും നോക്കി വീട്ടിൽ കുത്തിയിരിക്കുന്നതും ഒരു സുഖം തന്നെയാണ്."

ഭക്തവത്സലം വശ്യതകലർന്ന നോട്ടം ജ്യോതിമണിയിലേക്കയച്ചു.

"ങ്ഹാ..... നിങ്ങൾക്കൊക്കെ ഏതുവിധേനയും സുഖം കിട്ടിയാൽ മതിയല്ലോ...പെണ്ണ് ചത്താലെന്താ...ആണ് ചത്താലെന്താ...മാലപ്പണം കിട്ടിയാൽ മതിയല്ലോ."

"പെണ്ണേത്....ആണേത്....മാലപ്പണം ഞാൻ കൊടുക്കണോ....."

"വേണ്ട....വേണ്ട....ഞാൻ കൊടുത്തോളാം"

ജ്യോതിമണി ചിണുങ്ങി.

പുതുവർഷ കലണ്ടർ ചുമരിൽ തൂങ്ങിയാടിനിന്നു. ദിവസകലണ്ടർ. പത്തു ദിവസങ്ങൾ കഴിഞ്ഞു ഒന്നാം തീയതി ചീന്തിയെടുക്കാത്ത കലണ്ടർ. ചുവന്ന അക്കത്തിൽ ഒന്നാം തീയതി. അതിൻമേൽ പൊതിഞ്ഞിരുന്ന പ്ലാസ്റ്റിക് പേപ്പറിന്റെ പ്രഭയിൽ ചുവന്ന ഒന്നാം തീയതി അക്കം ആകർഷകമായി തിളങ്ങി നിന്നു. ഒരുപക്ഷെ അടുത്തൊരു ദിവസം, തിളങ്ങിയ ഒന്നാം തീയതി അക്കം ചീന്തിയെടുക്കപ്പെടും.

"എന്താ...കലണ്ടറിൽ തന്നെ നോക്കിയിരിക്കുന്നത്. കണ്ടിട്ടും കണ്ടിട്ടും മതിയായില്ലേ"

ജ്യോതിമണി കടക്കണ്ണെറിഞ്ഞു. അവളുടെ കറുത്തു മിനുങ്ങിയ തലമുടി ചുമരിൽ പതിഞ്ഞവണ്ണം ചിതറിക്കിടന്നു. കനത്ത മുടിക്കെട്ടിലും ഒരു വശ്യത. പൊട്ടിടാത്ത നെറ്റിയിൽ ഒന്നുരണ്ട് ചെറിയ ചെറിയ വിയർപ്പുമണികൾ. ചുമരിൽ ചാഞ്ഞിരുന്നപ്പോൾ ധരിച്ചിരുന്ന നൈറ്റിയുടെ കഴുത്തിറക്കത്തിൽ അവളുടെ തുടുത്ത മാറുകൾ നിറഞ്ഞു തുളുമ്പി പുറത്തേക്കുന്തി നിന്നു.

ഭക്തവത്സലത്തിന്റെ കണ്ണുകൾ ഇമകൾ പൂട്ടാൻ മറന്നു.

"ഹോ....എന്തൊരു നോട്ടം"

അവൾ കൊഞ്ചിയതിലും ഒരു വശ്യത.

"നിങ്ങൾ വാങ്ങി തന്ന നൈറ്റിയാണ്. ഉടുക്കുമ്പോൾ ഒരിക്കിളി. നിങ്ങളേയും ഓർമിക്കാമല്ലോ"

"ങ്ഹാ...ഓർമയുണ്ടല്ലോ...അതുമതി"

"അല്ല! ഒന്നു ചോദിക്കട്ടെ. ആ വിദേശപത്രക്കാരിയുടെ കത്തു വന്നല്ലോ...അതിലെന്താണ്"

"പുതുവർഷ ആശംസകളാണ്. ഈ വർഷം കിട്ടി. ഇനി അടുത്ത വർഷം ഓർമ കാണുമോ....എന്തോ"

"പണം അയച്ചാൽ നന്നായിരുന്നുവല്ലേ."

എന്തോ ഓർമവന്ന മട്ടിൽ ജ്യോതിമണി:

"അവരോടാവശ്യപ്പെട്ടാൽ വിദേശത്ത് ഒരു ജോലി ശരിയാക്കി തരികയില്ലേ."

"ഹോ....ജ്യോതിമണി...നീയൊരു മണ്ടിപ്പെണ്ണാണ്."

'ജ്യോതിമണി' വിളിയിൽ അവൾ പുളകിതയായി. അയാൾ തുടർന്നു.

"അവരൊക്കെ എത്രയോ ദൂരെയാണ്. നമ്മളൊക്കെ അവർക്ക് ലക്ഷങ്ങളിൽ ഒന്നോ രണ്ടോ മാത്രം"

അടുത്തുകിടന്ന പത്രത്തിലെ തൊഴിൽവാർത്ത പംക്തിയിലേക്ക്

ഭക്തവത്സലം കണ്ണുംനട്ടിരുന്നു. താൻ സ്വയം കുറിച്ചുവച്ച അടയാളങ്ങളിലേക്കയാൾ ഉറ്റുനോക്കി.

ഇംഗ്ലീഷ് പത്രങ്ങൾ കിട്ടിയാൽ അവൾ അതൊക്കെ ഭദ്രപ്പെടുത്തി വയ്ക്കും. ഓരോ പേജുകളിലും അച്ചടിച്ചുവരുന്ന ഇംഗ്ലീഷ് അക്ഷരങ്ങളും ചിത്രങ്ങളും കൗതുകത്തോടെ നോക്കിയിരിക്കും. വിദേശികളെപ്പറ്റി മാത്രമെ ഇംഗ്ലീഷ് പത്രങ്ങൾ എഴുതുകയുള്ളോ എന്നും മറ്റും അവൾ ചോദിച്ചുകളയും.

"എന്താ...പാചകം ഒന്നും ചെയ്യുന്നില്ലേ"

"ഇല്ല....മെല്ലെ ചെയ്യാം...എന്താ വിശക്കുന്നോ...റൊട്ടി ഇരുപ്പുണ്ട്."

"അല്ല ചോദിച്ചെന്നേയുള്ളൂ"

"ശരി...ചെയ്യാം...റാഗിമാവ് കുറച്ചിരിപ്പുണ്ട്. കഞ്ഞിയും വയ്ക്കാം. മൂന്ന് ദിവസമായല്ലോ...തെരുവിൽ ആൾപ്പെരുമാറ്റം തന്നെയില്ല. കടകളും പൂട്ടിക്കിടക്കുന്നു. എവിടെയൊക്കെയോ കത്തിക്കുത്തും വെട്ടും കൊലയുമൊക്കെ നടക്കുന്നുവത്രെ."

"കുമാരാനന്ദപുരം ചുടുകാടാകാതിരുന്നാൽ മതിയായിരുന്നു. ങ്ഹാ ഏതായാലും ഇന്നൊന്നു പുറത്തുപോയി നോക്കാം."

ഭക്തവത്സലം കമിഴ്ന്ന് കിടന്നു. കൈകൾ പിരിച്ചുവച്ച് അയാൾ ഒന്നു മയങ്ങി. കടവായിലൂടെ പുറത്തുവന്ന തുപ്പൽ ഇംഗ്ലീഷ് പത്രത്തിൽ ഒരു പൊട്ടുപോലെ തോന്നിച്ചു. എളിയിൽ ചുറ്റിയ കൈലി സ്ഥാനം മാറി താറുമാറായി കിടന്നു.

തകരക്കതകിൽ മുട്ടുന്ന ശബ്ദം കേട്ടു. കതക് കുലുങ്ങുന്നുണ്ടായിരുന്നു. ജ്യോതിമണി പതർച്ചയോടെ കതകിൽ നോക്കി. അഴിഞ്ഞുപോയ കൈലി ഒരു കൈകൊണ്ടു പിടിച്ചു ഭക്തവത്സലം കതകു തുറന്നു. ഒരു പോലീസുകാരൻ ധൃതിയിൽ അകത്തു കയറി. ജ്യോതിമണി വിറച്ചു പോയി. കയ്യിലെ ലാത്തി വീശിവീശി പോലീസുകാരൻ പലയിടങ്ങളിലും തട്ടിനോക്കി. തകരക്കതകു പോലീസുകാരന്റെ തട്ടലിൽ കുലുങ്ങുന്നുണ്ടായിരുന്നു. അയാൾ മുക്കിലും മൂലയിലും പരതി നോക്കി. തറയിൽ കിടന്ന ഇംഗ്ലീഷ് പത്രത്തിന്റെ താളുകൾ ലാത്തികൊണ്ട് ചിക്കി പരതി. ജ്യോതിമണിയും ഭക്തവത്സലവും വായടച്ചു നിന്നു. പോലീസുകാരൻ വീണ്ടും ചുറ്റും നോക്കിക്കൊണ്ട് കനത്ത ശബ്ദത്തിൽ "വേറെയാരും.... ഇല്ലല്ലോ...ഇവിടെ.....അല്ലെ...." മറുപടി കേൾക്കാൻ കാത്തുനിൽക്കാതെ അയാൾ പെട്ടെന്ന് പുറത്തേക്ക് പോയി.

ഭക്തവത്സലം കൈലി മടക്കിക്കുത്തി പുറത്തുനിന്നു. റോഡ് വിജനമായിരുന്നു. ദൂരെ ഒരു വാഹനം അസുരവേഗത്തിൽ പാഞ്ഞു. തെരുവിന്റെ ഒരു മൂലയിൽ നിന്നിരുന്ന പോലീസ് വാനിന്റെ മുന്നിൽ രണ്ടു പേർ നിന്നിരുന്നു. പിള്ളയാർകോവിൽ ഇടവഴിയിൽ നിന്നും പ്രത്യക്ഷപ്പെട്ട ഒരു പോലീസുകാരൻ റോഡിന്റെ ഇരുവശങ്ങളിലും ശ്രദ്ധയോടെ നോക്കുന്നതു കണ്ടു. ഗൗരവത്തോടെ അയാൾ ഭക്തവത്സലത്തെ നോക്കി. ഭക്തവത്സലത്തിന് ഭയം തോന്നിയില്ല.

"ഏതെങ്കിലും കടകൾ തുറന്നിട്ടുണ്ടോ" ജ്യോതിമണി ചോദിച്ചു.

"ഇല്ല.... ഒന്നും കാണുന്നില്ല. സ്ഥിതിഗതികൾ ഇനിയും വഷളാകുമെന്നു തോന്നുന്നു. ടി വി യോ റേഡിയയോ മറ്റോ ഉണ്ടായിരുന്നുവെങ്കിൽ അറിയാമായിരുന്നു."

"പോലീസുകാരന്മാര് മാത്രം ചുറ്റിത്തിരിയുകയാണ്. അകത്തേക്ക് വാ...അവന്മാര് കാണേണ്ട"

"ഓ....സാരമില്ല"

"പോലീസുകാരെ കണ്ടാൽ എന്റെ ദേഹം വിറയ്ക്കും. എന്താ ചോദിക്കുക എന്ന ഭയമായിരിക്കും. ശരീരം തുളഞ്ഞുപോകുന്ന വിധത്തിൽ തുറിച്ചു തുറിച്ചു നോക്കും. കമ്പനി മാനേജർ കോലപ്പനും അങ്ങനെ തന്നെയാണ്. എവിടെയൊക്കെയാണ് നോക്കുന്നതെന്നറിയാമോ. ശവം. ഭീഷണിപ്പെടുത്തുകയും ചെയ്യും."

ഭക്തവത്സലം അകത്തുകടന്നു വാതിലടച്ചു. താഴെ കിടന്ന ഇംഗ്ലീഷ് പത്രങ്ങൾ അയാൾ അടുക്കിവച്ചു. ഒരു പത്രത്താളിലെ മദാലസകളുടെ ചിത്രം അയാൾ അൽപ്പനേരം ഉറ്റുനോക്കി. കടലാസുകളിൽ നിന്നും ഒരു താൾ മാത്രം താഴെവീണു. അയാൾ അതിലെ വർണചിത്രം സാകൂതം നോക്കി. ഒരു വെറും ചിരി അയാളുടെ ചുണ്ടുകളിൽ പടർന്നുകയറി. ലൈംഗികോഷ്മളമായ ആ പരസ്യചിത്രത്തിൽ തന്നെ നോട്ടമയച്ചുകൊണ്ട് ഭക്തവത്സലം നിന്നു. അയാൾ ഉറ്റുനോക്കുന്ന ആ ചിത്രത്തിലേക്ക് ജ്യോതിമണിയും ആകാംക്ഷയോടെ നോക്കി. കുടുംബാസൂത്രണത്തിലെ പുരുഷ ഉപയോഗവസ്തുവിന്റെ വശ്യതയാർന്ന പരസ്യചിത്രം. അർദ്ധനഗ്നരായ പുരുഷനും സ്ത്രീയും മാറോടൊട്ടി ചുംബിച്ചു നിൽക്കുന്ന ആകർഷക ചിത്രം.

ജ്യോതിമണിയും ഭക്തവത്സലവും മുഖത്തോടുമുഖം നോക്കി. അവരുടെ ഉച്ഛ്വാസ നിശ്വാസങ്ങളിൽ മാദകതീക്കല്ലുകൾ ഉരസി പറന്നു.

ഇരുപത്തിയൊൻപത്

വൈകുണ്ഠകിണർ അന്വേഷിച്ചു നടക്കുന്നതിൽ നാഗന് വിഷമം തോന്നിത്തുടങ്ങി. ഒരെത്തുംപിടിയും കിട്ടുന്നില്ല.

ചെട്ടിയാർ നാഗനെ വിളിച്ചിരുന്നു.

"ചെറിയൊരു കർമ്മം ചെയ്യാനുണ്ട്. നീയതു ചെയ്യണം"

നാഗന് ഒന്നും മനസ്സിലായില്ല.

"നീയെന്താ മിഴിച്ചു നോക്കുന്നത്. ഒരു ശുദ്ധീകരണകർമ്മം...എന്താ... ചെയ്തുകൂടെ"

"ഓ....ചെയ്യാം" നാഗൻ ഭവ്യതയോടെ പറഞ്ഞു

"ഇതാ ഇതൊരു വൈദീകചുരലാണ്. കൂടെ തുളസിമാലയുമുണ്ട്. ഇവ രണ്ടും ഇങ്ങനെ അനാഥമായി കിടന്നുകൂടാ. ശാപമുണ്ടാകും. ഏതെങ്കിലും പുണ്യജലത്തിൽ നിമജ്ജനം ചെയ്യണം"

ചെട്ടിയാർ കാര്യഗൗരവത്തോടെ പറഞ്ഞു.

"പുണ്യജലത്തിന് എവിടെ പോകാനാണ്. നൊയ്യലിൽപോലും ഒരു തുള്ളി വെള്ളമില്ല. പിന്നെ എവിടെ പോകാൻ"

"നീ കെടന്ന് പെടയ്ക്കാതെടാ....പറയുന്നത് കേൾക്ക്."

ചെട്ടിയാർക്ക് കോപം വന്നു. അയാൾ വൈകുണ്ഠകിണറിന്റെ വഴിത്തടങ്ങൾ നാഗന് വിശദീകരിച്ചുകൊടുത്തു.

ബെന്നി കോമ്പൗണ്ട് കഴിഞ്ഞാൽ അൽപ്പം ഉയർന്ന സ്ഥലം. ആ സ്ഥലം മറികടന്നുപോയാൽ അൽപ്പം താഴെയായി ഒരു കിണർ. അതാണ് വൈകുണ്ഠകിണർ. പഴംകാലങ്ങളിൽ എല്ലാ കർമ്മങ്ങൾക്കും ആചാര ക്രമങ്ങൾക്കും ഉപയോഗപ്പെടുത്തിയിരുന്ന പ്രസിദ്ധിയുള്ള കിണർ. അതിപ്പോഴും അവിടെ തന്നെയുണ്ട്. അന്നൊക്കെ പെണ്ണുങ്ങൾ കുടങ്ങളേന്തി വന്നു കിണറ്റിൽ നിന്നും വെള്ളം വലിച്ചു കയറ്റി കർമ്മങ്ങൾക്ക് ഉപയോഗിക്കുമായിരുന്നു. ഈശ്വരൻ കോവിലിൽ പോകുന്നതിന് മുമ്പ് ശ്രാദ്ധം നടത്തുവാൻ കുളിച്ചു ശുദ്ധം വരുത്തിയിരുന്നതും ഈ കിണറ്റിൻകരയിലായിരുന്നു. ആറ്റിൽ വെള്ളമില്ലാത്തപ്പോൾ നിമജ്ജനം ചെയ്യേണ്ട വസ്തുക്കൾ നിക്ഷേപിക്കുന്നതും ഈ കിണറ്റിലായിരുന്നു. വൈദീകചൂരലും ഉണങ്ങിക്കരിഞ്ഞ തുളസിമാലയും ഈ കിണറ്റിൽ നിക്ഷേപിക്കാനാണ് ചെട്ടിയാർ നാഗനെ ശട്ടംകെട്ടിയത്.

നാഗൻ നടക്കാൻ മടിച്ചില്ല. തഹസീൽദാർ ഓഫീസും കോടതിയും അർബൻ ബാങ്കും നാഗൻ കടന്നുപോയി. പണ്ടൊക്കെ ഇവിടം വിജനമായി കിടന്നിരുന്നു. മുമ്പ് ജയിൽ കക്കൂസുകൾ ഉണ്ടായിരുന്ന ഇടങ്ങളിൽ പുതിയ പുതിയ കെട്ടിടങ്ങൾ വന്നുതുടങ്ങി. പല നില കെട്ടിടങ്ങൾ, തുന്നൽക്കടകൾ, തുണിക്കടകൾ, റെഡിമെയ്ഡ് കടകൾ, നിറ്റ്സിറ്റി കോംപ്ലക്സ്, നെയ്ത്തുശാലകൾക്കും ചായശാലകൾക്കുമുള്ള യന്ത്രങ്ങളുടെ സ്പെയർപാർട്ട്സ് കടകൾ, നൂൽകടകൾ, ബട്ടൺ കടകൾ എന്നിങ്ങനെ പലപല കടകമ്പോളങ്ങൾ. കൂടാതെ മദ്യഷാപ്പുകൾ, ഭക്ഷണശാലകൾ വേറെയും.

നാഗന്റെ കൈവശമുണ്ടായിരുന്ന മഞ്ഞ സഞ്ചിയിൽ നിന്നും വൈദീകചൂരലിന്റെ അറ്റം പുറത്തേക്ക് നീട്ടിയിരുന്നു.

വൈകുണ്ഠം കിണർ എവിടെ? ഒന്നും മനസിലാകുന്നില്ല. പുതിയൊരു സ്ഥലത്ത് എത്തിപ്പെട്ടതുപോലെ. കുറെ കുറെ ആളുകൾ. ഗുജറാത്തികളോ, മറാത്തികളോ, പഞ്ചാബികളോ ഒന്നും മനസിലാകുന്നില്ല. വ്യത്യസ്ത രീതിയിൽ വസ്ത്രം ധരിക്കുന്നവർ എന്നുമാത്രമറിയാം. ചീറിപ്പാഞ്ഞുപോകുന്ന വാഹനങ്ങളും ശബ്ദ കോലാഹലങ്ങളും നാഗനെ ഭയപ്പെടുത്തി.

"വൈകുണ്ഠം എവിടെയാണുള്ളത്" കൂട്ടത്തിൽ സാധാരണക്കാരനെപ്പോലെ തോന്നിച്ച, മുണ്ടും ഷർട്ടും ധരിച്ച ഒരാളോട് നാഗൻ ചോദിച്ചു.

ധൃതിയിൽ നടന്നിരുന്ന അയാൾ പെട്ടെന്നുനിന്ന് നാഗനെ ചുഴിഞ്ഞു

നോക്കി. എന്നിട്ട് നെറ്റി ചുളിച്ചു നാഗനോടും ഒരു ചോദ്യം ചോദിച്ചു "ഹെന്ത്...വൈകുണ്ഠമോ!" ഒടുവിൽ ആകാശത്തേക്ക് കയ്യുയർത്തി "അതിന് മുകളിലേക്ക് കയറി പോകണം"

"അല്ല....അല്ല....വൈകുണ്ഠ കിണർ"

ഇതേത് ജീവിയെന്ന മട്ടിൽ നാഗനെ നോക്കി പരിഹാസത്തോടെ അയാൾ പറഞ്ഞു.

"ങ്ഹാ...കിണറും മുകളിൽ തന്നെ. ഒന്നു ചുമ്മാ മരിച്ചു നോക്കൂ! അപ്പോ എല്ലാം കാണാം."

കളിയാക്കി ചിരിച്ചുകൊണ്ടയാൾ ധൃതിയിൽ നടന്നുപോയി.

വാഹനശബ്ദങ്ങൾ നാഗനെ അസ്വസ്ഥനാക്കി. ഓരോ വാഹനവും കടന്നുപോകുമ്പോൾ ചൂരൽപ്രയോഗം പോലെ ദേഹം വിറച്ചു.

കാൽനടക്കാർ എല്ലാവരും തന്നെ ധൃതിക്കാരാണ്. ആരോട് ചോദിക്കാൻ. ചോദിക്കണമെങ്കിൽ കഴുത്തിന് കുത്തിപ്പിടിച്ചു നിർത്തണം. ങ്ഹാ! ഭാഗ്യം. ഒരു ചായക്കട കാണുന്നു. മുൻഭാഗത്തെ ബെഞ്ചും കാലിയാണ്. ഒരു ചായയും കുടിക്കാം വിവരവും തിരക്കാം. ഒരുപക്ഷേ ചായക്കടക്കാരനും ആകാശംചൂണ്ടിക്കാണിക്കുമോ? സംശയം.

ഏകദേശം നൂറടി ചുറ്റളവിൽ ഒരു കാലി സ്ഥലം. ചുറ്റും ബനിയൻ കമ്പനികളാണെന്നു തോന്നുന്നു. മെഷീൻശബ്ദം അതു സൂചിപ്പിക്കുന്നു. ഭീമാകാരങ്ങളായ കെട്ടിടങ്ങൾക്ക് നടുവിൽ ഇത്തരമൊരു കാലിസ്ഥലം എങ്ങനെ! നാഗന് ആശ്ചര്യം തോന്നി. ആ സ്ഥലത്തേക്ക് കടന്നുചെല്ലാനുള്ള പാത വളരെ വൃത്തിഹീനമായിരുന്നു. കീറച്ചാക്കുകളും അഴുക്ക് തുണികളും ഉണങ്ങിയും ഉണങ്ങാതെയുമുള്ള അമേധ്യവും ഒക്കെയൊക്കെയായി വൃത്തികെട്ടസ്ഥലം. അതിന് നടുവിലായി ഒരു പൊട്ടക്കിണർ. പൊട്ടിപ്പൊളിഞ്ഞ ആൾമറയിൽ വർഷങ്ങൾക്ക് മുമ്പ് വെള്ളപൂശിയതിന്റെ വികൃതമായ പാടുകൾ. മലമൂത്രാദികളുടെ രൂക്ഷഗന്ധം കാറ്റിലലിഞ്ഞുചേർന്നപ്പോൾ നാഗൻ മൂക്ക് പൊത്തി. കിണറിന്റെ ഒരു ഭാഗത്തായി ആരോ ഒരാൾ പുറംതിരിഞ്ഞു കുന്തക്കാലിലിരിക്കുന്നു. മൂക്കു പൊത്തിയതുകൊണ്ടാവാം നാഗന് ചുമവന്നു. കുന്തക്കാലിലിരുന്ന ആൾ നാഗനെ തിരിഞ്ഞു നോക്കി വീണ്ടും തറ നനച്ചു.

തറ നനച്ച ആൾ എഴുന്നേറ്റ് വന്നപ്പോൾ നാഗൻ അയാളോട് ചോദിച്ചു.

"ഇത് വൈകുണ്ഠമാണോ! പുച്ഛത്തോടെ അയാൾ "വൈകുണ്ഠമോ!!" ചുറ്റും നോക്കി "ഇല്ല നരകം..."

"അപ്പോ....വൈകുണ്ഠം....."

"ങ്ഹാ....ങ്ഹാ.... ഉണ്ട്......നാല് മുക്ക് റോഡിൽ വൈകുണ്ഠം സ്റ്റാർ ഹോട്ടൽ ഉണ്ട്. നല്ല ബാറും ഉണ്ട്."

നാഗനെ അടിമുതൽ മുടിവരെ നോക്കി "കണ്ടിട്ട് സ്റ്റാർ ഹോട്ടലിൽ പോകാൻ പറ്റിയ ആൾ മാതിരി തോന്നുന്നില്ലല്ലോ."

"അയ്യോ.... അതല്ല. വൈകുണ്ഠം കിണറ്."

"ഓ.... അതൊന്നുമെനിക്കറിയില്ലെടോ. അത്യാവശ്യമാണെങ്കിൽ ഇവിടെ തന്നെയിരുന്നു കാര്യം സാധിച്ചോ.....ആരും കാണില്ല.....പക്ഷെ വെള്ളമൊന്നുമില്ല."

മുഖം ചുളിച്ചുകൊണ്ടയാൾ മറഞ്ഞു. ഒന്നും മനസിലാകാത്തവണ്ണം നാഗൻ അവിടെ കുറച്ചുനേരം നിന്നു. മാലിന്യക്കൂമ്പാരങ്ങളും ബനിയൻകഷണങ്ങളും കടലാസ് തുണ്ടുകളും ചിതറികിടന്ന ആ സ്ഥലത്തുനിന്നും നാഗൻ മെല്ലെ നീങ്ങി.

അൽപ്പം അകലെ വന്നുനിന്ന ഒരു ലോറിയിൽ നിന്നും ഒരാൾ ഇറങ്ങിവന്നു. അയാൾ ചുറ്റും നോക്കി നാഗന്റെ അരികിലൂടെ കടന്നുപോകാൻ തുനിഞ്ഞപ്പോൾ.

"അനിയാ....വൈകുണ്ഠം കിണറ്"

"അതാ....അത് തന്നെ" പൊട്ടിപ്പൊളിഞ്ഞ ആൾമറ അയാൾ ചൂണ്ടിക്കാട്ടി.

"ഇവിടെയാണോ ശ്രാദ്ധവും കർമ്മവും ഒക്കെ. ഈ കിണറിലാണോ...നിക്ഷേപിക്കുന്നതൊക്കെ."

നാഗൻ വിക്കി വിക്കി ചോദിച്ചു.

"അതേയതെ....ഇപ്പോൾ ആരാണിതൊക്കെ ചെയ്യുന്നത്. വല്ല പ്രായമായവർ ചെയ്താലായി."

"വെള്ളം എടുക്കാനായി....കുടം......എന്തെങ്കിലും......"

"ങേ!കുടമോ....ഇവിടെയോ.....വെള്ളം വലിച്ചാലും ചായം പുരണ്ട അഴുക്ക് വെള്ളമല്ലേ കിട്ടുകയുള്ളൂ. അതിന് കപ്പിയും കയറും ഒന്നും ഇല്ലല്ലോ......"

"അപ്പോ....തീർത്ഥം......"

"ങേ! തീർത്ഥമോ......"

അല്പം പരിഹാസത്തോടെ "നല്ല തീർത്ഥം. സമീപത്തുള്ള ചായശാലകളിൽ നിന്നും ഒഴുകിയെത്തുന്ന അഴുക്കുകളും ചായങ്ങളും കൂടികലർന്ന വെള്ളവും ചപ്പും ചവറും ഒക്കെയാണീ കിണറ്റിൽ....ചെന്നു നോക്ക്....."

അയാൾ അയാളുടെ ആവശ്യം നിറവേറ്റാൻ ധൃതിയിൽ കടന്നുപോയി.

ആൾമറയിൽ പിടിച്ചുകൊണ്ട് നാഗൻ കിണറിലേക്കെത്തിനോക്കി. ഇരുട്ടിന്റെ ഒരു ഗുഹ. വെള്ളത്തിന്റെ ഒരു ചലനം പോലുമില്ല. ഇരുട്ടിലും തെളിയുന്ന ചില പച്ചിലച്ചെടികൾ. നാഗൻ മറ്റൊന്നും ആലോചിക്കാൻ നിന്നില്ല. മഞ്ഞസഞ്ചിയിൽ നിന്നും വൈദീക ചൂരൽക്കമ്പും ഉണങ്ങിക്കരിഞ്ഞ തുളസിമാലയും ഭക്തിയോടെ ഇരുകൈകളിലുമെടുത്തു മുഖത്തിന് നേരെയുയർത്തിപ്പിടിച്ചു കണ്ണടച്ചു മേലോട്ട് നോക്കി അവകൾ കിണറ്റിലേക്കെറിഞ്ഞു.

"പ്ലക്" എന്നൊരു ശബ്ദം കിണറ്റിൽ നിന്നും കേട്ടപ്പോൾ ആശ്വാസത്തിന്റെ ഒരു നെടുനിശ്വാസം നാഗൻ ഉതിർത്തു.

മുപ്പത്

"പത്തിവിരിച്ചാടി കൊത്താൻ വരുന്ന പാമ്പുകളുടെ സ്വപ്നം എന്നെ ഭയപ്പെടുത്തുന്നു അപ്പൂപ്പാ..."

സ്വപ്നരംഗങ്ങൾ ഉൾവാങ്ങിയ കിടിലം കുമാറിൽ കണ്ടു.

"എത്രനാളായി ഈ വക സ്വപ്നങ്ങൾ"

നാഗന് അറിയാൻ തിടുക്കമായി.

"ഇടയ്ക്കിടെ വരുന്നു. എന്നെ ഓടിച്ചിട്ട് കൊത്താൻ വരുന്നപ്പൂപ്പാ! പെട്ടെന്നു പാമ്പ് പ്ലാസ്റ്റിക് കയറായി മാറുന്നു. പുസ്സ്.....പുസ്സ്....എന്ന ശബ്ദത്തോടെ തുടർന്ന് എന്നെ തുരത്തുന്നു."

"ഓഹോ...അങ്ങനെയാണോ...എന്നാൽ നീയൊരു കാര്യം മനസിലോർത്തു കിടക്കുക. പാമ്പ് നിന്നെ തുരത്തുമ്പോൾ നീയും പാമ്പിനെ തുരത്തുന്നതായി ഓർക്കുക"

"ചില സ്വപ്നങ്ങളിൽ പാമ്പ് എന്നെ തുരത്തുമ്പോൾ ഞാനൊരു ചെറിയ കുട്ടിയായി മാറിപ്പോകുന്നു. പക്ഷെ പാമ്പുകൾ പുറകിൽ നിന്നും ധൃതിയിൽ വന്ന് എന്റെ മുമ്പിലെത്തുന്നു. പാമ്പുകളുടെ നിറം വെറും പച്ച നിറമായി മാത്രം കാണുന്നു. നീളമുള്ള പാമ്പുകൾ. ചില സ്വപ്നങ്ങളിൽ പാമ്പുകൾ നിന്നെ തുരത്തുമ്പോൾ ഞാൻ അപ്പൂപ്പനെപ്പോലെ വയസനായും തീരുന്നു. എഴുന്നേൽക്കാൻപോലും സാധിക്കാതെയാകും. നെഞ്ചിടിപ്പ് വേഗത്തിലാകും. അപ്പോൾ ശ്രമപ്പെട്ടു ശ്വാസം കഴിക്കും. എന്റെ ശ്വാസത്തിന്റെ താളത്തിനൊത്തു പാമ്പും തലയാട്ടി നിൽക്കും. എനിക്ക് പേടിയാകുന്നു അപ്പൂപ്പാ...."

കുമാർ നാഗന്റെ കൈപിടിച്ചു കൊണ്ട് പറഞ്ഞു.

"കണ്ണാ...ഞാനൊന്നു പറയാം. അതുപോലെ ചെയ്തോളു. എല്ലാ തടസങ്ങളും മാറിക്കിട്ടും. നീയൊരു പ്രാവശ്യം വാഴത്തോട്ടത്ത് അയ്യൻകോവിലിൽ പോയി പ്രാർത്ഥന നടത്തിയിട്ട് വാ...ഭയഭക്തിയോടെ പോകണം. പാമ്പ് ഭയത്തിന് പരിഹാരംതേടുന്ന ക്ഷേത്രങ്ങൾ പലതുമുണ്ട്. ഏട്ട്കൊണം കോവിൽ, കാങ്കേയം പാളയം രായർ കോവിൽ പിന്നെ വാഴത്തോട്ടത്ത് അയ്യൻ കോവിൽ. നീ അയ്യൻ കോവിലിൽ പോയാൽ മതി. ആവശ്യമെങ്കിൽ ഒരു ഏലസും കെട്ടാം. ശിശുക്കളാണെങ്കിൽ പേടിക്കാതിരിക്കാൻ പരിഹാരമാർഗമായി നലുങ്കു മന്ത്രം ചെയ്യാം. മുതലാളിയുടെ അനുജന്റെ മകന് ഇങ്ങനെ പേടി വന്നപ്പോൾ എന്തൊക്കെയോ മരുന്നുകൾ കൊടുത്തു. പേടി മാറിയില്ല. ഒരു നലുങ്കു ചെയ്തു. പേടി മാറി. വയറൊഴിഞ്ഞു പോകുന്നതിന് നെറ്റിയിൽ ചൂടും വെക്കാറുണ്ട്. മൂന്നാമത്തെ കുഞ്ഞിന് ജനനദോഷം വരും. അതു തീർക്കാൻ കുപ്പമണലിൽ ഉരുട്ടിയെടുക്കും."

നാഗൻ പറഞ്ഞു നിർത്തിയപ്പോൾ പെട്ടെന്ന് കുമാർ "ഞാനും മൂന്നാമത്തേതാണ് അപ്പൂപ്പാ...എന്നെയും കുപ്പമണലിൽ ഉരുട്ടിയെടുത്തിരിക്കും....അല്ലേ അപ്പൂപ്പാ...."

"ആയിരിക്കാം....നിന്റെ അച്ഛനോട് ചോദിക്കണം..."

"എന്റെ തലയിൽ അന്നൊരു പരു വന്നിരുന്നു. ദിവസേന പലപ്രാവശ്യം ഞാനത് തൊട്ടുതൊട്ടു നോക്കും. ഒരിക്കൽ എന്റെ സ്വപ്നത്തിലും പരു വന്നു. നോക്കി നിൽക്കെ പരു വലുതായി. വീണ്ടും വീണ്ടും പരു വളർന്നുകൊണ്ടിരുന്നു. തലയ്ക്ക് മീതെ ഒരു ഗോളം മാതിരി. ഗോളം പൊട്ടിയൊലിച്ചു പഴുപ്പ് മുഖം മുഴുവനും പടർന്നു കയറി. ദുർഗന്ധം വമിക്കുന്ന പഴുപ്പുകളിലൂടെ പല്ലികളും പാറ്റകളും പ്രാണികളും ഊർന്നിറങ്ങി മുഖം വികൃതമാക്കി."

"ശരി....ശരി...ഒക്കെ ശരി...നീ ഉടനെ വാഴത്തോട്ടത്ത് അയ്യൻ കോവിലിൽ പോയി വരിക."

നാഗൻ പരിഹാരമാർഗം കട്ടായം പറഞ്ഞു.

"മഴ പെയ്യുമെന്നു തോന്നുന്നു.....അപ്പൂപ്പാ..."

"മഴ വരട്ടെടാ മോനെ....നല്ലതല്ലെ."

രണ്ടു ദിവസമായി കമ്പനിയിൽ പോയില്ല. പോകാത്തതല്ല. പണി ഇല്ലാത്തതാണ്. മഴ കാരണം തുണി ഉണങ്ങാത്തതുകൊണ്ട് പണിയില്ല. ബനിയൻ കമ്പനിയിൽ തന്നെ ജോലി ചെയ്യാമായിരുന്നു. ആഴ്ചയിൽ അമ്പതുരൂപ അധിക ശമ്പളം കിട്ടുമല്ലോയെന്നോർത്താണ് മുതലാളിയുടെ തന്നെ ഈ കമ്പനിയിൽ പണിക്ക് പോയത്. ഇപ്പോ....അതുമില്ല.....ഇതുമില്ല..

കുമാർ സങ്കടത്തോടെ പറഞ്ഞു.

"അതൊക്കെ സാരമില്ലെടാ മോനെ! ഞങ്ങളൊക്കെ ആഴ്ചകളോളം പണിയില്ലാതെ വലഞ്ഞിട്ടുണ്ട്"

ഏതോ കടുത്ത ചിന്തയിലെന്നവണ്ണം കുമാർ നാഗനോട് ചോദിച്ചു.

"ധാരാളം പണം കിട്ടാൻ ഏതു ദൈവത്തെ കുമ്പിടണം അപ്പൂപ്പാ..."

"തിരുപ്പതി വെങ്കടാചലപതി എന്നു പറയുന്നു. പക്ഷെ എനിക്ക് ചുടലൈ, മാരി, സൂളക്കൽ എന്നൊക്കെയേ അറിയൂ."

"ങ്ഹാ....അതൊക്കെ പോകട്ടെ. രണ്ട് ദിവസം മുമ്പ് അപ്പൂപ്പൻ ആ പുതിയ സ്വാമിജിയെ കാണാൻ പോയല്ലോ...വാരിക്കോരി തന്നോ!"

"ങ്ഹും വാരിക്കോരി തന്നു....പോയതു വെറുതെയായി. ഒരു മന:സമാധാനത്തിന് പോയതാ....ഉള്ള സമാധാനം ഇല്ലാതെയായി. അത്ര തന്നെ."

"എന്തുപറ്റി അപ്പൂപ്പാ"

"കൊങ്കു നഗറിനടുത്തായി എന്റെയൊരു പഴയ സ്നേഹിതനുണ്ട്. അവൻ പറഞ്ഞതുകൊണ്ട് മാത്രം പോയതാണ്. അവൻ പറഞ്ഞു ദിവ്യനാണെന്ന്. എന്ത് ദിവ്യൻ. എല്ലാം കപടം. പക്ഷെ നല്ല ആൾക്കൂട്ടം. ആദ്യം ഒരു പണക്കാരി പെണ്ണ് മിനുക്കി കുലുക്കി ഒരു കുഞ്ഞിനേയും കൊണ്ടുവന്നു. സ്വാമി കുഞ്ഞിനെ മടിയിലിരുത്തി കൊഞ്ചിച്ചു മന്ത്രം ജപിച്ച് ഏലസ്സ് കെട്ടിവിട്ടു. അടുത്തതായി ഒരു പാവംപിടിച്ച പെണ്ണ് അവളുടെ കുഞ്ഞിനെ ദിവ്യന്റെ മുമ്പിൽ കൊണ്ടുവന്നു കിടത്തി. ദിവ്യൻ

ധ്യാനം അഭിനയിച്ചു കണ്ണടച്ചിരുന്നു. ശിഷ്യൻ വന്നു പറഞ്ഞപ്പോൾ ആ പാവം പെണ്ണ് കരഞ്ഞുകൊണ്ടു കുഞ്ഞിനെ എടുത്തുകൊണ്ടുപോയി."

"പണം കണ്ടാൽ പിണവും വായതുറക്കും എന്നല്ലേ. ഇപ്പോൾ പണം ഉണ്ടെങ്കിൽ മാത്രമെ സ്വാമിജിയും കണ്ണുതുറക്കൂ എന്നായല്ലേ" കുമാർ ചിരിച്ചുകൊണ്ട് പറഞ്ഞു.

"ങ്ഹും.....ങ്ഹും...ധനമില്ലെങ്കിൽ ദൈവത്തിനും ദാസിവീട്ടിൽ പോകാൻ ഒക്കുകയില്ലയെന്നു പറയാറുണ്ട്."

ഒരു കുസൃതിയോടെ കുമാർ "ദിവ്യനെ കാണാൻ പോയിട്ട് ഒന്നും കിട്ടിയില്ലേ"

"സ്വാമി വീശിക്കൊണ്ടിരുന്ന വിശറിയിൽനിന്നും അൽപ്പം കാറ്റ് കിട്ടി. അത്രമാത്രം. വരുന്നവഴിയിൽ ഒരാളെ കണ്ടു. "സ്വാമിജി എങ്ങനെ" എന്നു ചോദിച്ചു. "സ്വാമിജി അങ്ങനെ തന്നെ" എന്നയാൾ ഉത്തരവും പറഞ്ഞു. എനിക്കൊന്നും മനസിലായില്ല. വീണ്ടും അയാളോട് ചോദിച്ചു. അയാൾ ഒരു പരിഹാസച്ചിരി ചിരിച്ചുകൊണ്ട് പറഞ്ഞു "സ്വാമിജിയും മനുഷ്യ നല്ലെ. വിഷയവും വികാരവുമെല്ലാം ഉണ്ടാകും" അതെന്താ അങ്ങനെ പറയാൻ എന്നന്വേഷിച്ചപ്പോൾ അയാൾ പറഞ്ഞു. ഇന്നലെ പകൽ ഞാൻ സ്വാമിജിയെ കണ്ടു. മൂന്ന് ഇടവഴികൾ ചേരുന്ന ഒരിടത്തു നിന്നുകൊണ്ട് പരസ്യമായി മൂത്രമൊഴിക്കുന്നു. സ്ത്രീകളും കടന്നുപോകുന്ന വഴിയാണല്ലോ. എന്തെങ്കിലുമൊക്കെ കാണിക്കാൻ താൽപ്പര്യവും തോന്നും"

"അതിനും ഇതിനും എന്തു സംബന്ധം അപ്പൂപ്പാ..." കുമാർ ചോദിച്ചു.

ഈർഷ്യയോടും കോപത്തോടും

"എന്തെങ്കിലുമൊക്കെ സംബന്ധം കാണുമെടാ...നീയൊന്നു ചുമ്മാതിരി."

"അപ്പൂപ്പാ...നന്നായി മഴ പെയ്താൽ ഭൂതവും പ്രേതവും ആവിയുമൊക്കെ പോകുമത്രെ. ചായപ്പട്ടറകളിൽ ഇതൊക്കെയുണ്ടാകുമെന്നു വാച്ചുമാൻ പറയാറുണ്ട്."

"എടാ മോനേ...ശക്തിയുള്ള കെമിക്കലുകളും ഓയിലുമൊക്കെ ഒഴിക്കുമ്പോൾ ആവി പറക്കും. അതായിരിക്കും."

"അല്ലപ്പൂപ്പാ...ഭൂതങ്ങളും പ്രേതങ്ങളും ആവിയും ഒക്കെ ഉണ്ടത്രെ. മനുഷ്യന്റെ രക്തം കുടിക്കാൻ ഓടി നടക്കും. കമ്പനികളിലും വരും."

"ങ്ഹും....കമ്പനികളിലും വരും. നിന്റെ മുതലാളി പറഞ്ഞുപിടിപ്പിക്കുന്നതാണ്. അയാളുടെ ശമ്പളം പറ്റുന്ന വാച്ചുമാൻ അതൊക്കെ പറഞ്ഞു വിശ്വസിപ്പിക്കുകയും ചെയ്യും. ബോയ്‌ലർ പൊട്ടിത്തെറിക്കുന്നതും തൊഴിലാളികളുടെ കൈകാലുകൾ വെന്തുപോകുന്നതും ഇതുകൊണ്ടാണോ!"

"അതെ...അപ്പൂപ്പാ...തീർച്ചയായും."

"ഛീ പോടാ...മരമണ്ടാ...."

നാഗന് കോപം വന്നു.

"ചെസ്സ് കളിക്കുമ്പോൾ നീയൊരു ബുദ്ധിശാലിയാണെന്നു തോന്നി

പ്പോയിട്ടുണ്ട്. ശ്ശെടാ....നീ ഇത്രയ്ക്കും വിഡ്ഢിയാണോ! എന്റെ ചെറുപ്പത്തിൽ മരപ്പട്ടികളെപ്പറ്റി കേട്ടിട്ടുണ്ട്. മരപ്പട്ടികൾ വന്നു കുഞ്ഞുങ്ങളെ കടിച്ചുകൊണ്ടു പോകുമത്രെ. ഈ പറയുന്നവനൊക്കെയും മരപ്പട്ടികൾ തന്നെ. ഇവന്റെയൊക്കെ വായ ഉടുത്ത കോണകം കൊണ്ടു കെട്ടിവയ്ക്കണം"

നാഗനിൽ പിശാച് കയറിയോ!

മുപ്പത്തിയൊന്ന്

പെരിയണ്ണന്റെ വീടിന്റെ മേൽക്കൂര ജട്ടികൾ തയ്യാറാക്കുന്ന മെഷീനുകളുടെ കനത്ത ശബ്ദത്തിൽ ത്രസിച്ചുകൊണ്ടിരുന്നു. നാലഞ്ചു മെഷീനുകളുടെ കനത്ത ശബ്ദം. ചെറിയ നായ്ക്കുട്ടികൾ കൂനിക്കൂടിയിരുന്നു കുരയ്ക്കുന്ന പോലുള്ള ശബ്ദം. ഒന്നിൽനിന്നും പുറപ്പെടുന്ന "ടർ...ടർ" ശബ്ദം നിലയ്ക്കുന്നതിന് മുമ്പ് തന്നെ അടുത്ത മെഷീനിൽ നിന്നും അതേ ശബ്ദം പുറപ്പെടും. മെഷീനുകളുടെ "ടർ....ടർ" ശബ്ദങ്ങൾക്ക് പുറമെ ജട്ടിത്തുണികൾ മുറിക്കുമ്പോഴുള്ള "കരക്....കരക്" ശബ്ദങ്ങളും ഹാൾ മുഴുവനും പരന്നൊഴുകും. മുറിച്ചിടുന്ന തുണിക്കഷണങ്ങളുടെ പിശറുകൾ മെഷീനുകളിൽ നിന്നും വാർന്നൊഴുകുന്നതു കാണുമ്പോൾ കുഞ്ഞുങ്ങളുടെ മലദ്വാരം കക്കുന്ന മലത്തുണ്ടുകൾപോലെ തോന്നിപ്പോകുന്നു. അവകൾ ഹാളിന്റെ ഇടതുമൂലയിൽ ഒരു വർണക്കൂമ്പാരമായി കുമിഞ്ഞു കിടന്നു. മേൽക്കൂരയിൽ പടർന്നുകിടന്ന മാറാല മെഷീൻ ശബ്ദങ്ങളിൽ വിറച്ചുകൊണ്ടിരുന്നു.

ജട്ടികളിൽ എലാസ്റ്റിക്കുകൾ കോർത്തുകൊണ്ടിരുന്ന ചെല്ലമ്മിണി തുമ്മാൻ തുടങ്ങി. തുമ്മിത്തുമ്മി അവളുടെ മുഖം ചുവന്നു. മൂക്കിൽ നിന്നും ഒഴുകിയെത്തിയ നീര് ഒരു ജട്ടിയുടെ കഷണംകൊണ്ട് തുടച്ചു പുറത്തേക്കെറിഞ്ഞു. ചായമുണങ്ങാത്ത ജട്ടിക്കഷണങ്ങൾ അവളെ വീണ്ടും തുമ്മാൻ അനുവദിച്ചു. അവളുടെ മൂക്കിൽനിന്നും തുടർച്ചയായി നീരൊഴുകുവാൻ തുടങ്ങി. അവൾ മൂക്ക് തുടച്ച ജട്ടിക്കഷണങ്ങൾ പുറത്തു ചിതറിക്കിടന്നു. അവളുടെ മൂക്ക് വീണ്ടും ഒലിച്ചുതുടങ്ങി.

"ങ്ഹാ...ഞാനും കാണുന്നുണ്ട്. നീ എട്ട് പീസ് കൊണ്ട് മൂക്ക് തുടച്ചു."

പെരിയണ്ണൻ പറഞ്ഞു.

പെരിയണ്ണന്റെ ഇരുകാലുകളിലും പഞ്ഞിക്കഷണങ്ങൾ ഒട്ടിപ്പിടിച്ചിരുന്നതിനാൽ അയാൾക്ക് വെളുത്ത രണ്ട് കൃത്രിമക്കാലുകൾ ഉണ്ടോയെന്നു തോന്നിച്ചു.

"എന്ത് ചെയ്യാൻ...മൂക്കിലേക്ക് തുരുതുരാ പൊടി കയറുന്നു. വെള്ളം ഒഴുകുന്നു."

ചെല്ലമ്മിണിയുടെ വലതുകൈ മെലിഞ്ഞു കൂർത്തിരുന്നു. നാലഞ്ചു ജട്ടിത്തുണികളെ കയ്യിലെടുത്തപ്പോൾ ആ കൈ മെല്ലെ വിറയ്ക്കാൻ തുടങ്ങി.

"എപ്പോഴും ജലദോഷം തന്നെ. മൂക്ക് ചീന്തി ചീന്തി മടുത്തു"

"എന്നാൽ മൂക്ക് മുറിച്ചുകളയ്."

പെരിയണ്ണൻ ഉറക്കെ ചിരിച്ചു.

"ചൊവ്വാഴ്ച ശമ്പളം കിട്ടുമ്പോൾ മുഴുത്ത ഒരു നാട്ടുകോഴിയെ വാങ്ങി നിന്റമ്മയോട് വറുത്തു തരാൻ പറയ്."

ശിവരാമൻ കളിയാക്കി ചിരിച്ചു.

"ഇപ്പോ നാട്ടുകോഴിയെ എവിടെ കിട്ടാനാണ്. എല്ലാം ബ്രോയ്ലർ കോഴികൾ....ജലദോഷം മാറില്ല." പാണ്ഡ്യൻ ചിരിച്ചുകൊണ്ട് പറഞ്ഞു.

"അപ്പോ....മൂക്കുള്ളവരേക്കും ജലദോഷം ഉണ്ടെന്ന് അർഥം...അല്ലെ" പെരിയണ്ണൻ മെഷീനിൽ നിന്നും എഴുന്നേറ്റപ്പോൾ അയാളിരുന്ന സ്റ്റൂൾ മറിഞ്ഞുവീണു. അത് കാര്യമാക്കാതെ അയാൾ ഇട്ടിരുന്ന ഷർട്ടൂരി കുടഞ്ഞു. പഞ്ഞിക്കഷണങ്ങളും പൊടിയും നാലുപാടും ചിതറി.

ചെല്ലമ്മിണി നാലഞ്ചു പ്രാവശ്യം തുമ്മി. പാവാടത്തുമ്പുയർത്തി മൂക്ക് തുടച്ചു.

അടുത്ത മുറിയിൽ വെള്ളം ഒഴുകിവീഴുന്ന ശബ്ദം. തൊട്ടിയിൽ ചായം കലർത്തിവച്ച ഇളംചൂടുവെള്ളത്തിൽ പെരിയണ്ണൻ വെള്ളത്തുണികൾ മുക്കി. അതിനുശേഷം കാലുകൊണ്ട് തുണികൾ വെള്ളത്തിൽ താഴ്ത്തി. തുണികൾ വെള്ളത്തിൽ മുങ്ങി നിന്നു. കാലുകൾ മാറ്റി മാറ്റി തുണികൾ വെള്ളത്തിൽ താഴ്ത്തിക്കൊണ്ടിരുന്നു. അയാളുടെ കാലുകൾ രണ്ടും പച്ചനിറത്തിൽ തിളങ്ങി.

അടുത്തൊരു തൊട്ടിയിലുണ്ടായിരുന്ന ചൂടുവെള്ളത്തിന് ചുവപ്പു നിറമായിരുന്നു. പെരിയണ്ണൻ ആ തൊട്ടിയിലും വെള്ളത്തുണികൾ മുക്കി കാലുകൾകൊണ്ട് താഴ്ത്തിക്കൊണ്ടിരുന്നു. അൽപ്പം പച്ചയും അൽപ്പം ചുവപ്പുമായി നിറം മാറിയ കാലുകൾ അയാൾ കൗതുകത്തോടെ നോക്കി.

പച്ച ചായപ്പാത്രം കമഴ്ത്തിയപ്പോൾ പച്ചനിറത്തിൽ വെള്ളം ഒഴുകാൻ തുടങ്ങി. കുത്തിയൊലിച്ചു വെള്ളം പതഞ്ഞൊഴുകി.

എവിടെനിന്നോ നാലഞ്ച് പിള്ളേർ അവിടേക്ക് ഓടിയെത്തി. ഒരുത്തൻ പച്ചനിറവെള്ളത്തിൽ ഒരു കാലുമുക്കി. അവനെ തുടർന്നു വേറൊരുത്തനും കാലുമുക്കി.

"ഹായ്...ഇളംചൂട് വെള്ളം."

"കുളിക്കാൻ തോന്നുന്നോ...എന്നാൽ കുളിച്ചോടാ...." മറ്റൊരുത്തൻ.

ഇനിയൊരുത്തൻ ഒരു കമ്പെടുത്തു വെള്ളത്തിൽ ഒരു ചാല് കീറിക്കൊണ്ട് പറഞ്ഞു.

"ഹായ്....ഇതാ...കനാൽ വെള്ളം."

"ഈ പുതിയ കനാൽ എവിടേക്ക് പോകുന്നു."

"കുമാർ നഗറിലേക്ക് പൊയ്ക്കോട്ടെ....അവിടെയല്ലെ കുടിവെള്ളത്തിന് ക്ഷാമം."

"ഈ ചായംപുരണ്ട വെള്ളം ആരെങ്കിലും കുടിക്കുമോടാ മണ്ടാ...."

കടുംപച്ചനിറത്തിൽ വെള്ളം ഒഴുകിക്കൊണ്ടിരുന്നു. അതിനരികിൽ കുട്ടികൾ കുന്തക്കാലിലിരുന്നു.

വെള്ളം കയ്യിലെടുത്തു ഇറ്റിറ്റ് താഴേക്ക് വീഴ്ത്തിക്കൊണ്ട് "ഈ ചായം കലർന്ന വെള്ളത്തിൽ കുളിച്ചാൽ പച്ചനിറം കിട്ടുമോ!"

"ആവാം"

"ഹായ്...അപ്പോ...ബ്ലൂ കളർ വെള്ളത്തിൽ കുളിച്ചുവന്നു കൃഷ്ണൻ വേഷം കെട്ടാമെടാ."

"കയ്യിൽ പുല്ലാങ്കുഴൽ മാത്രം മതി."

"ഒന്നും ഉടുക്കാതെ വന്നാൽ മതിയോ."

"ഛീ....പോടാ....."

"അപ്പോ....വെളുത്ത ചായം കലക്കിയ വെള്ളത്തിൽ മുങ്ങിയാൽ വെള്ളക്കാരനാകാം"

"ആകാം....ആകാം....പിന്നെ ഉപ്പ് വെള്ളത്തിൽ കുളിച്ചാൽ നീ വീണ്ടും കറുപ്പനാകും."

"ങ്ഹാ...സാരമില്ല. കുറച്ചുനാളേക്കെങ്കിലും വെള്ളക്കാരനായി വിലസാമല്ലോ."

"ഛീ....പോടാ....ചന്തി മുക്കാലും കാണുന്ന ഈ പോസ്റ്റ്ബോക്സ് ട്രൗസർ ഏതെങ്കിലും വെള്ളക്കാരൻ ഇടുമോടാ....മണ്ടാ..."

"വെള്ളക്കാർ ആരും തന്നെ ദരിദ്രരല്ല അല്ലേടാ."

കുട്ടികളുണ്ടാക്കിയ കൃത്രിമ കനാലിലൂടെ പെട്ടെന്ന് ചുവപ്പുവെള്ളം പതഞ്ഞൊഴുകി വന്നു.

"എടായെടാ....നോക്കെടാ.....കനാലിൽ ചുവപ്പുവെള്ളം വരുന്നു."

വെള്ളം കയ്യിലെടുത്തുകൊണ്ട് ഒരുത്തൻ "കയ്യിൽ ഒട്ടുന്നെടാ...ഇതിൽ കുളിച്ചാൽ ദേഹത്തും ഒട്ടും. കളർ കളറായി തിളങ്ങും."

"ശരി....ശരി....ചുവന്നവെള്ളത്തിന് പുതിയ കനാൽ കീറണ്ടേ."

കമ്പുകൊണ്ട് ചാലുകൾ കീറി വെള്ളം വേറെ ദിശകളിലേക്ക് ഒഴുക്കി.

പച്ചയും ചുവപ്പുമായി വെള്ളം പടർന്നൊഴുകി.

"എടാ....ഒരു കാര്യം ചെയ്യാം. ഡാമിൽ വെള്ളം നിറച്ചുവെക്കാം."

ചെറിയൊരു കുഴിയിലേക്ക് അവർ വെള്ളം തേവി വച്ചു.

പച്ചയും ചുവപ്പും കലർന്ന വെള്ളം പുതിയൊരു നിറക്കൂട്ടായി.

പുറത്തു കുട്ടികൾ ആർത്തുല്ലസിച്ചുകൊണ്ടിരുന്നപ്പോൾ പെരിയണ്ണൻ കൈകളിൽ കുറെ പായ്ക്കറ്റുകളുമായി വന്നു. ആ പായ്ക്കറ്റുകളിൽ വിവിധ വർണങ്ങളിൽ തുണ്ടുതുണികൾ നിറഞ്ഞു കവിഞ്ഞിരുന്നു. അയാൾ അവകൾ താഴ്ന്നിറങ്ങിയ ഓടുകളിൽ പരത്തിവച്ചു. ചെല്ലമ്മിണി താഴെ വിരിച്ചുവച്ച പായകളിൽ ചായം പുരണ്ട തുണികൾ നിരത്തി വച്ചുകൊണ്ടിരുന്നു.

ചായം പിടിപ്പിച്ച ഈറൻ തുണികളിൽ നിന്നും ചായങ്ങളുടെ രൂക്ഷഗന്ധം പരന്നൊഴുകി.

"പല നിറങ്ങളിൽ പലഹാരം ചുട്ടുവച്ച മാതിരി തോന്നുന്നു."

"ങ്ഹും...തോന്നും....തോന്നും...ജട്ടികൾ തയ്ച്ചുകൊടുത്ത് ഈറോഡ് ചന്തയിൽ വിറ്റാൽ മാത്രമെ പലഹാരം വാങ്ങാൻ പണം കിട്ടുകയുള്ളൂ.

"പണം കിട്ടിയില്ലായെന്നു കരുതി ഈ പലഹാരം വായിൽ വയ്ക്കല്ലേ... ചായം മുക്കിയ തുണികളാണ് ഒരുവിധത്തിൽ വിഷപലഹാരം."

കയ്യിലുണ്ടായിരുന്ന ആഴ്ചപ്പതിപ്പ് മടക്കി കക്ഷത്തിലിറുക്കി കള്ളി മുണ്ട് മടക്കിക്കുത്തി പുറത്തു കുട്ടികൾ നിർമിച്ച ഡാം ഭക്തവത്സലം കൗതുകത്തോടെ നോക്കിനിന്നു.

"ഡാമിൽ മീൻപിടിക്കാനും തോണിയിറക്കാനുമൊക്കെ സാധിക്കുമോടാ...."

"സാധിക്കും ചേട്ടാ...."കുട്ടികൾ ഒരേസ്വരത്തിൽ പറഞ്ഞു.

"എന്നാൽ തോണിയിറക്ക്."

അയാൾ ആഴ്ചപ്പതിപ്പിൽ നിന്നും അഞ്ചാറ് താളുകൾ കീറിയെടുത്ത് മടക്കി മടക്കി കലാസ് കപ്പലുകൾ ഉണ്ടാക്കി.

"ചേട്ടാ...കത്തിക്കപ്പൽ....കത്തിക്കപ്പൽ"

കുട്ടികൾ ഉത്സാഹത്തോടെ പറഞ്ഞു.

"ചെയ്തുതരാം"

"കക്കൂസ് വെള്ളത്തിലും കത്തിക്കപ്പൽ പോകുമോ ചേട്ടാ"

"പോകും"

അൽപ്പമകലെയുള്ള കറുത്തുമിനുങ്ങിയ അഴുക്ക്ചാൽ വെള്ളത്തിൽ കപ്പലുകൾ ഇറക്കി. അഴുക്ക് ചാലിൽ കുറെ മുട്ടത്തോടുകൾ കപ്പലുകളെപ്പോലെ ഒഴുക്കി നടന്നു. കൂടെ എണ്ണമയമുള്ള കറിവേപ്പിലകളും.

"എന്താടാ....കപ്പൽ നിലത്തുമുട്ടിയപോലെ നിൽക്കുന്നല്ലോ. ഒരു കാര്യം ചെയ്യാം. ആദ്യം കത്തിക്കപ്പൽ പോകട്ടെ. അവൻ എല്ലാറ്റിനേയും കീറിമുറിച്ചു പോകും. പിന്നെ സാധാരണ കപ്പലിന് സുഗമമായി പോകാം."

പെട്ടെന്ന് കക്കൂസ് വെള്ളം കൂടുതലായി ഒഴുകിയെത്തി. ഒഴുക്ക് വർദ്ധിച്ചപ്പോൾ കപ്പലുകൾ ആടിയുലഞ്ഞു. ഒരു കപ്പൽ വെള്ളത്തിൽ മുങ്ങി മറിഞ്ഞു. മറ്റൊന്നു ഒഴുക്കിനൊത്തു ദൂരേക്ക് ധൃതിയിൽ പോയി മറഞ്ഞുനിന്നു.

"ഇതിൽ ഏതാണ് ചരക്ക് കപ്പൽ. ഏതാണ് യാത്രാ കപ്പൽ."

ഒരുത്തന് ജിജ്ഞാസ വർദ്ധിച്ചു.

"ദാ....നോക്ക്......ആ പെണ്ണിന്റെ പടമുള്ള കപ്പലാണ് ചരക്ക് കപ്പൽ."

അൽപ്പം ആലോചനയോടെ ഭക്തവത്സലം പറഞ്ഞു.

"ഇപ്പോ....ആരും കപ്പലിൽ ചരക്കുകൾ അയക്കാറില്ല. വളരെ അപൂർവം.....എല്ലാം വിമാനത്തിൽ തന്നെ."

"ധാരാളം പണം കിട്ടിയാൽ വിമാനം വാങ്ങാമല്ലേ ചേട്ടാ."

"ഓ.....പിന്നെന്താ.....നമുക്കും വാങ്ങാം."

ഭക്തവത്സലം കുട്ടികളിലൊരുവനായി.

മണ്ണുകൊണ്ട് കുട്ടികൾ കൃത്രിമഡാം കെട്ടിവെച്ചതിനാൽ ചായം കലർന്നവെള്ളവും കക്കൂസ് വെള്ളവും അവിടെങ്ങും പടർന്നു കിടന്നിരുന്നു.

പെട്ടെന്നു പെരിയണ്ണൻ പുറത്തേക്ക് കടന്നുവന്നു. അയാളുടെ ദേഹം മുഴുവനായും പലവർണചായങ്ങൾ പുരണ്ടിരുന്നു. വാത്സല്യവും കൃത്രിമദേഷ്യവും കലർന്നമട്ടിൽ പെരിയണ്ണൻ ചോദിച്ചു.

"എന്താടാ പിള്ളേരെ ഇതൊക്കെ"

"ഡാം കെട്ടിവെച്ചിരിക്കയല്ലെ. പല പല നിറങ്ങളിൽ വെള്ളമുള്ള ഡാം."

ഒരു കുട്ടിക്കുറുമ്പൻ പറഞ്ഞു.

"അതൊക്കെ ശരി. പക്ഷെ ഡാം വെള്ളത്തിന് എന്താണിത്ര നാറ്റമെടാ."

"അയ്യോ.... അതു ഡാം വെള്ളത്തിലല്ല. കക്കൂസ് വെള്ളത്തിൽ നിന്നാണ്."

"എടാ പിള്ളേരെ! ഡാമിൽ ചായ വെള്ളം കലക്കാൻ പാടുണ്ടോ! ഡാമിലെ നല്ല വെള്ളം മോശമായി പോവില്ലേ."

"ഓ....അതു ശരിതന്നെ. ഡാം തുറന്നു വിടാം."

കനത്ത കമ്പെടുത്തു നാലുപാടും ചാല് കീറിയപ്പോൾ ചായം പുരണ്ട വെള്ളം പലവഴികളിലേക്കും പാഞ്ഞു.

"ഡാം തുറക്കാൻ ഒരു മന്ത്രിയെങ്കിലും ക്ഷണിക്കാമായിരുന്നില്ലേടാ."

"ഞാൻ തന്നെ മന്ത്രി. ചായം കലർന്ന വെള്ളമുള്ള, ഡാം തുറക്കുന്ന മന്ത്രി." ഭാവിയിൽ രാഷ്ട്രീയക്കാരനാവാൻ സാധ്യതയുള്ള ഒരുത്തൻ നെഞ്ചുവിരിച്ചു പറഞ്ഞു.

ചായങ്ങൾ ഉറഞ്ഞു കൂടിയ വെള്ളം, കീറിയ ചാലുകളിലൂടെ ഭൂമിയുടെ നെഞ്ചിലേക്ക് പാഞ്ഞുകയറി.

മുപ്പത്തിരണ്ട്

തുടുത്തുവെളുത്ത കൈത്തണ്ടയിലെ നനുത്ത പൂച്ചരോമങ്ങൾ വശീകരമായി തോന്നി. വിലകിത്തെറിച്ച ചേലത്തുമ്പുകളിലെ ഒരു ഭാഗം ആ കൈത്തണ്ടയിൽ ചുറ്റിക്കിടന്നു. കൂമ്പിനിന്ന വെളുത്തമാറിടങ്ങളുടെ വിടവിൽ ബ്ലൗസിലെ ബട്ടണുകൾ തെളിഞ്ഞുകണ്ടു. കണ്ണിമകളുടേയും കത്രിച്ചുവെച്ച പുരികങ്ങളുടേയും മധ്യഭാഗം ആകർഷകമായിരുന്നു. മേൽച്ചുണ്ടിന് മേൽ നനുത്ത രോമരാജികൾ. സൂക്ഷിച്ചു നോക്കിയപ്പോൾ രോമങ്ങളിൽ വിയർപ്പിന്റെ കുഞ്ഞുമുത്തുമണികൾ.

സ്വാമിയപ്പന്റെ തറച്ചനോട്ടം അവളുടെ കണ്ണുകളിലെത്തിയപ്പോൾ അവൾ ചരിഞ്ഞിരുന്നു.

"പുതിയതായിട്ടാണോ."

"അങ്ങനെയൊന്നുമല്ല സാർ."

"പുതിയതാണെങ്കിൽ പറയൂ. പിന്നെ പേടിച്ചു ബഹളം വയ്ക്കരുത്."

"ഇല്ല അങ്ങനെയൊന്നുമല്ല സാർ."

"ങ്ഹാ...എന്നാൽ ശരി...വാ...അല്ലാ ഇനി പണത്തിന്റെ ബുദ്ധിമുട്ടുകൊണ്ടാണെങ്കിൽ പറഞ്ഞോളൂ...പണം തരാം....ശല്യപ്പെടുത്തുന്നില്ല....."

"അയ്യോ...അങ്ങനെയൊന്നുമല്ല."

അവൾ ബ്ലൗസ് അഴിച്ചുമാറ്റാൻ തുനിഞ്ഞപ്പോൾ ഒരു ബട്ടൺ തെറിച്ചു താഴെ വീണു. താഴെ ബട്ടൺ പരതിക്കൊണ്ടു തന്നെ അവളതെല്ലാം അഴിച്ചുമാറ്റി. ബ്ലൗസിന്റെ കയ്യടയാളം അവളുടെ മേൽകൈകളിൽ രണ്ടു വളയങ്ങളായി കാണപ്പെട്ടു. മുഴുത്ത മാറിടങ്ങൾ അവൾ കൈകൾ പിണച്ചു മറച്ചപ്പോൾ കണ്ണുകൾ പുറത്തേക്ക് എത്തിച്ചു നോക്കിയിരുന്നു.

താഴെ കിടന്ന ബട്ടൺ കയ്യിലെടുത്തുനോക്കി സ്വാമിയപ്പൻ ചോദിച്ചു.

"ഏതു കാലത്തേതാണിത്. ബട്ടണുള്ള ബ്ലൗസ്. ഹുക്കൊന്നും വെക്കാറില്ലേ."

"ഇതൊരു പഴയ ബ്ലൗസാണ്." ജാള്യതയോടെ അവൾ പറഞ്ഞു.

കയ്യിലുള്ള ബട്ടണിലേക്ക് നോക്കി ഒരു നെടുനിശ്വാസത്തിന് ശേഷം സ്വാമിയപ്പൻ,

"ഇത്തരം ബട്ടണുകളാൽ ഞങ്ങളുടെ സാമ്രാജ്യങ്ങൾ വരെ ചരിഞ്ഞകാര്യം അറിയാമോ!"

"എന്താ" വിസ്മയത്തോടവൾ സ്വാമിയപ്പനെ നോക്കി.

താഴെ കിടന്ന അവളുടെ ബ്ലൗസ് ചൂണ്ടി "ഇത്തരം ബ്ലൗസുകളും ധാരാളം പേരെ കെണിയിലിറക്കിയിട്ടുണ്ട്."

നന്നായി ചിരിച്ചുകൊണ്ട്.

"ഈ ബട്ടണും കൂടെ."

ഒന്നും മനസിലാകാതെ അവൾ സ്വാമിയപ്പനെ പകച്ചു നോക്കി.

ഒരു കഥ പറയാനുള്ള തയ്യാറെടുപ്പിൽ സ്വാമിയപ്പൻ ചാഞ്ഞിരുന്നു.

"ഒരിക്കൽ നല്ല ക്വാളിറ്റി കോളർ ബനിയൻ പതിനായിരം പീസിന് ഒരു എക്സ്പോർട്ട് ഓർഡർ കിട്ടി. ഒരു ബനിയന് എട്ട് ബട്ടൺ. ബട്ടൺ ഡിസൈനും അവർ തന്നെ തന്നു. ക്വാളിറ്റി ബട്ടൺ. തിരക്കിനിടയിൽ അറുപത്തിനാലായിരം ബട്ടണുകൾക്ക് ഓർഡർ കൊടുത്തു. ചരക്ക് തയ്യാറായപ്പോൾ രണ്ടായിരം പീസുകൾക്ക് ബട്ടണില്ലായെന്നും പറഞ്ഞു തൊഴിലാളികളെത്തി. നെഞ്ചു പിളർന്നുപോയി. ഏതോ ഒരോർമയിൽ പതിനായിരം ബനിയനുകൾക്ക് പകരം എട്ടായിരം പീസുകൾക്കായിരുന്നു ബട്ടൺ ഓർഡർ ചെയ്തത് ഞാൻ തന്നെയാണ് ഓർഡർ കൊടുത്തതും. അതേ ഡിസൈൻ ബട്ടൺ കിട്ടിയെങ്കിലും കളർ കിട്ടിയില്ല. ഷിപ്പ്മെന്റ് ഡേറ്റ് തീരാനായതിനാൽ ചരക്ക് അയച്ചുവെച്ചു. രണ്ടായിരം പീസുകളിൽ ബട്ടൺ കളർ മാറിയെന്ന കുറിപ്പോടെ അവർ ചരക്ക് മടക്കിയയച്ചു. ഒരു ചൂടുള്ള നിശ്വാസത്തിന് ശേഷം എന്റെ നെഞ്ചിനേറ്റ ആദ്യ ആഘാതം. വീണ്ടും ഷിപ്പ്മെന്റ് ചാർജ്ജ് കൊടുത്തു ചരക്ക് തിരിച്ചെടുത്തു സെക്കന്റ് പീസ് റേറ്റിൽ വിറ്റാലുള്ള കണക്കും കൂട്ടിനോക്കി. നഷ്ടം തന്നെ. ഹക്സ് പോർട്ട് കാർ സെക്കന്റ് പീസ് നിരക്കിൽ എടുക്കാമെന്നേറ്റു. വീണ്ടും ഷിപ്പ്മെന്റ് ചാർജ്ജ് എല്ലാം....എല്ലാം....നഷ്ടം തന്നെ."

ഒന്നും മനസിലായില്ലെങ്കിലും അവൾ "അതെ" എന്നു പറഞ്ഞുവെച്ചു. അവളുടെ മുഖം ചുവന്നു തുടുത്തിരുന്നു.

പുഞ്ചിരിച്ചുകൊണ്ട് സ്വാമിയപ്പൻ "എന്തോ പുലമ്പൽ അല്ലെ! നിസ്സഹായതയിൽ നിന്നാണിത്. ആരോടെങ്കിലും പറഞ്ഞു തീർക്കണമെന്ന തോന്നൽ. എന്റെ മുമ്പിൽ കൈകെട്ടി നിൽക്കുന്ന ഈ ലോഡ്ജ് പയ്യനോടുമാവാം. പക്ഷെ ആരെങ്കിലും മണിയടിച്ചാൽ അവൻ ഓടിപ്പോകും. മദ്യപിച്ചു കഴിഞ്ഞാൽ ഞാൻ ചുമരിനോടും സംസാരിക്കും. ഇപ്പോൾ തോന്നി വാടകയ്ക്ക് എടുത്ത നിന്നോട് പറയാമെന്ന്. മറിച്ചൊന്നും തോന്നേണ്ട."

അവൾ അൽപ്പം ഉൾഭയത്തോടെ സ്വാമിയപ്പനെ നോക്കി മെല്ലെ ബാത്റൂമിലേക്ക് കടന്നു.

അവൾ അഴിച്ചുമാറ്റിവെച്ച വസ്ത്രങ്ങളിലേക്ക് സ്വാമിയപ്പൻ വെറുതെ നോക്കിപ്പോയി. നിഷ്കരുണം നിരാകരിക്കപ്പെട്ടു തിരിച്ചയച്ച തന്റെ തുണിത്തരങ്ങളാണോ ഇവകൾ. അയാളുടെ സിരകളിൽ വീണ്ടും ചൂടനുഭവപ്പെട്ടു. തന്നെപ്പോലെ നിർഗതിയായ തന്റെ സഹജീവികളെപ്പറ്റിയും സ്വാമിയപ്പൻ ഓർത്തുപോയി.

ലെറ്റർ ഓഫ് ക്രെഡിറ്റ് കാണിച്ചു ബാങ്കിൽ നിന്നും കടം വാങ്ങി. പക്ഷെ ബിസിനസ്സ് ചെയ്യാനായില്ല. അതുകൊണ്ടയാൾ നഗരത്തിന്റെ ഹൃദയഭാഗത്ത് കുറെ സ്ഥലം വാങ്ങി. അടുത്ത എക്സ്പോർട്ട് ഓർഡറിൽ ഒരു പത്തു ലക്ഷമെങ്കിലും തിരിമറി ചെയ്തു വീട് വെക്കാമെന്നു മന:കോട്ട കെട്ടി. ആദ്യം ഒരു കാറ് വാങ്ങി. ബിൻ ഓഫ് ലോഡ് കാണിച്ചു ബാങ്കിൽ നിന്നും അയാൾ വീണ്ടും കടം വാങ്ങി. പണം... പണം.... ആകാശത്തു വട്ടമിട്ട് പറന്നു. കയ്യിൽ എത്തിയില്ല. അയച്ച ചരക്ക് മടങ്ങി വന്നപ്പോൾ അയാളും നിലതെറ്റി നിലത്തുവീണു.

സെൽവരാജിന്റെ കഥ മറ്റൊരു വിധത്തിലായിരുന്നു. അകാലത്തിൽ പെയ്ത മഴ വിനയായി. അതും ആദ്യത്തെ ഓർഡറിൽ തന്നെ. മഴകാരണം ഡൈയിംഗ് യൂണിറ്റിൽ നിന്നും തുണികളെത്താൻ താമസം നേരിട്ടു. ഷിപ്പ്മെന്റ് ഡേറ്റിൽ ചരക്കുകൾ അയക്കാനായില്ല. കപ്പലിലാകുമ്പോൾ ഒരു ഉരുപ്പടിക്ക് രണ്ടുരൂപ നിരക്കിലയക്കാം. എഗ്രിമെന്റ് ഡേറ്റിൽ ചരക്കയച്ചില്ലെങ്കിൽ നിരാകരിക്കുമെന്നതിനാൽ വിമാനത്തിൽ അയക്കേണ്ടതായി വന്നു. വിമാനത്തിൽ ഒരു ഉരുപ്പടിക്ക് ഇരുപതു രൂപാ പ്രകാരം ചരക്കയച്ചു. വൻസാമ്പത്തിക നഷ്ടം. എന്നാലും സാരമില്ല. അടുത്ത ഓർഡറുകൾ കിട്ടുമെന്നു കരുതി. ഓർഡറുകൾ കിട്ടിയില്ല. സെൽവരാജ് തകർന്നുപോയി. ആത്മഹത്യയുടെ കണക്കുകൂട്ടലുകൾ പോലും നടന്നു.

എക്സ്പോർട്ട് ഓർഡർ ലഭിച്ചു കഴിഞ്ഞാൽ അധികപക്ഷത്തിൽ മൂന്നുമാസങ്ങൾ സാവകാശം നൽകും. തൊഴിലാളികളും ദിവസേന അധികനേരജോലി ചെയ്യേണ്ടിവരും. അവർക്ക് ഓവർടൈം വ്യവസ്ഥയിൽ അധിക ശമ്പളം കൊടുക്കണം. കാലാവസ്ഥ കാരണവും അസംസ്കൃത പദാർഥങ്ങൾ യഥാസമയം കിട്ടായ്കമൂലവും, തൊഴിലാളികളുടെ അപര്യാപ്തതയാലും കാലതാമസം നേരിട്ടാൽ ഓർഡർ തന്നെ ക്യാൻസലായിപ്പോകും. ഓർഡർ നേരിട്ട് ഹോങ്കോങ്ങിലേക്കോ ചൈനയിലേക്കോ പോയെന്നു വരും.

യഥാർഥത്തിൽ ഈ കച്ചവടം ഒരു ചൂതുകളി തന്നെയാണ്. മികച്ച കളിക്കാരൻ കന്നിക്കളിക്കാരൻ എന്ന വ്യത്യാസം മാത്രം. കിട്ടിയാൽ കിട്ടി. തോറ്റുപോകുന്നവർ നിസ്സഹായതയോടെ കളിനോക്കി നിൽക്കും. ആഡംബരജീവിതം നയിക്കുന്നവനെ കണ്ടാൽ അവൻ മികച്ച കളിക്കാരൻ എന്നു കരുതാം. ആ ജീവിതം നിർത്തി താഴോട്ട് താഴോട്ട് പോരുന്നവൻ കളിക്കാനറിയാത്ത കന്നിക്കളിക്കാരൻ എന്നും കരുതാം.

ശരീരത്തിൽ വെട്ടപ്പെട്ട മുറിവുകളിൽ ഉപ്പുനീർ തളിച്ചു തളിച്ചു സ്വാമിയപ്പൻ മടുത്തു.

മുപ്പത്തിമൂന്ന്

ചെട്ടിയാർ വ്യാകുലചിത്തനായിരുന്നു. ഇനിയെന്തെല്ലാം സംഭവിക്കുമെന്ന വേവലാതി അയാളെ വേട്ടയാടി. പരിചയക്കാരോടും അല്ലാത്തവരോടും അയാൾ ഒരേയൊരു ചോദ്യം മാത്രം ചോദിച്ചുകൊണ്ടിരുന്നു.

"നെയ്ത്ത്പണി ഇനി ശരിയാവുകില്ലേ."

തന്നിൽ നിന്നും പണം കടംകൊണ്ടവർ ഇനി തിരിച്ചു തരികയില്ലേ. യഥാസമയം പലിശ കിട്ടാത്തതുപോലും ചെട്ടിയാർ കാര്യമാക്കിയില്ല. മുതലും കൈവിട്ടുപോകുമോ! കടം വാങ്ങിപ്പോയവർ ആരും തന്നെ തിരിഞ്ഞുനോക്കുന്നില്ല. തനിക്കവരെ നേരിൽ ചെന്നു കാണാനും പറ്റുന്നില്ലല്ലോ. നെയ്ത്ത് ജോലിയില്ലെങ്കിൽ തനിക്ക് മാത്രമല്ല ഈ നാടിന് തന്നെ നഷ്ടമല്ലെ. ബംബറിന്റെയും കോറയുടെയും സ്ഥിതി ഈ വിധത്തിലാകുമെന്നു സ്വപ്നത്തിൽപോലും വിചാരിച്ചതല്ല. പലയിടങ്ങളിലും കോറയ്ക്ക് പാവ് ഇല്ലായെന്നു തന്നെ വന്നുഭവിച്ചു. പത്തുപതിനഞ്ച് നാളുകൾ കാത്തിരുന്നാലും പാവ് കിട്ടാനില്ല. തൊഴിലാളികൾക്ക് ജോലിയില്ല, കൂലിയും ഇല്ല. സാധാരണ നൂൽപ്പണിക്ക് പോലും പോകാൻ തൊഴിലാളികൾ നിർബന്ധിതരായി. കേരളാ മുണ്ട് നെയ്യാൻപോലും തറികൾ തയ്യാറായി നിന്നു. കേരളാ മുണ്ടുകൾ നെയ്തെടുക്കുന്ന തറികൾ ഉപയോഗപ്പെടുത്തിയിരുന്നതു വൃദ്ധന്മാരും അവശന്മാരും മാത്രമായിരുന്നു.

"ഈ മലയാളത്തുകാരികൾക്ക് മുണ്ട് നെയ്തുകൊടുക്കേണ്ടെന്ന ഗതികേട് പോലും വന്നുപെട്ടല്ലോ ഈശ്വരാ. ഇനി ഇതിൽനിന്നും കര കേറാൻ എന്തു മാർഗം. മുതലും പോയി പലിശയും പോയി. കടലിൽ പെരുങ്കായം കലക്കിയ മാതിരിയായി."

ചെട്ടിയാർ തലയിൽ കൈവച്ചു വിലപിക്കാൻ തുടങ്ങി.

"ഇത്രയൊക്കെ ആയില്ലെ. ഇനി മുതലും പലിശയും വാങ്ങി എന്തു ചെയ്യാൻ!"

ആ കുസൃതിച്ചോദ്യം ചെട്ടിയാരെ ചൊടിപ്പിച്ചു

"എന്റെ കയ്യിൽ നിന്നും വാങ്ങിയിട്ട് തരാതെ പോയവനൊക്കെ എന്റെ ശവത്തിനെങ്കിലും വന്നു കോടി പുതപ്പിക്കട്ടെ."

"ങ്ഹും...വരും....വരും. കോടിപുതപ്പിക്കും....കാത്തിരുന്നോ"

“അല്ലെങ്കിൽ അവന്റെയൊക്കെ സ്വന്തം ശവത്തിന് പിണ്ഡം വയ്ക്കട്ടെ” ചെട്ടിയാർ ശപിച്ചു.

ആ പ്രദേശത്തു ഫൈനാൻസുകാർ എല്ലാവരും തന്നെ വിഷണ്ണരായിരുന്നു. പണനഷ്ടം നാലഞ്ചുപേരുടെ ജീവനും നഷ്ടപ്പെടുത്തി. ഏഴെട്ട് തെരുവുകൾ മാത്രമുള്ള ആ പ്രദേശത്തു ചെറുതും വലുതുമായി നാൽപ്പത്തി രണ്ട് ഫൈനാൻസുകാർ ഉണ്ടായിരുന്നു. എല്ലാവരും തന്നെ തറി നെയ്ത്തുകാർക്ക് പണം കൊടുത്തവർ.

പലിശയ്ക്ക് പണം വാങ്ങി പൊയ്ക്കഴിഞ്ഞാൽ കുറച്ചു ദിവസത്തേക്ക് കുപ്പിയും പെണ്ണുമായി നടക്കും. ഇങ്ങനെയും ചിലർ. മൊത്തത്തിൽ പണമിടപാടുകാർ കെണിയിലായി. ഇരുപത്തിയഞ്ചു വർഷങ്ങളോളം ഫൈനാൻസ് നടത്തിയ ഒരാൾ കഴിഞ്ഞാഴ്ച ആത്മഹത്യ ചെയ്തു. പുറമെ പോയ പണമൊന്നും തിരിച്ചു വന്നില്ല. ഡെപ്പോസിറ്റുകാർക്ക് പണം തിരിച്ചു കൊടുക്കാനും സാധിച്ചില്ല. അയാൾ ആത്മഹത്യ പരിഹാരമാർഗമായെടുത്തു.

ബേബി ഇലക്ട്രോണിക്സ്കാരന് കോടിക്കണക്കിൽ നഷ്ടം. ഭാര്യക്കും രണ്ട് മക്കൾക്കും വിഷം നൽകി താനും കഴിച്ചു. ഒരു കുടുംബം മൊത്തം ഇല്ലാതെയായി.

ചെട്ടിയാർക്ക് സഹിക്കാനായില്ല. “പലിശപ്പണവും വാടകപ്പണവും മക്കൾക്കും പേരക്കുട്ടികൾക്കും കൊടുത്തു സന്തോഷത്തോടെ മരിക്കാമായിരുന്നു.” അയാൾ പിറുപിറുത്തു.

“ആ റേഡിയോ പെട്ടിക്കാരൻ ചോറിലെന്തോ ഒഴിച്ചു കഴിച്ചു. എനിക്കും കുറച്ചു കിട്ടിയാൽ നന്നായിരുന്നു. ഇനി എന്തിന് ജീവിക്കണം.”

ചെട്ടിയാരുടെ ക്ഷമകേട് വർദ്ധിച്ചുവന്നു. ഈ നാശനഷ്ടങ്ങളുടെ കാരണം അയാൾ ഒടുവിൽ കണ്ടുപിടിച്ചു.

‘സൗണ്ടിയമ്മൻ കോവിൽ രഥം പോലും വിറകിന് വെട്ടിനുറുക്കി. അന്നുമുതൽ തുടങ്ങി കുലനാശം. പഴയ തേരല്ലെ. അതവിടെ ഇരുന്നോട്ടെ എന്നു കരുതിയാൽ മതിയായിരുന്നു. എന്തിനത് വിറകാക്കണം. തേരിൽ കോടാലി വീണപ്പോൾ തന്നെ സർവൈശ്വര്യങ്ങളും നശിച്ചു. കുലനാശം സംഭവിച്ചു. പാപപരിഹാരം ചെയ്യുവാനും ആളുകളില്ലാതായി. ഇനിയെന്ത്. മലയാളത്തുകാരികൾക്ക് മുണ്ട് നെയ്തുകൊടുക്കുന്ന ഗതികേടിലായി ഈ നാട്.”

ചെട്ടിയാർ അകംനൊന്തു പറഞ്ഞു. അയാളുടെ നിശ്വാസങ്ങൾക്ക് ഒരു കരിഞ്ഞ മണമുണ്ടായിരുന്നു.

മുപ്പത്തിനാല്

നെറ്റിയിലെ ഭസ്മക്കുറി മാഞ്ഞുപോയിരിക്കുമോ! ഭക്തവത്സലത്തിന് സംശയം. അയാൾ വലത് ഉള്ളംകൈകൊണ്ട് നെറ്റിത്തടം തുടച്ചു. ഇപ്പോൾ പൂർണമായും മാഞ്ഞുപോയിരിക്കും. അല്ലെങ്കിൽ നെറ്റിയാകെ

പടർന്നിരിക്കും. ഭസ്മക്കുറി ആവശ്യമാണോ! അതിലും ഭക്തവത്സല ത്തിന് സംശയം.

കൊങ്കണഗിരിക്ക് പോകണമെന്ന് ജ്യോതിമണിയുടെ കൽപ്പന.

"ഓരോ കാർത്തികയ്ക്കും പോകുന്നതാണ്. ഇത്തവണ പറ്റിയില്ല. പോകാതിരുന്നാൽ എന്തോ ഒരു മനഃക്ലേശം."

"എന്ത് മനഃക്ലേശം" ഭക്തവത്സലം ചോദിച്ചു.

"എന്തോ....ഒന്ന്. പറയാനാവുന്നില്ല. നിങ്ങൾ അത്യാവശ്യം പോകണം."

"പാപപരിഹാരമാണോ?"

"എന്തിനാണെന്നു ചോദിച്ചാൽ എനിക്കറിയില്ല. എന്നാലും പോകും. എനിക്ക് പകരം നിങ്ങൾ പോയാലും എനിക്ക് സമാധാനമാകും."

"കൊങ്കണഗിരിയെങ്കിൽ കൊങ്കണഗിരി. ങ്ഹാ...ആ പ്രദേശ ത്തൊക്കെ പോയിട്ടും കുറെ നാളായി. പോകാം."

ഭക്തവത്സലം പുറപ്പെട്ടു.

കുന്നിന് ചുറ്റും വീടുകൾ നിറഞ്ഞിരുന്നു. കെട്ടിടങ്ങളും പള്ളിക്കൂട ങ്ങളും കട കമ്പോളങ്ങളും. ഭക്തജനങ്ങൾ അർച്ചനദ്രവ്യങ്ങളും പൂവും മാലയുമൊക്കെയായി വന്നുംപോയുമിരുന്നു. ഒരുത്സവ പ്രതീതി. ഇരുച ക്രവാഹനങ്ങളും കാറുകളും നിരനിരയായി കിടന്നു.

ജ്യോതിമണിയുടെ ആഗ്രഹപ്രകാരം പൂജ കഴിച്ചു. പൂജയ്ക്കെടു ത്തതിന്റെ ബാക്കി തേങ്ങാ മുറി ജ്യോതിമണിക്ക് കൊണ്ടുപോയി കൊടു ക്കണമോ! സംശയം. ഒടുവിൽ വേണ്ടായെന്നു തീരുമാനിച്ചു. കുറച്ചു ഭസ്മവും പൂവും ഒരു കടലാസിൽ പൊതിഞ്ഞു ഷർട്ട് കീശയിൽ ഭദ്ര പ്പെടുത്തി.

ജ്യോതിമണിയുടെ കമ്പനിയിൽ പോയാലോ! പോയാലും അവളെ കാണാനാകുമോ!

ഭക്തവത്സലം നെറ്റി തൊട്ടുനോക്കി. ശ്വേതകണങ്ങളുടെ കുളിർമ അയാൾ ഇഷ്ടപ്പെട്ടു. നെറ്റിയിലെ ഭസ്മക്കൂട്ട് വിയർപ്പിൽ മാഞ്ഞുപോ യിരിക്കാം.

ഇറക്കത്തിന്റെ വലതുഭാഗത്ത് ഓലമറച്ച സ്ഥലത്ത് ഒരു ചെറിയ ആൾക്കൂട്ടം. ആൾക്കൂട്ടത്തിന്റെ മധ്യഭാഗത്ത് നിന്നും തേങ്ങലുകൾ നിര ന്തരമായി കേട്ടിരുന്നു. ഭക്തവത്സലവും കൂട്ടത്തിലൊരുവനായി. ദീനമായ നിലവിളിയുണ്ടായ ഭാഗത്ത് ഒരു പതിനഞ്ചുകാരനെ ഒരാൾ മടിയിൽ കിട ത്തിയിരുന്നു.

"കണ്ണിൽ സൂചി കയറിയതാണ്. പാവം പയ്യൻ" ഭക്തവത്സലത്തിന്റെ അരികെ നിന്നയാൾ പറഞ്ഞു. "എന്തോ തയ്ച്ചുകൊണ്ടിരുന്നപ്പോൾ അറി യാതെയായതാണ്. എടുക്കാനായില്ല."

സൂചിയുടെ തുളയിൽ നൂലുകൾ തൂങ്ങിക്കിടന്നിരുന്നു.

മടിയിൽ കിടത്തിയിരുന്ന ആൾ അവനെ അൽപ്പം ചരിച്ചു കിടത്തി. അപ്പോഴും അവൻ വേദന സഹിക്കാതെ വലിയവായിൽ കരഞ്ഞുകൊണ്ടി

രുന്നു. ആ പ്രദേശത്തെ പേരുകേട്ട ഒരു നാട്ടുവൈദ്യനായിരുന്നു അവനെ മടിയിൽ കിടത്തിയിരുന്നത്. നീളമുള്ള ഒരു കുറ്റിച്ചൂൽ ആരോ ഒരാൾ കൊണ്ടുവന്നു. ഭക്തവത്സലം ഇതൊക്കെയും സാകൂതം നോക്കിനിന്നു. ചൂലിൽ നിന്നും നാലഞ്ച് ഇഴകൾ നാട്ടുവൈദ്യൻ പിഴുതെടുത്തു. ആ ചൂലിഴകളിൽ സൂചിയുടെ തുളയിൽ ഊർന്നുകിടന്ന നൂലുകൾ ഓരോന്നായി ഉടക്കിനിർത്തി. ഓരോ നൂലിഴകൾ ഉടക്കുമ്പോഴും പയ്യൻ നില വിളിച്ചുകൊണ്ടിരുന്നു. നാട്ടുവൈദ്യമുറകളിലെ എന്തോ പ്രത്യേകരീതിയാണിതെന്നു ഭക്തവത്സലത്തിന് മനസിലായി. നാട്ടുവൈദ്യൻ കണ്ണുകൾ മേലോട്ടുയർത്തി. ഏതോ പ്രാർത്ഥനപോലെ ചുണ്ടുകളനക്കി. അതിനുശേഷം നൂൽത്തുമ്പുകൾ കോർത്ത ഈർക്കിലുകൾ ശ്രദ്ധയോടെ മെല്ലെ വലിച്ചു. പെട്ടെന്ന് പയ്യൻ അലറിക്കരയാൻ ആരംഭിച്ചു. പയ്യൻ "ഹാ..." എന്നാക്രോശിച്ചു. അലറിയവണ്ണം കണ്ണുകളടച്ചുകിടന്നു. പെട്ടെന്നൊരാൾ "സൂചി കിട്ടി" എന്നുച്ചത്തിൽ പറഞ്ഞു. പയ്യൻ ആശ്വാസനെഞ്ചിടിപ്പോടെ മയങ്ങിയവണ്ണം കിടന്നുകൊണ്ടിരുന്നു. അവന്റെ കണ്ണുകളിൽനിന്നും ധാരധാരയായി നീർ ചുരന്നുകൊണ്ടിരുന്നു. ആ കണ്ണുനീരിൽ രക്തഛവി കലർന്നിരുന്നു.

"ഓപ്പറേഷൻ ചെയ്തു സൂചി എടുക്കണമെന്നാണ് ഡോക്ടർ പറഞ്ഞത്."

"നമ്മുടെ വൈദ്യര് പുഷ്പംപോലെ സൂചിയെടുത്തു."

"കൊങ്കണഗിരി സ്വാമി രക്ഷിച്ചുവെന്നു പറയൂ" ഒരു വന്ദ്യവയോധികൻ പറഞ്ഞു.

ഭക്തവത്സലം വയോധികനെ നോക്കി.

ഭസ്മവും കുങ്കുമവും നെറ്റി നിറച്ചും വൃത്തിയായി പൂശിയിരുന്ന പ്രകാശമായ മുഖം. നരച്ച താടിയും മീശയും മുഖത്തിനൊരലങ്കാരമായിരുന്നു.

"കണ്ണിൽ മുള്ള് കുത്തിയതുപോലെയാണ് ബന്ധങ്ങൾ" എന്നു ജ്യോതിമണി പറയാറുള്ളത് ഇതിനാണോ എന്നൊരു വിചിത്രചിന്ത ഭക്തവത്സലത്തെ ഒന്നു പുഞ്ചിരിപ്പിച്ചു.

ജനക്കൂട്ടത്തിന്റെ തിക്കിലും തിരക്കിലും ഊർന്നുകൊണ്ട് ഭക്തവത്സലം താഴേക്കിറങ്ങി. നിരത്തിന്റെ ഇരുപാർശ്വങ്ങളിലുമുള്ള കടകളുടെ മുമ്പിൽ നിന്നുകൊണ്ട് അവരവരുടെ കടകളിലേക്ക് കയറുവാനുള്ള വിളികൾ മത്സരമെന്നോണം തുടർന്നിരുന്നത് അയാൾക്ക് അരോചകമായി തോന്നി. അവയിൽ നിന്നുള്ള രക്ഷയെന്നോണം നടത്തം വേഗത്തിലാക്കി. അയാൾ തേർമിഠായിക്കടകൾ പരതി നടന്നു. കഴിഞ്ഞ തവണ വാങ്ങിയ തേർമിഠായികൾ കഴിക്കാൻ മറന്നപ്പോൾ അവയൊക്കെയും ഉറുമ്പരിച്ചു തേർരൂപങ്ങൾ വികൃതമായി കിടന്നതു ഭക്തവത്സലം ഓർമിച്ചു. ഏതോ കടുത്ത ചിന്തയിലെന്നവണ്ണം അയാൾ നടന്നുകൊണ്ടിരുന്നു.

ഭക്തവത്സലത്തിന്റെ മുന്നിലായി പർദ്ദയണിഞ്ഞ ഒരു രൂപം നടന്നുപൊയ്ക്കൊണ്ടിരുന്നു. അയാളുടെ ശ്രദ്ധ പെട്ടെന്നു പർദ്ദക്കാരിയിലേക്ക്

ഊർന്നിറങ്ങി. തിളക്കമുള്ള കറുത്ത പർദ്ദ ആകർഷകമായി തോന്നിച്ചു. പാദങ്ങൾ പോലും കാണാത്തവിധം ഇറക്കമുള്ള പർദ്ദ. നടന ചലനത്തോടെ ഒരു കറുത്ത തൂൺ നീങ്ങുന്നതുപോലെ ആ പെണ്ണ് നടന്നുകൊണ്ടിരുന്നു. പർദ്ദയിലും ആ നിതംബ ചലനം കണ്ടപ്പോൾ പെട്ടെന്നു മുന്നിൽ ചെന്ന് മുഖശ്ശീല മാറ്റി അവളുടെ മുഖം കാണണമെന്ന് ഭക്തവത്സലം ആശിച്ചു. പാടില്ലാത്ത ആഗ്രഹം. എങ്കിലും അയാൾ അവളുടെ പിന്നിൽ നിന്നും മാറി നടന്നില്ല.

വാഹനങ്ങളും ആൾ സഞ്ചാരവും തിരക്കുകളും അയാളുടെ മുഖക്കണ്ണാടിയിൽ നിന്നും മാഞ്ഞുപോയിരുന്നു. നടന്നു നീങ്ങിക്കൊണ്ടിരിക്കുന്ന കറുത്ത പർദ്ദക്കാരി മാത്രം. അവളുടെ താളാത്മകമായ നിതംബ ചലനം അയാളുടെ മനസിനെ മഥിച്ചു. രണ്ടുമൂന്ന് തെരുവുകൾ മറികടന്നുവന്നത് അയാളുടെ ഓർമയിലെത്തി. എന്നാലും പർദ്ദക്കാരിയെ പിന്തുടരാൻ മറന്നില്ല.

ഒടുവിൽ ജ്യോതിമണി ജോലിചെയ്യുന്ന കമ്പനിയുടെ സമീപമെത്തി. അയാൾ നടത്തത്തിന്റെ വേഗത കുറച്ചു. മുന്നിൽ പർദ്ദക്കാരി നടന്നുകൊണ്ടിരുന്നു.

“എന്താ...പർദ്ദാക്കാരികളുടെ പിൻപുറവും നോക്കി നടക്കാൻ തുടങ്ങിയോ” ജ്യോതിമണി ചോദിച്ചാലോ! ഛേ.... നാണക്കേട്.

തെരുവിന്റെ മധ്യഭാഗത്തായുള്ള ഒരു ചായപ്പട്ടറയുടെ മുന്നിൽ ഓരം ചേർന്നവൾ നിന്നു. അണിഞ്ഞിരുന്ന പർദ്ദ അഴിച്ചെടുത്ത് അവൾ കയ്യിൽ കരുതിയിരുന്ന ബാഗിൽ തിരുകി. ഇളം ചുവപ്പ് നിറത്തിലെ സാരി അവളുടെ വെളുത്ത ശരീരത്തിന് നന്നെ ചേരുന്നുണ്ടായിരുന്നു. വെളുത്തു തുടുത്ത മുഖം അവ്യക്തമായി കണ്ടു. ഓടിച്ചെന്നവളുടെ മുഖം നന്നായൊന്നു കാണണമെന്നു തോന്നിപ്പോയി.

അവൾ തിടുക്കത്തിൽ മറഞ്ഞു.

ബനിയൻ കമ്പനിയുടെ മൂന്നു വാതിലുകളും ഒരുമിച്ചു കാണാവുന്ന വിധത്തിലായിരുന്നു ഉണ്ടായിരുന്നത്. ഉയരത്തിൽ കെട്ടിനിർത്തിയ ചുറ്റുമതിൽ കെട്ടിടത്തിന്റെ ഭംഗി മറച്ചിരുന്നു.

ഒരു വാതിലിൽ ഒരു ലോറി വന്നു നിന്നു. ഒരേ ആകൃതിയിലുള്ള നീണ്ട ചതുരപ്പെട്ടികൾ ആ ലോറിയിൽ തുരുതുരാ കയറ്റാൻ തുടങ്ങിയിരുന്നു. പെട്ടികളിൽ പതിച്ചിരുന്ന വിവിധ നിറത്തിലുള്ള ലേബലുകൾ തിളങ്ങിക്കൊണ്ടിരുന്നു. പെട്ടികൾ ലോറിയിൽ കയറ്റുന്നതു ഭക്തവത്സലം കൗതുകത്തോടെ നോക്കി. പാൽ കാനുകൾ കയറ്റുന്ന ലാഘവം. അശോകമരത്തിന്റെ പച്ചപ്പിൽ മുട്ടിയുരുമ്മിയവണ്ണം ലോറി നിന്നിരുന്നു.

രണ്ടാം വാതിലിൽ മൂന്നു കാറുകൾ ഒഴുകിയെത്തിയവണ്ണം നുഴഞ്ഞു. കാറുകളിലെ കറുത്ത കണ്ണാടികൾ അടഞ്ഞു കിടന്നു.

ഒന്നാം വാതിലിലൂടെ ഭക്തവത്സലം അകത്തേക്ക് കടന്നു. ലോറിയിൽ കയറ്റിക്കൊണ്ടിരുന്ന നീണ്ട ചതുരപ്പെട്ടികൾ അവിടവിടെയായി നിറഞ്ഞു കിടന്നിരുന്നു. അലക്കിവെളുപ്പിച്ച തുണികളുടെ കഞ്ഞിപ്പശമണം അവിടെങ്ങും പരന്നിരുന്നു.

എംബ്രോയ്ഡറി മെഷീനുകളുടെ നേർത്ത ശബ്ദം ഭക്തവത്സലത്തിന് ഇഷ്ടപ്പെട്ടു. മെഷീനുകളേയും നോക്കി അയാൾ നിന്നു. നിമിഷങ്ങൾക്കുള്ളിൽ ബനിയനുകളിൽ എംബ്രോയ്ഡറി വർണപ്പൂക്കൾ വിരിയുന്നത് അയാൾ കൗതുകത്തോടെ നോക്കി. നൂൽ പൊട്ടിപ്പോയതിനാൽ മെഷീൻ പെട്ടെന്നു നിന്നു. അതിന്റെ വലിപ്പം അയാളെ പവർലൂം തറികളെ ഓർമിപ്പിച്ചു. തല ഉയർത്തി നോക്കിയപ്പോൾ രണ്ടാം നിലയിൽ ബനിയൻ കട്ടിംഗ് ചെയ്തുകൊണ്ടിരുന്നവരുടെ ശിരസ്സുകൾ കണ്ണാടിച്ചില്ലിലൂടെ അവ്യക്തമായി കണ്ടു. വർണപ്പൊലിമയോടെ കിടന്നിരുന്ന ബനിയൻ കൂമ്പാരങ്ങളുടെ മകുടങ്ങളും കണ്ടു.

കെട്ടിടങ്ങളുടെ ഉയരങ്ങളിൽ ആകാശനീലിമയുടെ നിഴൽ വിരിച്ചിരുന്നു. ഭംഗിയായി മാത്രം വെട്ടി നിർത്തിയിരുന്ന പുൽത്തകിടികൾ നാലാം നിലയിൽ കണ്ടിരുന്നു. ആകാശനീലിമയോട് ഒട്ടിച്ചേർന്ന പച്ചപ്പ്.

പന്ത് കടിച്ചുപിടിച്ചുകൊണ്ട് ഒരു നായ്ക്കുട്ടി ഓടിവന്നുനിന്നു കിതച്ചു. അതിന്റെ ശരീരം രോമനിബിഡമായിരുന്നു. നായ്ക്കുട്ടിയെ ഓടിച്ചുകൊണ്ട് ഒരു ചെറിയ കുട്ടിയും എത്തിയിരുന്നു. പുഷ്ടിയുള്ള ശരീരമായിരുന്നു രണ്ടുപേർക്കും. കുട്ടിയുടെ കാൽക്കീഴിൽ നായ്ക്കുട്ടി പന്ത് തുപ്പി വീണ്ടും ഓടാനാരംഭിച്ചു. കുട്ടി വേഗത്തിൽ കൂടെ നടന്നു. തറയുടെ മിനുസത്തിൽ കുട്ടി കാലിടറി വീഴുമോയെന്നു സംശയിച്ചു. സംശയം ഭക്തവത്സലത്തിന് ഭയമായി തോന്നിത്തുടങ്ങി. കുട്ടി ഏണിപ്പടികൾ കയറാൻ തുടങ്ങി. മുകളിലത്തെ പടിയിൽ നിന്നും കുട്ടി വഴുതി വീഴുന്നതായും താനോടിച്ചെന്നു കുട്ടിയെ താങ്ങി കൈകളിൽ എടുക്കുന്നതായും അതും കണ്ടുവന്ന കമ്പനി മുതലാളി തന്റെ കൈകളിൽ നിന്നും കുട്ടിയെ വാങ്ങി തന്നെ തോളിൽ തട്ടി അഭിനന്ദിക്കുന്നതായും ഭക്തവത്സലം മനസിൽ മായയുടെ ഓളങ്ങൾ അലയടിപ്പിച്ചു. ഈ കാരണവും തന്റെ വിനയവും കണ്ടു മുതലാളി ആ കമ്പനിയിൽ തന്നെ തനിക്ക് ഒരു ഉയർന്ന ഉദ്യോഗവും നൽകുന്നതായി ഭക്തവത്സലം തന്റെ മനസിന്റെ തന്ത്രികളിൽ മാന്ത്രിക സംഗീതം ചിട്ടപ്പെടുത്തി രസിച്ചു.

തിരിഞ്ഞൊന്നു നോക്കിയപ്പോൾ ഏണിപ്പടികളിൽ കുട്ടി ഇല്ലായിരുന്നു.

ബനിയൻ ചെറുതുണ്ടുകളും നൂലുകളും മുടിയിഴകളിലും മുഖത്തും പടർത്തി ജ്യോതിമണി വന്നു നിന്നു. അവൾ കിതയ്ക്കുന്നുണ്ടായിരുന്നു.

"ഇതെന്താ ആസ്ത്മാക്കാരിയെപ്പോലെ"

"തമാശയിരിക്കട്ടെ.....നമുക്കങ്ങോട്ട് മാറി നിൽക്കാം. മുകളിൽ വലിയ മുതലാളി ഉണ്ട്. അവിടെ നിന്നും നോക്കിയാൽ കാണും."

"ഓ.....പിന്നെ...ഇത്രയും വലിയ കെട്ടിടത്തിൽ നിന്നെ മാത്രമെ കാണുകയുള്ളോ."

"കമ്പനിയുടെ എല്ലാ ഭാഗങ്ങളും കാണുന്നവിധത്തിലാണ് മുതലാളിയുടെ ഇരിപ്പിടം തയ്യാറാക്കിവച്ചിരിക്കുന്നത്. എന്തിന് പൊല്ലാപ്പ്...എന്റെ ജോലി പോകും....വാ...അങ്ങോട്ട് മാറിനിൽക്കാം."

ജ്യോതിമണി അൽപ്പം മാറിനിന്നു.

"എന്തുണ്ട് വിശേഷങ്ങൾ."

"ങേ! വിശേഷമോ! നിങ്ങളല്ലെ ഇങ്ങോട്ട് വന്നത് വിശേഷം പറയാൻ...അല്ലാ....സെക്യൂരിറ്റി എങ്ങനെ കടത്തിവിട്ടു ഈ സമയത്ത്."

ജ്യോതിമണിക്ക് ആശ്ചര്യം.

ഭക്തവത്സലം നിസ്സാര ഭാവത്തിൽ പറഞ്ഞു.

"ങ്ഹാ...ഞാനിങ്ങ്...വന്നു. കാർത്തിക പൂജയ്ക്ക് നീയല്ലേ എന്നെ കട്ടായം പറഞ്ഞുവിട്ടത്. അപ്പോൾ നിന്നെയൊന്നു കാണണമെന്നു കൊതിതോന്നിപ്പോയി." അയാൾ കൊടുത്ത ഭസ്മം നെറ്റിയിൽ ചാർത്തിക്കൊണ്ട് ജ്യോതിമണി "ങേ! കൊതിയോ." ചേലത്തലപ്പുകൾകൊണ്ട് അവൾ മുഖം നന്നായി തുടച്ചു. എന്നിട്ട് ചിരിച്ചുകൊണ്ട് "ഇതാ കണ്ടോളൂ... എന്നിട്ട് ഉടനെ പൊയ്ക്കൊള്ളു."

വശ്യതയാർന്ന അവളുടെ പുരികക്കൊടികൾ അയാളെ കമ്പം പിടിപ്പിച്ചു. അവളുടെ വലതുകവിളിലെ കറുത്ത മറുകിൽ പറ്റിപ്പിടിച്ചിരുന്ന ബനിയൻ ശകലം വിരല് കൊണ്ടയാൾ തുടച്ചുമാറ്റി പറഞ്ഞു. "മറുകില്ലാത്തതിനാൽ സൗന്ദര്യം കുറഞ്ഞുപോയി."

അവൾ പെട്ടെന്നു ചുറ്റും നോക്കിക്കൊണ്ട് "ഛേ...എന്താണിത്...ആരെങ്കിലും കാണും.." ഒരു കള്ളനോട്ടം അയാളിലേക്ക് എറിഞ്ഞുകൊണ്ട് "ഓ...ശൃംഗരിക്കാൻ കണ്ടസ്ഥലം."

"ശൃംഗരിക്കാൻ പ്രത്യേകസ്ഥലം വേണോ. നിന്റെ മുഖം ഒന്നു കാണണമെന്നു തോന്നിപ്പോയി. വന്നു. അത്രതന്നെ."

ഭക്തവത്സലത്തിന്റെ മിഴിയമ്പുകൾ അവളുടെ മുഖമൊഴികെ ശരീരത്തിന്റെ പലയിടങ്ങളിലും തറച്ചുനിന്നു.

"എന്നോടിത്ര ഇഷ്ടമാണോ" അവളുടെ മൊഴിയമ്പുകൾ അയാളെ പരവശനാക്കി.

പെട്ടെന്ന് ഒരു കനത്ത മണിയടിശബ്ദം.

"ങ്ഹാ...നന്നായി...ഉച്ചഭക്ഷണസമയം...വേഗം വാ...." അവൾ അയാളുടെ വലതു കയ്യിൽ ഒരു കിള്ളു കിള്ളി.

സ്ത്രീകൾ കലപില ശബ്ദത്തോടെ പുറത്തേക്കൊഴുകാൻ തുടങ്ങി.

'എന്താ....ഭക്ഷണം കൊണ്ടുവന്നില്ലെ.'"

"നിങ്ങളെയും ഓർത്തു കിടന്നു. ഭക്ഷണം ഉണ്ടാക്കിയില്ല. പോരെ"

"ങ്ഹും....എനിക്കറിയാം...നീ കള്ളിയാണ്. പെരുങ്കള്ളി" ശൃംഗാര രസം ഭക്തവത്സലത്തിന്റെ മുഖത്ത്. പെട്ടെന്നയാൾ മുകളിലേക്ക് നോക്കി ചോദിച്ചു.

"അതെന്താ...മേൽത്തളത്തിൽ നിന്നും ആരേയും കാണാത്തത്."

"അവരൊക്കെ പത്ത് നിമിഷം കഴിഞ്ഞേ വരികയുള്ളൂ. ങ്ഹും.... എന്താ...ഇനി അവരെയൊക്കെയും കൂടി കൺകുളിർക്കെ കാണണമെന്നുണ്ട്...അല്ലേ."

പരിഹാസച്ചിരിയിലും അവളുടെ മുഖം വശീകരമായിരുന്നു.

വാഹനങ്ങൾ പാഞ്ഞുകൊണ്ടിരുന്നു. ഒരു ലോറി ഇരമ്പലോടെ വന്നു

നിന്നു. തെരുവിന്റെ മൂലയിൽ പൈപ്പിൻചോട്ടിൽ നമ്പരുകളും ഇനീഷ്യലുകളും കുറിച്ച വർണവർണ പ്ലാസ്റ്റിക് കുടങ്ങളുമായി സ്ത്രീകൾ കാത്തുകിടന്നു.

പൊടിപടലങ്ങൾ ടാറിട്ട റോഡിലും പറന്നു നടക്കുന്നതു കാണാമായിരുന്നു. തിയേറ്റർ മുമ്പിലെ ആൾക്കൂട്ടത്തെ പടർന്നുകയറിയ മുൾച്ചെടികൾ അൽപ്പം മറച്ചുവച്ചു. കറുപ്പ് നിറത്തിൽ ഓവ്ചാൽ തിളങ്ങിക്കൊണ്ട് തന്നെ പാലത്തിനടിയിൽ ഒളിച്ചു. നൊയ്യൽ ആറിന്റെ ഇടിഞ്ഞു പൊളിഞ്ഞ കരകളിൽ മുൾച്ചെടികൾ സമൃദ്ധിയായി വളർന്നിരുന്നു. അൽപ്പമകലെ നാലഞ്ച് കൊക്കുകൾ വന്നിരുന്നു. പന്നികളുടെ വികൃത ഉറുമൽ ശബ്ദങ്ങളിൽ അവകൾ ചിറകടിച്ചു പറന്നു പൊന്തി.

മുൾച്ചെടികളുടെ അടർന്ന മറവിൽ നിന്നും ചുറ്റും നോക്കിക്കൊണ്ട് ഒരാണും പെണ്ണും മേലേക്ക് കയറിവന്നു. കൈകളാൽ ആംഗ്യം കാണിച്ച് അവർ രണ്ടുപേരും രണ്ട് ദിശകളിലേക്ക് നടന്നു മറഞ്ഞു. അവർ രണ്ട് പേരേയും ഭക്തവത്സലം നന്നായി ശ്രദ്ധിച്ചു.

“അപൂർവമായ കൊക്കുകൾ.”

ഭക്തവത്സലം ചിരിച്ചുകൊണ്ടു പറഞ്ഞു.

“ആ പോയവരാണോ.”

“അല്ല...അല്ല...യഥാർഥ കൊക്കുകൾ.”

ഭക്തവത്സലം അർത്ഥംവച്ചു ചിരിച്ചു.

“അഴുക്കുചാൽ വെള്ളത്തിൽ വെള്ളക്കൊക്കുകളെ കണ്ടപ്പോൾ അതിശയം തോന്നിപ്പോയി....അല്ലേ...ഓവ്ചാലിലെ വെള്ള നിറത്തിൽ കാക്ക പോയി മുങ്ങിവന്നതാണോ എന്നൊരു തോന്നൽ...”

ചടുലതയോടെ അവളും അർഥം വച്ചു പറഞ്ഞു.

“ങ്ഹാ...ശരിയാണ്. പക്ഷെ നിന്നെ കണ്ടാൽ ബനിയൻ കൂമ്പാരത്തിൽ നിന്നും മിനുങ്ങി മിനുക്കി എത്തിയ കൊക്കാണെന്ന് തോന്നിപ്പോകുന്നു.”

ഭക്തവത്സലവും വിട്ടുകൊടുത്തില്ല.

“നിങ്ങളേയും ബനിയൻ കൂമ്പാരത്തിനുള്ളിൽ ഒളിപ്പിച്ചു വയ്ക്കട്ടെ.”

അവൾക്കിടയിലൂടെ പന്നികൾ യഥേഷ്ടം മേഞ്ഞുനടന്നിരുന്നു. “എന്നോടൊപ്പം നീയും ഒളിക്കുമോ.”

“ങ്ഹും...ങ്ഹും...ഒളിക്കും....ഒളിക്കും.”

“ങ്ഹാ...അതൊക്കെ പോകട്ടെ. പുതിയതായി കമ്പനിവിശേഷങ്ങൾ എന്തൊക്കെയാണ്.”

“എന്ത് വിശേഷം. എല്ലാം പഴയതുതന്നെ. എല്ലാവരും ഒരസുരവേഗത്തിൽ രണ്ടു ഷിഫ്റ്റ് ഒന്നിച്ചു ജോലി ചെയ്തു തീർക്കുന്നു. പതിനാറ് മണിക്കൂർ ഇരുപതു മണിക്കൂർ എന്നിങ്ങനെ. ഒരുത്തിക്കും തല ചായ്ക്കാൻ പോലും നേരമില്ല. ഒന്നു മയങ്ങാമെന്നു വച്ചാലോ! അതിനും പേടി. ഏവനെങ്കിലും അടുത്തുവന്നു മുട്ടിയുരുമ്മി കിടക്കും.”

“അവൻ ഭാഗ്യവാൻ.”

“ങ്ഹും...ഭാഗ്യവാൻ....പതിവുള്ള തമാശ ഇന്നും നടന്നു.”

“ഉം എന്താണത്.”

"ജോലിക്കായി ഒരു പുതിയ പെണ്ണ് എത്തി. അധിക സൗന്ദര്യം ഇല്ല. എന്നാലും ഒരു മുഴുത്ത പെണ്ണ്. കുറെ തുണികളുമായി സൂപ്പർവൈസർ അവളെ മുകളിലത്തെ നിലയിലേക്കയച്ചു. അൽപ്പം കഴിഞ്ഞു സൂപ്പർവൈസറും മുകളിലേക്ക് പോയി. പെട്ടെന്ന് പെണ്ണ് കരഞ്ഞുകൊണ്ട് ഓടി താഴെവന്നു. വഴങ്ങിയില്ലെന്നു തോന്നുന്നു. അതാണ് കരച്ചിലിന്റെ കാരണം. വഴങ്ങിയിരുന്നുവെങ്കിൽ കണ്ണ് തുടച്ചിട്ടാണെങ്കിലും ദു:ഖമുഖത്തോടെ കീഴിറങ്ങിവരുമായിരുന്നു. അവൾ കരഞ്ഞുകൊണ്ടേയിരുന്നു. ഈയാഴ്ച ശമ്പളം കൊടുക്കുമ്പോൾ സൂപ്പർവൈസർ പറയും. അടുത്താഴ്ച ജോലി കുറവാണ്. നീ വരേണ്ട. പിന്നീടറിയിക്കാമെന്ന്."

സാധാരണമട്ടിൽ ജ്യോതിമണി പറഞ്ഞു നിർത്തി.

"ഹോ....കഷ്ടം തന്നെ."

"ചെറിയ കമ്പനികളിൽ സൂപ്പർവൈസറുടെ സ്ഥാനത്ത് മുതലാളി തന്നെയാകും. എന്നാലും ഇതുതന്നെയാണ് നടക്കുക." ഒരു പ്രത്യേക നോട്ടത്തോടെ "ആണുങ്ങളുടെ കാമത്തിന് അതിരില്ലല്ലോ."

"നിന്നെ ആരെങ്കിലും കേറിപിടിച്ചോ."

ഭക്തവത്സലത്തിന് രസം കയറി.

"ങ്ഹും...ങ്ഹും...പിടിക്കും...കൈ വെട്ടും...ഞാൻ."

ജ്യോതിമണി വീരാംഗനയായി.

"ങ്ഹും...അതൊക്കെ പോകട്ടെ. ഇന്ന് ഏതു ഹോട്ടലിലേക്കാണ് കൂട്ടിക്കൊണ്ട് പോകുന്നത്."

"നല്ല ഹോട്ടലിലേക്ക്...പോരെ..."

"മതി...ഞാനിപ്പോൾ വിരുന്നുകാരനല്ലേ."

"ങ്ഹും....എപ്പോഴുമെപ്പോഴും ഭാഗ്യവാനായ വിരുന്നുകാരൻ."

ജ്യോതിമണി അർത്ഥം വച്ചു പറഞ്ഞു.

കറുത്ത കണ്ണാടിച്ചില്ലുകളാൽ ഹോട്ടലിന്റെ മുൻഭാഗം അലങ്കരിച്ചിരുന്നു. ക്രമത്തിൽ നിരനിരയായി ഒരുക്കിവച്ചിരുന്ന പൂച്ചട്ടികളിൽ പൂക്കൾ വിവിധവർണങ്ങളിൽ വിരിഞ്ഞു നിന്നു. സ്വാദിഷ്ഠമായ ആഹാരപദാർഥഗന്ധം അവിടെങ്ങും പടർന്നിരുന്നു.

എണ്ണപ്പശയിലും അൽപ്പം ഇരുണ്ട നിറത്തിലും അവളുടെ കാതിൽ പറ്റിപ്പിടിച്ചു കിടന്ന കമ്മലിലേക്ക് അയാൾ സൂക്ഷിച്ചു നോക്കി. ഈ കാതിലും കഴുത്തിലും ചെറുതായിട്ടെങ്കിലും സ്വർണത്തിന്റെ ആഭരണങ്ങൾ ഉണ്ടായിരുന്നുവെങ്കിലെന്ന് ഭക്തവത്സലം ആശിച്ചുപോയി.

മുപ്പത്തിയഞ്ച്

വാഹനങ്ങൾ തടസപ്പെട്ടു വരിവരിയായി നിന്നിരുന്നു. ഇത്രയും വാഹനങ്ങളുടെ ഭാരം താങ്ങാനാവുമോ എന്നമട്ടിൽ പാലവും നിന്നു. വാഹനങ്ങളുടെ നീണ്ടനിര ബനിയൻപെട്ടികൾ പർവ്വതീകരിച്ച മട്ടിൽ തോന്നിച്ചു. പാലത്തിന്റെ വലതുഭാഗത്തായി താഴേക്ക് നോക്കിക്കൊണ്ട് ഒരു ചെറിയ

ആൾക്കൂട്ടം. ഭക്തവത്സലവും ആ ജനക്കൂട്ടത്തിലേക്ക് എത്തി പാലത്തിൽനിന്നും താഴേക്ക് നോക്കിനിന്നു.

കറുത്ത നിറത്തിൽ ചായം കലർന്ന വെള്ളം ഒഴുകിക്കൊണ്ടിരുന്നു. ഇരുപുറത്തിലുമുള്ള കരയിൽ മുൾച്ചെടികൾ സമൃദ്ധിയായി വളർന്നു നിന്നിരുന്നു. മുൾച്ചെടികൾക്കരികിലായി പത്തു പതിനഞ്ചുപേർ വട്ടംകൂടിനിന്ന് എന്തൊക്കെയോ പുലമ്പിക്കൊണ്ടിരുന്നു.

കറുത്തു മിനുങ്ങിയ അഴുക്കുവെള്ളത്തിൽ കരയോട് ചേർന്നു കിടക്കുന്ന ഒരാൾരൂപം. ഒറ്റ നോട്ടത്തിൽ തന്നെ ഭക്തവത്സലത്തിന് ഉൾഭീതിയുണ്ടായി. പിന്നീടയാൾ കമിഴ്ന്ന് കിടക്കുന്ന ആൾരൂപത്തെ നോക്കിയില്ല. ഒരു ഭയം ഭക്തവത്സലത്തിന്റെ ശരീരം വിറപ്പിച്ചു. ആൾക്കൂട്ടത്തെ തിക്കിത്തിരക്കി തിരിച്ചുമടങ്ങാൻ അയാൾ കുറെ ശ്രമപ്പെടേണ്ടതായി വന്നു. ഒരുവിധത്തിൽ കൂട്ടത്തിൽനിന്നും വിലകിത്തെറിച്ചു പുറത്തെത്തി. നാലഞ്ചടി നടന്ന് ഒരൊഴിഞ്ഞ സ്ഥലത്ത് ഒരുൾഭീതിയോടെ ഭക്തവത്സലം നിന്നു. ഓർക്കരുതെന്നുണ്ടായിട്ടും പാലത്തിനടിയിൽ കണ്ട കാഴ്ച അയാൾ ഓർമിച്ചെടുത്തു. കറുത്ത പാന്റും ഫുൾകൈ ഷർട്ടും ധരിച്ചു കമിഴ്ന്നു കിടക്കുന്ന യുവാവ്. ചായം കലർന്ന കറുത്ത വെള്ളം ശരീരമാസകലം നിറഞ്ഞിരുന്നു. പരന്നൊഴുകിയെത്തിയ വെളിച്ചം അഴുക്കുചാലിലെ കറുത്തവെള്ളത്തെ മിനുമിനുപ്പിച്ചു കാണിച്ചു.

ഭക്തവത്സലത്തിന്റെ അരികെ വന്നുനിന്ന രണ്ടുപേരിലൊരാൾ ഒന്നും ചോദിക്കാതെ തന്നെ ഭക്തവത്സലത്തോടായി പറഞ്ഞു.

“മരുന്നു കഴിച്ചതായിരിക്കും. വിഷം കേറി കാണും”

“ഒന്നും കഴിച്ചില്ലെങ്കിലും ചായം കലർന്ന ഈ വെള്ളത്തിലല്ലേ കിടന്നത്. അതും വിഷമല്ലേ. വായിലും മൂക്കിലുമെല്ലാം കേറിക്കാണും.”

“പാലത്തിന്റെ മുകളിൽ നിന്നും ചാടിയതാണോ! കുടിച്ചിട്ടു വന്നു കിടന്നതാണോ! ആർക്കറിയാം.”

“എങ്ങനെയോ ജീവൻ പോയി.”

മരിച്ചുകിടന്നവന്റെ പാന്റിന്റെ പിൻപോക്കറ്റിൽ പുറത്തായി തുറിച്ചു നിന്നതെന്തോ എടുക്കാൻ ഒരാൾ കൈനീട്ടിയതും “ഒന്നും തൊടാതെടോ! പിന്നെ പോലീസായി, കൈരേഖയായി എന്നൊക്കെ പറഞ്ഞ് അലയേണ്ടതായി വരും.” കൈനീട്ടിയവൻ കൈ പിൻവലിച്ചെങ്കിലും മറ്റൊരാൾ പോക്കറ്റിൽനിന്നും എന്തോ പുറത്തെടുത്തു.

“മരണത്തിനുത്തരവാദി ആരെങ്കിലുമാണെന്നു കത്തെഴുതിവച്ചിട്ടുണ്ടാകും.”

കിട്ടിയതു കത്തായിരുന്നില്ല. ഒരു ഫോട്ടോ. ചുക്കിച്ചുളുങ്ങി അഴുക്ക് പിടിച്ച ഒരു ഫോട്ടോ. ഒരു യുവതിയുടെ നിറം മങ്ങിയ ഫോട്ടോ.

“ഓ...പെണ്ണ്കേസ്.”

ഒരാൾ കളിയാക്കിച്ചിരിച്ചു.

“ഓ....എന്തിനിത്ര മോശമായി പറയണം. ചത്തവനോ പോയി...ഇനി പരിശുദ്ധ പ്രേമം, ദൈവീകസ്നേഹം എന്നൊക്കെ പറയാമല്ലോ. അതല്ലേ അന്തസ്സ്.”

പരിഹാസച്ചിരി അൽപ്പം ഉച്ചത്തിലായിരുന്നു. അതിൽ പലരും പങ്കെടുത്തു. ഒടുവിൽ ഒരാൾ.

"ങ്ഹും...ദൈവീകസ്നേഹം. മണ്ണാങ്കട്ട. രണ്ടുപ്രാവശ്യം ഒരുമിച്ചു കിടന്നാൽ തീർന്നു പരിശുദ്ധപ്രേമം."

വീണ്ടും ചിരി പടർന്നു.

"വെള്ളത്തിൽ വീണു മരിക്കുന്നതിന് ജലസമാധി എന്നു പറയാറുണ്ട്. ഇതാണ് ചായംപുരണ്ട ജലസമാധി"

വീണ്ടും ചിരി.

ആരോ ചോദിച്ച ചോദ്യത്തിനുത്തരം കൊടുക്കാതെ ഒരു രൂക്ഷനോട്ടത്തോടെ ഒരു കുടവയറൻ പോലീസുകാരൻ താഴേക്ക് ഇറങ്ങിക്കൊണ്ടിരുന്നു. അയാളോടൊപ്പം, ശ്വാസതടസം ഉള്ളവനെപ്പോലെ കിതച്ചു കൊണ്ട് ഒരു വൃദ്ധനും താഴേക്ക് ഇറങ്ങിക്കൊണ്ടിരുന്നു. പാലത്തിലും താഴെയുമായി ആൾക്കൂട്ടം ആകാംക്ഷയോടെ കാത്തിരുന്നു.

"പാലമൊന്നുമില്ലാതിരുന്ന കാലത്തു നൊയ്യലിൽ ധാരാളം വെള്ളമുണ്ടായിരുന്നപ്പോൾ ആ ശക്തിയായ ഒഴുക്കിലും ധൈര്യശാലികൾ അക്കരയിക്കരെ നീന്തിക്കടക്കാറുണ്ടായിരുന്നു. എളുപ്പ വഴി. അല്ലെങ്കിൽ കുറെ ദൂരം ചുറ്റിപ്പോകണം. ധൈര്യം ഉണ്ടായാലും പെട്ടെന്ന് വെള്ളപ്പെരുപ്പ് വന്നാൽ തീർന്നതു തന്നെ. ജലസമാധി. നദിയിൽ എവിടെയെങ്കിലും ശവം കിട്ടും. മഴവെള്ളം കുത്തിയൊഴുകുമ്പോഴും ശവങ്ങൾ ഒഴുകി നടക്കും. കണക്കുകളും കൂട്ടിവയ്ക്കും. ഇന്ന് ഇത്രയിത്രയെന്ന്. കാശ് കിട്ടാത്ത കണക്ക്."

ആരോടെന്നില്ലാതെ ഒരു കിഴവൻ പറഞ്ഞുകൊണ്ടിരുന്നു.

നൊയ്യൽ നദിയെപ്പറ്റി നാഗൻ പലതവണയും പറഞ്ഞിട്ടുള്ളത് ഭക്തവത്സലം ഓർമിച്ചു. നൊയ്യലിന്റെ കുത്തൊഴുക്ക് കൗതുകത്തോടെ വീക്ഷിക്കുന്ന ആൾക്കൂട്ടങ്ങൾ അവിടവിടെ ഉണ്ടാകുമത്രെ. അവൾ അത്രയ്ക്കും രസികത്തി ആയിരുന്നു. ഇരുകരകളേയും മുട്ടിയുരുമ്മി പതഞ്ഞൊഴുകി പായുന്ന നൊയ്യൽ. കരയിലുള്ള അന്നമഠം കെട്ടിടത്തിന് ചുറ്റും നൊയ്യൽ എപ്പോഴും ഈറനാക്കിക്കൊണ്ടിരിക്കും. കുറെപ്പേർ എന്നും അന്നമഠത്തിൽ എത്തിക്കൊണ്ടിരുന്നു. ആക്കൈനാര്, കൊടിക്കാൽ സാമഗ്രികൾ ശേഖരിക്കാനെത്തുന്നവരാണ്. അന്നൊക്കെ അന്നമഠം ഭജനപ്പാട്ടുകളാൽ മുഖരിതമായിരിക്കും. കുമ്മിയാട്ടം പ്രചാരത്തിൽ വരുന്നതിന് മുമ്പുതന്നെ ഭജനപ്പാട്ടുകൾ നൊയ്യൽ നദിയുടെ കളകളാരവത്തോട് ചേർന്നു സംഗീതധാര ഒഴുക്കിയിരുന്നു. പിൻകാലങ്ങളിൽ ഭജനപ്പാട്ടുകൾ പാടാൻ ആളില്ലാതായി. കുമ്മിയാട്ടവും കുമ്മി നാടകവും നിരന്തരമായി നടന്നു. ആട്ടത്തിനും നാടകത്തിനും പ്രേക്ഷകർ കുറഞ്ഞുപോയാൽ അന്നമഠത്തിലെ വൃദ്ധജനങ്ങൾ പറയും "ആരോ പൂക്കൾ മന്ത്രിച്ച് എറിഞ്ഞിരിക്കുന്നു"

ഇന്ന് അന്നമഠം ഇല്ല.

അന്നൊക്കെ അബിനിയും കഞ്ചാവും സേവിക്കുന്നവർ അന്നമഠത്തിൽ ഉണ്ടായിരുന്നു. യഥാകാലങ്ങളിൽ പാപ്പാൻതിട്ടുകാർ കണിശ

മായും വന്നുകൊണ്ടിരുന്നു. പണ്ടാരത്തോട്ടത്തിൽനിന്നും വണ്ണാൻമേട്ടി നിന്നും പറയൻ കാണിയിൽനിന്നും പലരും വരുമായിരുന്നു. ചോഴൻ കാണിക്കക്കാർ കൊണ്ടുവരുന്ന തളിർവെറ്റിലകളുടെ സുഗന്ധം ദിവസം മുഴുവൻ അന്നമഠത്തിൽ പടർന്നിരിക്കും. നൊയ്യലിന്റെ മറുകരയ്ക്കെ ത്താൻ പനമ്പുകൊണ്ട് നെയ്തെടുത്ത ഭക്ഷണക്കൂടകൾ പുത്തരിച്ചോ റിന്റെ മണവുമായി കാത്തുകിടക്കും. പുളിയും ഭസ്മവും തേച്ചു പളപ ളായെന്നു മിനുക്കിവച്ച ചെറുകലങ്ങളും തൂക്കുപാത്രങ്ങളും ഒന്നിനുമേൽ ഒന്നായി കെട്ടിവച്ചിരിക്കും.

നൊയ്യൽ നദിയെപ്പറ്റി പഠിച്ചുവച്ചതെല്ലാം ഭക്തവത്സലം ഓർമിച്ചെ ടുത്തു. ചോഴരാജാവിന്റെ കോട്ടയുടെ വശങ്ങളിൽ പ്രകൃതിയുടെ വരദാ നമായി നൊയ്യൽ ഒഴുകിയിരുന്ന ഒരു കാലഘട്ടമുണ്ടായിരുന്നു. കളക ളാരവത്തിൽ ഒഴുകിയെത്തുന്ന നൊയ്യൽ നദിയുടെ ശബ്ദം കോട്ടയ്ക്ക കത്തു സംഗീതമായി ധ്വനിച്ചിരുന്നു.

കോട്ടയുടെ പ്രധാന കവാടത്തിൽ നിന്നും നോക്കിയാൽ ദൂരെയായി അരിയപ്പിരാട്ടി അങ്കാളമ്മൻ ക്ഷേത്രം മനോഹരമായി തെളിഞ്ഞു കാണാം. നൊയ്യലിന്റെ തെക്കുഭാഗത്തായി ജനവാസമുള്ള കൊച്ചുകൊച്ചു വീടുകൾ നിരനിരയായി കാണാം. "പേട്ടൈ" യുടെ പ്രതിധ്വനികൾ മുഴ ങ്ങുന്ന അയ്യനാർ ശിലയുടെ വടക്ക് ഭാഗത്തായി അന്ന് പതിനെട്ടു പടി കൾ നിലനിന്നിരുന്നു. പടികളിൽ ചമ്രം പടിഞ്ഞിരുന്നുകൊണ്ടു പുരോ ഹിതന്മാർ പൂജയും ഹോമവും ശ്രാദ്ധവുമൊക്കെ നടത്തുമ്പോൾ പുക യിലും മന്ത്രധ്വനികളിലും നൊയ്യൽ നദിയുടെ ഹർഷാരവങ്ങൾ താള മിട്ടു നിൽക്കും. കർമ്മാദികൾക്ക് വന്നുചേരുന്നവർ നൊയ്യലിന്റെ കുളിർത്ത ജലത്തിൽ കുളിച്ചു ദേഹശുദ്ധിവരുത്തി ഈറനുടുത്തു നിൽക്കും.

പതിനെട്ടാമത്തെ പടിയിൽ കയറിനിന്നു നോക്കിയാൽ കണ്ണെത്താ ദൂരങ്ങളിൽ തെങ്ങിൻതോപ്പുകൾ. പഴുത്തു തൂങ്ങിയാടുന്ന മാമ്പഴവും ചക്കയും മറ്റു വൃക്ഷലതാദികളുമായി പടിഞ്ഞാറു ഭാഗങ്ങൾ മനം കുളിർത്തു നിൽക്കും. വടക്ക് പ്രദേശങ്ങളിൽ ആകമാനം പച്ചിലപ്പടർപ്പു കളും കൂടെ കുറെ മുൾപ്പടർപ്പുകളും മാത്രം. മരച്ചില്ലകളിൽ കൂടുകൂട്ടി ചന്നംപിന്നം തത്തിപ്പറക്കുന്ന കിളികളുടേയും കുരുവികളുടേയും കൂട്ടം ചേർന്ന കൊഞ്ചൽമൊഴികൾ. തെങ്ങിൻതോപ്പുകളിൽ നിന്നും അടർന്നു വീഴുന്ന പഴുത്ത മടലുകളുടെ അധിക ശബ്ദത്തിൽ കിളിക്കൊഞ്ചലു കൾ അൽപ്പനേരം നിലച്ചുപോകും. ആകാശത്തെ നേർത്ത ഇടിശബ്ദങ്ങളിൽ തെങ്ങിൻതോപ്പിൽ നിന്നും ഉണങ്ങിയ നാളികേരങ്ങൾ അടർന്നുവീണുകൊണ്ടിരിക്കും. മാനത്തെ ചുണ്ടുപലകകളായി പനമര ങ്ങൾ തലയുയർത്തി നിൽക്കും. പുളിമരത്തിന്റെ കുളിർമ നൊയ്യലിന്റെ വെള്ളത്തിലും അലിഞ്ഞിരിക്കും. പുളിപ്പുള്ള പഴങ്ങൾ വായിലിട്ട് ചവച്ച രച്ചു പുളിരസം ആസ്വദിക്കുന്ന മുഖചേഷ്ടകളുമായി പലരും അവിടങ്ങ ളിൽ ചുറ്റിത്തിരിഞ്ഞു നടക്കും.

പുളിമരച്ചോട്ടിലെ കടയിൽ രഹസ്യമായും ചിലപ്പോൾ പരസ്യമായും കഞ്ചാവ് വിൽപ്പന നടക്കും. രണ്ടോ മൂന്നോ പേർ എപ്പോഴും കടയോട് ചുറ്റിപ്പറ്റി നിൽക്കും. ചുവന്നുകിട്ടാൻവേണ്ടി തിരുമ്മിക്കൊണ്ടിരിക്കയാണോ എന്ന് തോന്നുന്ന മട്ടിൽ ചിലർ എപ്പോഴും കണ്ണുകൾ തിരുമ്മിക്കൊണ്ടിരിക്കും. വട്ടംചുറ്റിയിരുന്നുകൊണ്ട് "ഒരു പുക...ഒരു പുക" എന്നു തോന്നുന്ന രീതിയിൽ കഞ്ചാവ് ബീഡികളുടെ പുക പലരും ഒന്നിച്ചു ചേർന്നു വിഴുങ്ങുന്നതു കാണാം. ധ്യാനംപോലെ എല്ലാവരും പത്മാസനത്തിലായിരിക്കും. തെക്കുഭാഗത്തു പൊട്ടിപ്പൊളിഞ്ഞ കെട്ടിടത്തിന് സമീപമുള്ള കടയിലും കഞ്ചാവ് കിട്ടും. താണജാതിക്കാർക്കുള്ളതാണീ കട.

ലാഭേച്ഛകളിൽ നീർമണിയത്തിനായി എത്തുന്നവർ നൊയ്യൽ നദിയുടെ തീരങ്ങളിൽ എപ്പോഴുമുണ്ടായിരിക്കും. ഒഴുക്ക് ശക്തമാകുമ്പോൾ അവരുടെ മുഖങ്ങളിൽ അങ്കലാപ്പ് കാണാം. നീർമണിയം നടക്കാതിരിക്കുമ്പോഴും മഴ കുറയുമ്പോഴും ഇവർ തല മുണ്ഡനം ചെയ്യാറുണ്ട്. ഒരേ സമയത്തു ചിലപ്പോൾ ചില നേരങ്ങളിൽ നൂറ് കണക്കിനാളുകൾ മുണ്ഡനം ചെയ്യാറുണ്ട്. "കെടാവെട്ട്" എന്നറിയപ്പെടുന്ന ആടറുക്കൽ ചടങ്ങിൽ ഇവർ നിശ്ചയമായും പങ്കെടുക്കും. വീട്ടിലെ പത്തായപ്പുരകൾ ശൂന്യമാകുന്ന സന്ദർഭങ്ങളിൽ വീടുകൾ തോറും ആട് വെട്ട് നടക്കും. ആട് വെട്ട് നടക്കുന്ന ദിവസം രാത്രിയിൽ ഒരു നിയോഗമെന്നപോലെ മഴപെയ്യും.

റാവുത്ത് ഗൗണ്ടർ നൊയ്യൽ നദിക്കരയിൽ കുതിരപ്പുറത്തു വന്ന വർഷം ധാരാളം മഴ പെയ്തതായിട്ടുള്ള വിശ്വാസം ഇന്നും നിലനിൽക്കുന്നു. അദ്ദേഹം തല മുണ്ഡനം ചെയ്തപ്പോൾ കുതിര മുൻകാലുകളിൽ മണ്ണുമാന്തി നിരന്തരമായി കനച്ചുകൊണ്ടിരുന്നു. ഇസ്ലാം മതസ്ഥരായ റാവുത്തർമാർ ധാരാളം കുതിരകളെ വളർത്തിയിരുന്നു. കുതിരകളോടുള്ള സമ്പർക്കമാവാം അദ്ദേഹത്തിന്റെ രാമസ്വാമി ഗൗണ്ടർ എന്ന പേര് ലോപിച്ചു ലോപിച്ചു റാവുത്ത് ഗൗണ്ടർ എന്നായത്. പൗർണമി നാളുകളിൽ ചന്ദ്രൻ പ്രകാശിച്ചു നിൽക്കുമ്പോൾ നിലാവിന്റെ വെളിച്ചം ആസ്വദിക്കുവാൻ അദ്ദേഹം നൊയ്യൽ കരയിലെത്തും. പൂർണനിലാവിനെ നോക്കി അദ്ദേഹം ദീർഘനേരം കരയിലിരിക്കും. നൊയ്യലിന്റെ നീർപാച്ചലിലും പൗർണമിയിലെ ചന്ദ്രനിലും കണ്ണുകൾ നട്ട് അദ്ദേഹമിരിക്കും. രാത്രികാലങ്ങളിലും ശകുനങ്ങളും അപശകുനങ്ങളും നിലാവിനെനോക്കി ഗണിക്കുവാൻ അദ്ദേഹത്തിനറിയാമായിരുന്നു. ഓരോ ദിവസങ്ങളിലും ശരാശരി രണ്ടു മണിക്കൂറുകൾ താണ്ടി ആകാശത്തു നിലാവെത്തും. ആദ്യ ദിവസം ചന്ദ്രൻ മാനത്തെത്തുന്ന സമയം കണക്കാക്കി മറ്റുള്ള നാളുകളിൽ കണ്ണാടിയിൽ നിലാവിന്റെ പ്രതിബിംബം കാണുവാനായി കാത്തുനിൽക്കും.

നൊയ്യൽ നദിക്കരയിൽ റാവുത്ത് ഗൗണ്ടർ പതിവായെത്തുന്നതിന് മറ്റൊരു കാരണവുമുണ്ടെന്നു പലരും വിശ്വസിച്ചു പോന്നു. അദ്ദേഹമേറെ ഇഷ്ടപ്പെടുന്ന, സ്നേഹിക്കുന്ന മോഹിനിപ്പിശാചുമായി സരസംഭാഷണം

നടത്തുന്നവനാണത്രെ എത്തിയിരുന്നത്. വെറ്റിലക്കൊടികൾക്ക് വെള്ള മൊഴിക്കാൻ പുലർച്ചെ ആളുകൾ എത്തുന്നതുവരെയും ചിലപ്പോൾ റാവു ത്തഗൗണ്ടർ മോഹിനിപ്പിശാചുമായി സരസസംഭാഷണം നടത്തുമായി രുന്നുവെന്നു ആളുകൾ വിശ്വസിക്കുന്നു. സമയം അതിക്രമിക്കുമ്പോഴും, മോഹിനിപ്പിശാച് ചോദ്യങ്ങൾ ചോദിച്ചു ഉത്തരം മുട്ടിപ്പിക്കുമ്പോഴും കുതിര മുൻകാലുകളിൽ ചുരമാന്തി കനച്ചു കൊണ്ടിരിക്കും. കുതിരയുടെ കനക്കലും വികൃത ശബ്ദങ്ങളും അധികമാകുമ്പോൾ ഗൗണ്ടർ സഹി കെട്ടു തിരിച്ചു പോകുമത്രെ.

റാവുത്ത് ഗൗണ്ടറുടെ വീട്ടുമുറ്റത്തു ധാന്യക്കുഴികളും ഒപ്പം കുതിരും ഉണ്ടാകുമത്രെ. കൈനീട്ടി വരുന്ന ആവശ്യക്കാർക്ക് ധാന്യങ്ങളും ഭക്ഷ ണവും നൽകാനാണ്. കടുത്ത വിശപ്പോടെയെത്തുന്ന പാവപ്പെട്ടവർക്ക് ഉടനെ ഭക്ഷണം പാകപ്പെടുത്തി നൽകാനാണ് ധാന്യക്കുഴികളുടെ സമീപം തന്നെ കുതിരും ചേർത്തുവെച്ചത്.

ഒരു ദിവസം കുതിരിൽ വീണു ഗൗണ്ടറുടെ കുതിര ചത്തുപോയി. കുതിരയുടെ അന്ത്യം പഞ്ഞകാലത്തെ സൂചിപ്പിച്ചു. ആ പ്രദേശത്ത് എല്ലാ യിടങ്ങളിലും കഞ്ഞിപ്പന്തലുകൾ തുറന്നുവെച്ചിരുന്നു. പാവപ്പെട്ടവർക്കുള്ള സൗജന്യഭക്ഷണം. കഞ്ഞിപ്പന്തലുകളിൽ ചോളക്കഞ്ഞിയും തൊടുക റിയായി മുളകുകൂട്ടും നൽകിയിരുന്നു. ഇതിന്റെയൊക്കെ നെടുനായകത്വം റാവുത്ത് ഗൗണ്ടറിൽ നിക്ഷിപ്തമായിരുന്നു. ഏതു തുറയിലും നന്മയുടെ പ്രതീകമായിരുന്നു റാവുത്ത് ഗൗണ്ടർ.

നൊയ്യൽ ആറിന്റെ തീരങ്ങളിൽ റാവുത്ത് ഗൗണ്ടർ ജലസമാധിയായി.

നൊയ്യലിന്റെ മാറിൽ നീന്തുമ്പോൾ ബലഹീനനായി മുങ്ങിപ്പോയതോ അതോ വീട്ടുമുറ്റത്തെ കുതിർ കാലിയായതിന്റെ തീക്ഷ്ണ ദു:ഖത്തിൽ ആത്മഹുതി നടത്തിയതോ.

ഉത്തരം കിട്ടാത്ത ചോദ്യങ്ങളുടെ നൊമ്പരങ്ങൾ നൊയ്യൽനദിയുടെ തീരങ്ങളിൽ ഗതികിട്ടാപ്രേതങ്ങളെപ്പോലെ ഇന്നും അലയുന്നുണ്ടാവാം......

മുപ്പത്തിയാറ്

ചെട്ടിയാരെ നന്നായി കുളിപ്പിച്ചിരുന്നു.

കാൽക്കുപ്പി മദ്യം സേവിച്ചതിന് ശേഷമായിരുന്നു ചിക്കണ്ണൻ ചെട്ടി യാരെ തൊട്ടതു തന്നെ. മേൽത്തുണ്ട് വായിലും മൂക്കിലും തിരുകി വെച്ചു കൊണ്ടായിരുന്നു ചിക്കണ്ണൻ ചെട്ടിയാരുടെ സമീപം വന്നുനിന്നത്. അതും ചെട്ടിയാർ കിടന്നിരുന്ന വരാന്തയിൽ നിന്നും നാലഞ്ചടി ദൂരെ.

"എന്നോട് വരാൻ ആളെ വിട്ടിരുന്നല്ലോ" ചിക്കണ്ണൻ ഭവ്യതയോടെ പറഞ്ഞു.

"അതെയതെ....ഒരു കുളി കുളിച്ചാൽ നന്നായിരിക്കുമെന്നു തോന്നി. അതിനാണ് നിന്നെ വിളിപ്പിച്ചത്. അൽപ്പം ചീയക്കയും മഞ്ഞളും അരച്ചു ദേഹം മുഴുവൻ പുരട്ടി കുളിപ്പിച്ചാൽ നന്നായിരിക്കും."

ശരീരം ചൊറിഞ്ഞുകൊണ്ട് ചെട്ടിയാർ പറഞ്ഞു.

"അരപ്പൊക്കെ തേച്ചുപിടിപ്പിച്ചാൽ വെള്ളം ധാരാളം വേണം. രണ്ടു ഷാംപൂ വാങ്ങി വരാം. തലയിലും അതുമതി."

"ങ്ഹാ....കൊള്ളാം. നല്ല വാസന വരുന്ന സാധനമല്ലെ."

ചെട്ടിയാർ ഉത്സാഹചിത്തനായി.

"വാസനയൊക്കെ വരട്ടെ. പക്ഷെ കോട്ടർ അടിക്കാതെ എങ്ങനെ തുടങ്ങും."

ചിക്കണ്ണൻ കാര്യം പറഞ്ഞു.

"ശരി...ശരി...എനിക്കും കൂടെ വാങ്ങിക്കോ."

"കുളിക്കുമ്പോഴോ....അതൊന്നും വേണ്ട."

"തണ്ണിയടിച്ചിട്ട് നീന്തിക്കുളിച്ചാൽ എന്തൊരു സുഖമാണെന്നറിയാമോടാ! അതൊരു പ്രത്യേക സുഖം. വെള്ളത്തിൽ താനെ പൊന്തിക്കിടക്കുന്നതായി തോന്നും."

ചെട്ടിയാർ ഗതകാലസ്മരണകൾ അയവിറക്കി.

മദ്യപിച്ചും മദ്യപിപ്പിച്ചുമുള്ള കുളി ചെട്ടിയാർക്ക് രസകരമായി തോന്നി. കുടിച്ചതിന് ശേഷം എന്തെങ്കിലും ഭക്ഷണം കഴിച്ചിരിക്കാമെന്നും ചെട്ടിയാർക്ക് തോന്നിപ്പോയി. നല്ല വിശപ്പുണ്ടായിരുന്നു. പോരാത്തതിന് മദ്യവും. ചിക്കണ്ണൻ ശരീരം മുഴുവൻ അമർത്തി അമർത്തി തേയ്ക്കുമ്പോൾ വേദന തോന്നിയെങ്കിലും ഇളംചൂടുവെള്ളത്തിന്റെ ധാരയിൽ പരമസുഖം ധാരധാരയായി ഒഴുകിയെത്തി. ഈ സുഖാനുഭൂതിയിൽ തന്നെ ശ്വാസം നിലച്ചാൽ നന്നായിരുന്നുവെന്ന് അയാൾ ആഗ്രഹിച്ചു. അത്രയും ഭാഗ്യമുള്ളവനല്ലല്ലോ താൻ. ഭാഗ്യവാനായിരുന്നെങ്കിൽ ഇങ്ങനെ നരകിച്ചു നരകിച്ച് എഴുന്നേൽക്കാൻ പോലും കഴിയാതെ ഈ മരണക്കിടക്കയിൽ കിടക്കണോ! എത്രയോ പേർക്ക് ഉറക്കത്തിൽ മരണം സംഭവിക്കുന്നു.

ഇളംചൂടുവെള്ളം ദേഹത്ത് മുഴുവനായി വീഴുമ്പോൾ ഒരു സുഖം.

"ഹായ്.... എന്തൊരു സുഖമാണെടാ."

"ങ്ഹാ...സുഖം...എനിക്ക് തലയ്ക്ക് പിടിച്ച മാതിരിയാ...കോട്ടർ കൊണ്ടല്ല...ഇവിടെ....ഇവിടെ...."

അസഹ്യതയോടെ ചിക്കണ്ണൻ മൂക്ക് പൊത്തി.

"എന്താടാ....നാറുന്നുണ്ടോ"

"ഇല്ല.....ഇല്ല....."

"എനിക്ക് നല്ല സുഖം തോന്നുന്നെടാ...ചായക്കടക്കാരൻ രാമസ്വാമി അങ്ങനെയല്ലെ ചത്തത്. ഭാഗ്യവാൻ. ഒരു കോട്ടർ അടിച്ചിട്ട് ഒരു കോട്ടർ എളിയിലും തിരുകിവച്ചു. പെട്ടെന്നു തലചുറ്റി താഴെ വീണു. നന്നായി കുടിച്ചു കിടക്കുന്നുവെന്ന് ആരോ പരിഹസിച്ചു. കാര്യം അതല്ലായിരുന്നു. ആള് കാഞ്ഞുപോയി. അങ്ങനെ പോകണം ഉയിര്"

വെള്ളമുണ്ടും അലക്കിവച്ച വെള്ള ഷർട്ടും ചിക്കണ്ണൻ ചെട്ടിയാരെ ധരിപ്പിച്ചു.

"എനിക്കെന്തിനാടാ....വെള്ളയും ചൊള്ളയും"

"ഉടുക്കാനുള്ളതല്ലേ ഇതൊക്കെ"

"പെട്ടെന്ന് അഴുക്കാകുമെടാ"

എന്തോ ഓർമവന്ന മട്ടിൽ ചെട്ടിയാർ.

"എടാ...ചിക്കാ...എനിക്കിപ്പോഴും കളർകളറായ കോളർ ബനിയൻ ഇടണമെന്നാണ് ആശ"

"അത് കൊണ്ടെന്താ....ഇപ്പോൾ വേണമെങ്കിലും വാങ്ങി ധരിക്കാമല്ലോ....കാശല്ലേ ഉള്ളത് കൈനിറയെ."

ഗതകാല ഓർമയിൽ ചെട്ടിയാർ പറഞ്ഞു.

"ബനിയൻ കമ്പനി മുതലാളിയായി വിലസിനടക്കാൻ മോഹിച്ചതാണ്."

ചെട്ടിയാർ മനസിൽ ബനിയൻ കമ്പനി മുതലാളിയായി.

"ങ്ഹാ...ങ്ഹാ....ഈ നാട്ടിൽ പലരും ആഗ്രഹിക്കുന്നതാണ്."

"ചായപ്പട്ടറകൾ ഉണ്ടാക്കണം. അതിനോടനുബന്ധിച്ചു വലിയൊരു ബനിയൻ കമ്പനിയും നിർമിക്കണം. കാലിന്മേൽ കാല് ചേർത്ത് കറങ്ങുന്ന മുതലാളിക്കസേരയിൽ മുതലാളി ഇരിക്കണം. പല പല കളറിൽ കോളർ ബനിയനിട്ടു കമ്പനിയിൽ ചുറ്റിക്കറങ്ങി നടക്കണം. തൊഴിലാളികളിൽ നിന്നും ബഹുമാനം നേരിട്ടു വാങ്ങണം. അവർക്കൊക്കെ ശമ്പളം കൊടുക്കുന്നതു നോക്കി നിൽക്കണം എന്നൊക്കെ നിറയെ ആശകളായിരുന്നു." ഒരു നെടുവീർപ്പിന് ശേഷം. "ങ്ഹാ....എന്തു ചെയ്യാൻ. ഉണ്ടായിരുന്നതെല്ലാം വിറ്റുപെറുക്കി പവർലൂം ഉണ്ടാക്കി, പലതും കളഞ്ഞുകുളിച്ചു. ഇറക്കിയ മുതൽ തിരിച്ചു കിട്ടിയാൽ മതിയെന്നായി. അതും കിട്ടിയില്ല. അതെങ്കിലും കിട്ടിയിരുന്നുവെങ്കിൽ ഒരു ചെറിയ ചായപ്പട്ടറയെങ്കിലും നടത്താമായിരുന്നു. കൊണ്ടാൽതോട്ടം വാടകയ്ക്കെടുത്തു തുണികൾക്ക് ചായമടിച്ച് ഉണക്കാനിടാനും ആശയുണ്ടായിരുന്നു. ഒന്നും നടന്നില്ല"

"നാട്ടിലെ ചായപ്പട്ടറകൾ എല്ലാം തന്നെ നഷ്ടത്തിൽ നാറിക്കിടക്കുകയല്ലേ! പിന്നെന്തിനാണ് അതിനാഗ്രഹിച്ചത്."

"പണം വാരിക്കിട്ടുമെന്നു തന്നെ. ങ്ഹാ....ഒന്നും നടക്കാതെ പോയി."

"ഈ നാട്ടിൽ ഇനി എന്തൊക്കെ സംഭവിക്കാൻ പോകുന്നുവെന്നു തന്നെ അറിഞ്ഞുകൂടാ. ഏവന്റെയൊക്കെ കഴുത്തിൽ കയറ് വീഴാൻ പോകുന്നോ ആവോ! ചാവുമണി പെട്ടെന്നു പെട്ടെന്നു അടിച്ചുകൊണ്ടിരിക്കുന്നു. എങ്ങനെ ചാവുമണി അടിക്കാതിരിക്കും. പണം പണം എന്ന അത്യാർത്തിയുമായി ഓരോരുത്തനും കുത്തിച്ചാവുകല്ലേ! ഉള്ളതിൽ തൃപ്തി എന്നു കരുതിയാൽ സമാധാനത്തോടെ ജീവിക്കാം. അല്ലെങ്കിൽ ഒരു മുഴം കയറിൽ തൂങ്ങിയാടാം."

ചിക്കണ്ണൻ വാതോരാതെ സംസാരിച്ചു.

"ങ്ഹാ...അങ്ങനെ തന്നെ."

സംസാരിക്കാൻ ഒരാളെ കിട്ടിയതിൽ ചെട്ടിയാർ സംതൃപ്തനായി.

"മരക്കടക്കാരന് എന്തായി. നന്നായി ജീവിച്ചു. പണവും സമ്പാദിച്ചു കൂട്ടി. കണ്ട കണ്ട ഇടങ്ങളിൽ ആവശ്യത്തിനും ആവശ്യമില്ലാതെയും ഭൂമി വാങ്ങിക്കൂട്ടി. മറിച്ചു ലാഭത്തിൽ വിൽക്കാനായിരുന്നു ഇത്രയും ഭൂമി അയാൾ വാങ്ങിക്കൂട്ടിയത്. അഞ്ചു വർഷത്തിനുള്ളിൽ ആർക്കും അയാൾ ഭൂമി വിറ്റതുമില്ല. അത്യാർത്തി....അത്യാർത്തി...കൂടുതൽ ലാഭം കിട്ടട്ടെ യെന്ന അത്യാർത്തി. ഇപ്പോഴെന്തായി. ഭൂമി വാങ്ങാൻ ആരുടെ കയ്യിലും പണമില്ല. വാങ്ങിയ ഭൂമിയെല്ലാം വെറുതെ കിടന്നു. കടം തലയ്ക്ക് മുക ളിലായപ്പോൾ മരക്കടക്കാരൻ ഭൂമിക്ക് പകരം മരണത്തെ വിലയ്ക്ക് വാങ്ങി."

ചിക്കണ്ണൻ പറഞ്ഞു നിർത്തി.

"ങ്ഹാ...ഇപ്പോഴാണോർത്തത്. നീ പോയി ഒരു ബനിയൻ ഷർട്ട് വാങ്ങിക്കൊണ്ടു വാ...നല്ല കളർ ഷർട്ട്. വെള്ളയും ചൊള്ളയുമായി ഉള്ള തുപോലെ നല്ല കളർ കളറിൽ ബനിയൻഷർട്ടുമിട്ട് മരിക്കണമെന്നു തോന്നിപ്പോകുന്നു."

ചെട്ടിയാർ ഇരുന്നിടത്തു പെട്ടെന്ന് ഒരു പ്ലാസ്റ്റിക് ബൊമ്മക്കുട്ടി വന്നു വീണു. കിളിപ്പച്ച നിറത്തിലുള്ള ബൊമ്മക്കുട്ടി. ഏതോ ഒരു കുട്ടി അല ക്ഷ്യമായി വലിച്ചെറിഞ്ഞതാവാം.

തന്റെ പേരക്കുട്ടികളും ഇങ്ങനെ ബൊമ്മക്കുട്ടികളെ വലിച്ചെറിയുമോ!

ചെട്ടിയാർ പൃഷ്ഠം നിരക്കി നിരക്കി തത്രപ്പെട്ടു ബൊമ്മക്കുട്ടിയെ കയ്യിലെടുത്തു. ഭംഗിയുള്ള ഒരു കുഞ്ഞിനെ പച്ചച്ചായത്തിൽ മുക്കിയെ ടുത്തതു പോലെ. മൂക്ക് പതിഞ്ഞതായിരുന്നു. കണ്ണുകൾ ഉണ്ടായിരു ന്നിടം രണ്ട് കറുത്ത ദ്വാരങ്ങൾ മാത്രം. നെറ്റിയിൽ കറുത്തു തടിച്ച ഒരു തഴമ്പ്. കറുത്തു തടിച്ച തഴമ്പിന്റെ മധ്യഭാഗത്ത് വിരൽ അമർത്തിയ പ്പോൾ ഊതിവീർപ്പിച്ച ബലൂണിൽ കാറ്റഴിച്ചു വിടുമ്പോഴുള്ള ശബ്ദം. ഒട്ടിയ വയർ. ഇരു കാലുകളും നേർത്തു പിണഞ്ഞിരുന്നു. പിണത്തിന്റെ വിറങ്ങലിച്ച കാലുകൾ പോലെ കാണപ്പെട്ടു. കാൽപ്പാദങ്ങളിൽ വശീക രമായ മിനുമിനുപ്പ്.

ഈ ബൊമ്മക്കുട്ടിക്ക് കോളർബനിയൻ ധരിപ്പിച്ചാലോ! അയാൾ ആലോചിച്ചു. പച്ചക്കളറിനോട് യോജിക്കുന്ന എല്ലാ ചായങ്ങളും അയാ ളുടെ മനസിൽ തെളിഞ്ഞുവന്നു. കിളിപ്പച്ച വർണം അയാൾക്കിഷ്ടപ്പെട്ട നിറമായിരുന്നു. ചെറുപ്പകാലത്ത് കിളിപ്പച്ച കളറിൽ ധാരാളം ബനിയനു കളും ഷർട്ടുകളും ഉണ്ടായിരുന്നു. ഏതാണ് പുതിയത് ഏതാണ് പഴയത് എന്നു തോന്നാത്ത വിധത്തിൽ നിക്കറുകൾ വീട്ടിൽ പലയിടങ്ങളിലായി കിടക്കും. അം നിറം മങ്ങിയതായി കണ്ടാൽ പഴയതായി കണക്കാക്കും. അവകൾ ധരിക്കാറില്ല. വലിച്ചെറിയും. ഈ ബൊമ്മക്കുട്ടിക്ക് മരത്തിന്റെ കടുംപച്ചയിൽ ട്രൗസർ തുന്നിക്കാം. കാണാൻ നല്ല ശേലായിരിക്കും.

"ങേ! ഈ ബൊമ്മക്കുട്ടിക്ക് തന്റെ മൂത്ത പേരക്കുട്ടിയുടെ മുഖച്ഛാ യയോ!" പേരക്കുട്ടികളെ കണ്ടിട്ട് തന്നെ മാസങ്ങൾ പലതും കഴിഞ്ഞു. മുഖച്ഛായകൾ പോലും മാറിയിട്ടുണ്ടാകും. ഈ അപ്പൂപ്പന്റെ മുഖച്ഛായ

പേരക്കുട്ടികളും മറന്നിട്ടുണ്ടാകും. ഈ ബൊമ്മക്കുട്ടിക്ക് മുഖച്ഛായ മാറുമോ! ഈ ബൊമ്മക്കുട്ടി വളർന്നു വലുതാകുമോ!

പെട്ടെന്ന് ആ ബൊമ്മക്കുട്ടി വളരാൻ തുടങ്ങി. വളർന്നു വളർന്നു തന്റെ ശരീരത്തോളമായതായി അയാൾക്ക് തോന്നിത്തുടങ്ങി. നെറ്റിയിൽ കറുത്തു തടിച്ച തഴമ്പ്. കണ്ണുകളുടെ സ്ഥാനത്ത് വെറും കുഴികൾ മാത്രം. കാലുകൾ ശവത്തിന്റേതുപോലെ വിറങ്ങലിച്ചു കിടന്നു. അതിന്റെ മുഖത്തു അടർന്നു പൊന്തിയ രോമങ്ങൾ. പരുപരുത്ത മുഖം മാത്രം കുട്ടിത്തം വിടാത്ത മട്ടിലായിരുന്നു. ആ കുഞ്ഞുമുഖം വിശ്വരൂപമെടുത്തു തന്നെ ബലമായി പിടിച്ചു തറയിൽ കിടത്തിയാൽ തന്റെ പ്രാണൻ പോയി കിട്ടും എന്ന് ചെട്ടിയാർ വെറുതെ ഓർമിച്ചുകൊണ്ടിരുന്നു.

സമീപത്തുണ്ടായിരുന്ന ബനിയൻ ചരടെടുത്തു നീട്ടിവലിച്ച് അതിന്റെ ബലം ചെട്ടിയാർ പരിശോധിച്ചു. തടിച്ച ചരടിൽ കുരുക്കുണ്ടാക്കി അയാൾ ബൊമ്മയുടെ കഴുത്തിൽ ചുറ്റിമുറുക്കി. തന്റെ വലതുകൈകൊണ്ട് അതിനെ തൂക്കിപ്പിടിച്ചു മെല്ലെ ആട്ടിനോക്കി. കൈചലനം വേഗത്തിലായപ്പോൾ ബൊമ്മ തൂങ്ങിയാടിക്കൊണ്ടിരുന്നു. അതു മരച്ചില്ലയിൽ തൂങ്ങിയാടുന്ന മനുഷ്യശരീരമാണെന്ന് തോന്നിച്ചു. ആ തൂങ്ങിയാട്ടം അയാൾ രസിച്ച് ആസ്വദിച്ചുകൊണ്ടിരുന്നു. പെട്ടെന്ന് അയാളുടെ വലതുകൈ തളർന്നതുപോലെ തോന്നിച്ചു. തളർന്ന വലതുകൈ തൂങ്ങി ഒടിഞ്ഞു.

ബൊമ്മക്കുട്ടി കഴുത്തിൽ മുറുക്കിയ ചരടുമായി ചുരുണ്ടു ചുരുണ്ടു തൂങ്ങിയാടുന്നു.

മുപ്പത്തിയേഴ്

അശോകമരത്തിന്റെ പഴുപ്പ് നിറത്തിലുള്ള ഇലകൾ കവാടത്തിന്റെ മുന്നിൽ ചിതറിവീണിരുന്നു. അശോകമരത്തിന്റെ ശിഖരത്തിൽ കാണപ്പെട്ട പച്ചനിറവും ആകാശനീലിമയും ഭക്തവത്സലത്തിന് മനോഹരമായി തോന്നിച്ചു. കവാടത്തോടനുബന്ധിച്ചു നാലുപാടും ചുറ്റപ്പെട്ടുകിടന്നിരുന്ന ഇരുമ്പുവേലി നോക്കിനിന്നപ്പോൾ ഭക്തവത്സലത്തിന് എന്തിനോ ഒരുൾഭീതിയുണ്ടായി. വാതിലിനരികിലായി ക്രമമല്ലാത്ത രീതിയിൽ കിടന്നിരുന്ന കറുത്ത വീപ്പകൾ ഭക്തവത്സലത്തിന്റെ മനസിൽ കറുത്ത പെരുത്ത എരുമകളായി തോന്നിച്ചു. അയാളുടെ തൊണ്ടയിൽ ഒരു കരകരപ്പ്. ശ്വാസഗതിയിൽ അതു ശബ്ദമായി മാറി. പെട്ടെന്നൊരു ചുമ. ചുമ പൂർണമായും ചുമച്ചു തീരാതെ തൊണ്ടയിൽ അടഞ്ഞുനിന്നു.

മറന്നതെന്തോ ഓർമിച്ചെടുക്കാനെന്നവണ്ണം അയാൾ കണ്ണുകൾ മാത്രം മേലോട്ട് പായിച്ചു. മറന്നത് ഓർമിച്ചെടുക്കാനാകുന്നില്ല. പേര് മറന്നുപോയിരിക്കുന്നു. എത്ര ആലോചിച്ചിട്ടും പേര് കിട്ടുന്നില്ലല്ലോ. അയാളുടെ മുഖഭാവം നോക്കിപഠിച്ച മട്ടിൽ സെക്യൂരിറ്റിക്കാരൻ ഒരു രൂക്ഷനോട്ടം ഭക്തവത്സലത്തിലേക്കയച്ചു. ഭക്തവത്സലം തികച്ചും പേടിച്ചുപോയി. കാവൽക്കാരന്റെ യൂണിഫോം കടുംപച്ചനിറത്തിലായിരുന്നുവെങ്കിലും

അതു പലയിടങ്ങളിലും വിളറി വെളുത്തിരുന്നു. മുറുക്കിവച്ച കപ്പടാമീശയിൽ രൗദ്രഭാവം കണ്ടെങ്കിലും ആ കണ്ണുകളിൽ ദൈന്യതയുടെ ഒരു ശോകഭാവം സ്ഥായിയായി നിഴലിച്ചു നിന്നിരുന്നു.

"ഈ കമ്പനിയിൽ പുതുതായി ഒരുപയ്യൻ ജോലിക്ക് ചേർന്നിട്ടുണ്ടല്ലോ...അവനെ ഒന്നു കാണാൻ അനുവദിക്കുമോ."

കാവൽക്കാരൻ ഭക്തവത്സലത്തെ ഒന്നു തറപ്പിച്ചു നോക്കിയതിനു ശേഷം ഗൗരവം കലർന്ന ശബ്ദത്തിൽ "പുതുതായി പലരും വരും. ആൾക്ക് പേരില്ലേ."

"പേര്....പേര്.....മറന്നുപോയി" ഭക്തവത്സലം മടിച്ചു മടിച്ചു പറഞ്ഞു.

"പേരു....പോലും...അറിയാതെ....ഛേ...."

"ങ്ഹാ....കുമാർ....കുമാർ....."ഭക്തവത്സലം ചൊടിയോടെ പറഞ്ഞു.

"ഏത് കുമാർ....ശിവകുമാറോ...ആനന്ദകുമാറോ....ശക്തികുമാറോ"

സെക്യൂരിറ്റിക്കാരന്റെ ഗൗരവത്തിന് കനംവച്ചു.

"'വെറും കുമാർ'

"ജോലി യാചിച്ചു വരുന്നവരെല്ലാം തന്നെ നേരിട്ട് ഒന്നും പറയില്ല. അവനുണ്ടോ ഇവനുണ്ടോ എന്നു ചോദിക്കും. ഒടുവിൽ ജോലിവേണമെന്നു പറയും."

സെക്യൂരിറ്റിക്കാരൻ കമ്പനി മുതലാളിയുടെ ഗൗരവത്തിൽ പറഞ്ഞു.

"അത്...അത്....."

ഭക്തവത്സലം വിക്കി വിക്കി നിന്നു.

ഗൗരവത്തിന് ശതമാനക്കുറവില്ലാതെതന്നെ സെക്യൂരിറ്റിക്കാരൻ പറഞ്ഞു.

"ങ്ഹാ....ങ്ഹാ...അകത്തുചെന്ന് ചോദിക്ക്."

ഭക്തവത്സലത്തിന് തൊണ്ടയിലെ കിരുകിരുപ്പ് അധികരിച്ചു.

"ഉഷ്...ഉഷ്....ഉഷ്..." എന്ന ശബ്ദം കേട്ട് ഭക്തവത്സലം തിരിഞ്ഞു നോക്കി. തീവണ്ടി എഞ്ചിനെപ്പോലെ മുഖം നീണ്ടിട്ടുള്ള ബോയ്‌ലറിൽ നിന്നും വരുന്ന ശബ്ദം. അലങ്കാരത്തിന് വേണ്ടി നിശ്ചലമായി നിർത്തിവച്ച ഒരാനയെപ്പോലെ ബോയ്‌ലർ തോന്നിച്ചു. പുറത്തേക്ക് നീണ്ടുവന്നിരുന്ന പൈപ്പുകൾ എല്ലാം ഒരു കൂട്ടിലടച്ചുവച്ചപോലെ ഒരു മുറിയും.

ഉണങ്ങിക്കഴിഞ്ഞിട്ടില്ലാത്ത തടിച്ച വിറകുകൊള്ളികളുടെ പച്ചമണം അവിടെങ്ങും പടർന്നിരുന്നു. കുനിഞ്ഞുനിന്നു വിറകുകൊള്ളികൾ ചിക്കിക്കൊണ്ടിരുന്നവൻ പെട്ടെന്നൊരു വിറകുകൊള്ളിയെടുത്തു തറയിൽ വീശിയടിച്ചു. ഒരു വലിയ പഴുതാര നീണ്ടുവളഞ്ഞോടി വിറകുകൊള്ളിക്കിടയിലൊളിച്ചു. അവൻ അരിശത്തോടെ വിറകുകൊള്ളി കൂമ്പാരത്തിൽ നോക്കി നിന്നു. ബോയ്‌ലർ "പുഷ്....പുഷ്...." എന്നു വെളുത്ത നീരാവിയെ കക്കിക്കൊണ്ടിരുന്നു.

ചായം കലർത്തിയ മിശ്രിതം ഒരു ബക്കറ്റിൽ നിറച്ചുകൊണ്ട് ഒരാൾ കടന്നുവന്നു. അയാളുടെ കൈപ്പത്തികളിൽ കടും പച്ചച്ചായം ഒട്ടിക്കിടന്നു. തുടകൾ രണ്ടും കാണുംവിധത്തിൽ കൈലിമുണ്ട് മടക്കിക്കുത്തിയിരുന്നു.

വലതു തുടയിൽ കറുത്ത രോമങ്ങൾ അടർന്നു കിടന്നിരുന്നു. ഇടതു തുടയുടെ നടുഭാഗത്ത് വലിയൊരു തഴമ്പ്. തഴമ്പിനുചുറ്റുമായി രോമങ്ങൾ വളർന്നുനിന്നില്ല. ആ ഭാഗം മുതൽ മുഴങ്കാൽവരേക്കും പടർന്നു കയറിയ പച്ചച്ചായം മിനുമിനുത്തുകൊണ്ടിരുന്നു. ബക്കറ്റുകാരന്റെ ഇരുകാലുകളും കുഷ്ഠരോഗികളുടെ വികൃതകാലുകളെ ഓർമിപ്പിച്ചു.

"കുമാർ ഉണ്ടോ"

"ഏതു കുമാർ?"

"രാമയ്യാ കോളനിയിൽ നിന്നും വരുന്ന ചെറിയ പയ്യൻ."

"ഓ....അവനോ....കെഴക്കേടത്ത് പോയി നോക്ക്."

ബക്കറ്റുകാരൻ അലക്ഷ്യമായി പറഞ്ഞു.

പൽച്ചക്രങ്ങളിൽ ചുറ്റിത്തിരിയുകയും, അവയിൽ ഘടിപ്പിച്ച ചില ചെറിയ യന്ത്രങ്ങൾ മേലും കീഴുമായി പ്രവർത്തിക്കുകയും, അവകളിൽ നിന്നും വീണ്ടും വേറെ രീതിയിൽ ചുറ്റിത്തിരിയുകയും ചെയ്യുന്ന പൽച്ചക്രങ്ങളുമായി വലുതും ചെറുതുമായ മെഷീനുകൾ അവകളുടെതായ ശബ്ദതാളങ്ങളിൽ പ്രവർത്തിച്ചുകൊണ്ടിരുന്നു. മാലകൾ തൂക്കിയിട്ടിരിക്കുന്ന വിധത്തിൽ വെള്ളത്തുണികൾ മെഷീനിൽ അടർത്തിയിട്ടിരിക്കുന്നു. ചായം കലർത്തിയ വെള്ളത്തിൽ തുണികൾ മുങ്ങിയും നിമിഷങ്ങൾക്കകം അവകൾ നിറം മാറി പുറത്തു വന്നുകൊണ്ടുമിരുന്നു. വിവിധ വർണങ്ങളിൽ തുണികൾ നിറം മാറിക്കൊണ്ടിരുന്നു. തുണികളിൽ നിന്നും പലപല നിറങ്ങളിൽ വെള്ളം ഇറ്റ് വീണുകൊണ്ടിരുന്നു. ഇറ്റിറ്റ് വീഴുന്ന വർണ വെള്ളം വിവിധ പാത്തികളിലൂടെ ഒഴുകിക്കൊണ്ടിരുന്നു. ഈറൻ തുണികളെ വാരിക്കൊണ്ടിരുന്ന ആൾ അവകളെ വലിയൊരു പാത്രത്തിൽ അമർത്തിയമർത്തി തിരുകി കയറ്റി. പള പള തിളങ്ങിക്കൊണ്ടിരുന്ന ആ വലിയ പാത്രം തുണികളെ സ്വീകരിക്കുമ്പോഴൊക്കെയും ഒപ്പം തന്നെ നീരാവിയും പൊങ്ങുന്നുണ്ടായിരുന്നു. ഉയർന്നു പൊന്തിക്കൊണ്ടിരുന്ന നീരാവിക്ക് പുറകിലായി പാതിയുണങ്ങിയ പരുവത്തിൽ തുണികൾ പുറത്തേക്ക് തള്ളി വന്നുകൊണ്ടിരുന്നു. യന്ത്രങ്ങളുടെ ചലനക്രമങ്ങളും ശബ്ദതാളങ്ങളും നീരാവിയുടെ ബഹിർഗമനവും തുടർന്നു, നിറം മാറി വീണുകൊണ്ടിരുന്ന തുണികളുടേയും പ്രക്രിയകൾ ഭക്തവത്സലം കൗതുകത്തോടെ നോക്കി നിന്നു.

പതിനെട്ട് ഇരുപതടി ഉയരത്തിലായിരുന്നു കമ്പനിയുടെ മേൽക്കൂര നിന്നിരുന്നത്. ഓട്ടുമേൽക്കൂര. മേൽക്കൂരയിലൂടെ ആകാശനീലിമ തെളിഞ്ഞപ്പോൾ ഭക്തവത്സലം അതു ശ്രദ്ധിച്ചുനോക്കി. മേൽക്കൂരയിൽ അങ്ങിങ്ങായി കുറെ ഓടുകൾ കാണുന്നില്ല. ഓടുകൾ ഇല്ലാത്ത ഭാഗങ്ങളിൽ ആകാശം കണ്ടു. സൂര്യവെളിച്ചം കടന്നുവന്നു മെഷീനുകളുടെ ചില ഭാഗങ്ങളെ മിനുക്കിക്കാണിച്ചു.

ഓടുകൾ അടർന്നുപോയ മേൽക്കൂരയെതന്നെ ഭക്തവത്സലം തറപ്പിച്ചുനോക്കി. കുമാർ അരികിൽ വന്നുനിന്നതുപോലും അയാളറിഞ്ഞില്ല. അയാളുടെ വലതുകയ്യിൽ കുമാർ തൊട്ടു.

"എന്താ ആകാശം നോക്കുന്നത്"

തന്നെ സ്പർശിച്ച കുമാറിന്റെ നനഞ്ഞ കയ്യിൽ നിന്നും ഒരു വൈദ്യുതിപ്രവാഹം തന്റെ ശരീരം ഉൾവാങ്ങിയതായി ഭക്തവത്സലത്തിന് തോന്നി. അവന്റെ നനഞ്ഞ കൈകളിലെ തോൽ വെളുത്തതായി തോന്നി. അവന്റെ കൈത്തണ്ടയിലെ നനുത്ത രോമങ്ങൾ കണ്ടപ്പോൾ അയാൾക്കെന്തോ വെറുപ്പ് തോന്നി.

"ആകാശത്തെന്താ കൗതുകക്കാഴ്ചകൾ"

കുമാർ കളിയാക്കി.

"നിന്നെ കാണാനാണ് ഞാൻ വന്നത്."

ഭക്തവത്സലം ഇതു പറഞ്ഞു തീർന്നതും അകത്തുനിന്നും "വാടാ...." എന്നൊരു കനത്ത ശബ്ദം. ഭക്തവത്സലത്തെ ശ്രദ്ധിക്കാതെ ശബ്ദംകേട്ട ദിക്കിലേക്ക് കുമാർ ഓടി. ഓടുമ്പോൾ വക്കുകൾ പിഞ്ഞി നൂലുകൾ പുറത്തു തൂങ്ങുന്ന അവന്റെ ട്രൗസർ പല പല വർണങ്ങൾ ഒട്ടിപ്പിടിച്ചിരുന്നതായിരുന്നുവെന്നു ഭക്തവത്സലം കണ്ടുപിടിച്ചു. പെട്ടെന്നുള്ള ഓട്ടത്തിൽ അവന്റെ കാൽപ്പാദങ്ങൾ പതിഞ്ഞു പൊന്തിയ പൊടിപടലം അയാൾ നിന്നിടത്തു ചുറ്റിത്തിരിഞ്ഞു.

അഴുക്ക് ചാലിലെ കറുത്തു മിനുങ്ങിയ വെള്ളം പോലെയുള്ള ചായം കലർന്ന മിശ്രിതം ഉള്ള ഒരു ബക്കറ്റുമായി കുമാർ ഭക്തവത്സലത്തിന്റെ സമീപം നിന്നു.

"ഇനിയും മേൽക്കൂരയും ആകാശവും നോക്കി തീർന്നില്ലേ. കഴിഞ്ഞ മാസം അടുത്ത ഡൈയിങ് ഫാക്ടറിയിൽ ഒരു ബോയ്ലർ പൊട്ടിത്തെറിച്ചു. മേൽക്കൂര പൊട്ടിപ്പൊളിഞ്ഞു. ഇതാ ഇതേ പോലെ" കുമാർ മുകളിലേക്ക് കൈചൂണ്ടി.

"ങേ! എന്നിട്ടെന്തായി"

"എന്താവാൻ. ബോയ്ലറിൽ ജോലിചെയ്തവനെ മുകളിലേക്ക് തൂക്കിയെറിഞ്ഞു. അവന്റെ കൈ പറിഞ്ഞുതൂങ്ങി ദേഹത്തോട് ഒട്ടിക്കിടന്നിരുന്നു."

കുമാർ മുഖത്ത് ഒരു ഭാവഭേദവുമില്ലാതെ പറഞ്ഞു. ഭാവഭേദം ഭക്തവത്സലത്തിനായിരുന്നു.

"ങേ! എന്നിട്ട് ആ ആൾ എന്തായി"

"അവൻ ചത്തുകാണും"

"ഇവിടത്തെ ഓടുകൾ...." സംശയത്തോടെ ഭക്തവത്സലം മേൽക്കൂരയിലേക്ക് കൈചൂണ്ടി.

"ഇതും അങ്ങനെ തന്നെ. ബോയ്ലർ അല്ല. ഡ്രയർ പൊട്ടിത്തെറിച്ചെന്നു പറയുന്നു."

ഭക്തവത്സലം കുമാറിന്റെ വലതു കൈ മുറുകെ പിടിച്ചു. ഇപ്പോഴും അവന്റെ കൈ ഈറനായിരുന്നു. "വാടാ...." എന്ന് ആദ്യശബ്ദം കേട്ട ദിക്കിലേക്ക് കുമാർ നോക്കി. എന്തോ ആലോചിച്ചവണ്ണം ബക്കറ്റ് താഴെ വച്ച് അവൻ ഓടിപ്പോയി. അവൻ ഓടിയപ്പോൾ പൊടിപടലം ചുറ്റിത്തി

രിഞ്ഞു. ഓടുന്ന അവന്റെ കാലുകളിൽ പൊടിയും അഴുക്കും നിറഞ്ഞിരുന്നതായി ഭക്തവത്സലം കണ്ടു.

തുള്ളിക്കുതിച്ചുകൊണ്ട് ചായം കലർന്ന വെള്ളം ചെറു ചെറു കനാലുകളിൽ ചെന്നുപതിച്ചുകൊണ്ടിരുന്നു. ചെറിയ പാത്തികളിലൂടെ വെള്ളം കടന്നുപോയും ചിലയിടങ്ങളിൽ തടഞ്ഞുനിന്നുമിരുന്നു. കടുംപച്ചയും നീലയും കറുപ്പും ചുവപ്പും ഒക്കെയായ വർണവെള്ളം. നോട്ടം നീട്ടിയപ്പോൾ പാത്തികളിലൂടെ പാഞ്ഞുപോകുന്ന ഈ അഴുക്ക് ചായവെള്ളം നാലഞ്ചു ഫർലോങ്ങുകൾ ദൂരെ പനമരങ്ങൾ നിന്നിരുന്നിടംവരെ പൊയ്ക്കൊണ്ടിരുന്നു. പ്രകാശകിരണങ്ങൾ വെള്ളത്തിൽ കലർന്ന ചായങ്ങളുടെ യഥാർഥ നിറം വർദ്ധിപ്പിച്ചു കാണിച്ചിരുന്നു. ദൂരെ പനമരങ്ങളെ കണ്ടപ്പോൾ മനുഷ്യരിൽ വിശ്വാസം നഷ്ടപ്പെട്ട ഭൂമി മരങ്ങളെ കാവൽ നിർത്തിയിരിക്കയാണോ എന്നു ഭക്തവത്സലം ചിന്തിച്ചു തുടങ്ങി.

എതിർവശത്തുണ്ടായിരുന്ന പാത്തികൾ ഉണങ്ങിവരണ്ടു കിടന്നിരുന്നു. വെള്ളം ഒഴുകാതിരുന്നതിനാൽ അടർന്നുപോയ രീതിയിലും പൊട്ടിപ്പൊളിഞ്ഞ നിലയിലും പാത്തികളുടെ യഥാർഥരൂപം തെളിഞ്ഞു കണ്ടു. ശരീരം മുഴുവനും വൃത്തികെട്ട പുണ്ണുകളുള്ള മനുഷ്യരെപ്പോലെ അവകൾ തോന്നിച്ചു. അടർന്നുപോയ ചായക്കട്ടിപ്പാളങ്ങൾ കുമാർ ഒരു ചാക്കിൽ നിറച്ചുകൊണ്ടിരുന്നു. ചാക്കു പകുതി നിറഞ്ഞപ്പോൾ അവനത് തോളിൽ ചുമന്നു നടന്നു. അവൻ ധരിച്ചിരുന്ന കീറിയ ബനിയന്റെ തോൾഭാഗം പച്ചനിറത്തിൽ കാണപ്പെട്ടു.

വെവ്വേറെ ഭാഗങ്ങളിൽ നിന്നും തുടങ്ങുന്ന പാത്തികളിൽ ഒഴുകിവരുന്ന ചായവെള്ളത്തേയും എതിർഭാഗത്തെ പാത്തികളിൽ ഉണങ്ങിക്കിടക്കുന്ന ചായക്കട്ടികളേയും ഭക്തവത്സലം മാറിമാറി നോക്കി. ഒരു നല്ല കൃഷിസ്ഥലം അയാൾ മനസിൽ ഗണിച്ചുനോക്കി. ദൂരെയായി കാണപ്പെട്ട മരങ്ങളും അതിനോടൊപ്പം വരിവരിയായി തലനിവർത്തി നിൽക്കുന്ന പനമരങ്ങളും മുൾവേലികളും വിതയ്ക്കാൻ തയ്യാറാക്കി നിർത്തിയ പാടശേഖരങ്ങളും അവയിൽ ജലസേചനം നടത്തുന്ന രീതികളും ഭക്തവത്സലം മനസിൽ ഓർത്തുപോയി.

കുമാർ നടന്നു നീങ്ങിയ ഭാഗത്തു കുറെ ചാക്കുകെട്ടുകൾ നിവർത്തിവച്ചിരുന്നു. തോളിലെ ചാക്ക് അവൻ നിലത്തിറക്കി നിവർന്നു നിന്നു.

"ചേട്ടാ....ഒരരമണിക്കൂർ ജോലികൂടി ബാക്കിയുണ്ട്. അതിനുശേഷം പോകാം. ചേട്ടാ...ഇന്നു നമുക്കൊരു സിനിമ കാണാൻ പോകാം. കാശുണ്ട്."

പെട്ടെന്നോർമ വന്നമട്ടിൽ ഭക്തവത്സലം,

"കുമാർ....ഞാൻ വന്നത് നിന്നെ വിളിച്ചുകൊണ്ടുപോകാനാണ്. ഇതൊക്കെ കണ്ടപ്പോൾ മറന്നുപോയി. നിന്റെ അപ്പൂപ്പന് തീരെ വയ്യാത്രെ! ശ്വാസംമുട്ടലാണ്."

കുമാർ പരവശനായി ഭക്തവത്സലത്തെ നോക്കി. നോട്ടം പിൻവലിച്ച തന്റെ കൈപ്പത്തികളിൽ പറ്റിപ്പിടിച്ചിരുന്ന ചായങ്ങളെ തുടച്ചുമാറ്റു

വാൻ ശ്രമിച്ചുകൊണ്ടിരുന്നു. വലത് ഉള്ളംകയ്യിലെ ചായം ഇടത് കൈവിരൽ നഖങ്ങളാൽ മാന്തിപ്പറിച്ചുകൊണ്ടിരുന്നു. അവന്റെ മ്ലാനമുഖത്തിൽ കടുത്ത ആലോചനകളുടെ നഖക്ഷതങ്ങൾ തെളിഞ്ഞുകണ്ടു. വീണ്ടുമവൻ ഭക്തവത്സലത്തിന്റെ മുഖത്തേക്ക് ഉറ്റുനോക്കി. ആ കണ്ണുകളിൽ നീർ തുളുമ്പി നിന്നിരുന്നു. ഒന്നും ഉരിയാടാതെ ചായം കലക്കുന്ന വലിയ പാത്രങ്ങളുടെ അരികെ അവൻ പോയിനിന്നു. വിവിധ നിറങ്ങളുടെ നടുവിൽ കുമാർ നിൽക്കുന്നതായി ഭക്തവത്സലത്തിന് തോന്നിച്ചു. പല പല നിറങ്ങളിലെ ചായങ്ങൾ ഒരു ഭീമാകാര പാത്രത്തിലാക്കി അതിൽ കുമാർ മുങ്ങിവരുന്നതായി ഭക്തവത്സലം ഓർമിച്ചുനോക്കി. ചായം പുരണ്ട വെള്ളം കുടിച്ചു കുടിച്ച് അവന്റെ രക്തത്തിന്റെ നിറം അവൻ തന്നെ മാറ്റിക്കളഞ്ഞതായി ഭക്തവത്സലം വിചാരിച്ചു തുടങ്ങി. എതിർവശത്തുണ്ടായിരുന്ന രണ്ട് കണ്ണാടി ടംബ്ലറുകളിൽ നിറച്ചുവച്ച ചായങ്ങൾ പെട്ടെന്ന് ചുവപ്പ് രക്തമായി താഴെ ഒഴുകി. മേഘങ്ങളുടെ ഇടിമുഴക്കങ്ങൾപോലെ ബോയലറുകൾ ശബ്ദം പെരുപ്പിച്ചു. കഷണം കഷണമായി പറിച്ചെറിയപ്പെട്ട ശരീരത്തിന്റെ മാംസഭാഗങ്ങൾ ചോരയിൽ കുതിർന്നും ചോര വാർന്നും മേൽക്കൂരകളിൽ ഒട്ടിക്കിടന്നിരുന്നു. പറിഞ്ഞു തെറിച്ച ഒരു ഒറ്റക്കണ്ണ് ഡ്രയറിന്റെ മേൽഭാഗത്ത് പറ്റിപ്പിടിച്ചുകൊണ്ട് ഇമകൾ മാത്രം ചിമ്മിയടച്ചുകൊണ്ടിരുന്നു. തളംകെട്ടിക്കിടന്ന ചൂടുള്ള രക്തത്തിൽ കാലുകൾ നനച്ച് ആരോ ഒരാൾ മന:പൂർവം തറയിൽ കാലടികൾ അമർത്തിച്ചവുട്ടി നീങ്ങിക്കൊണ്ടിരുന്നു.

വികൃതമുഖമുള്ള ഒരാൾ തന്റെ ശിരസ്സിൽ ആണികൾ തറച്ചുകയറ്റുന്നതുപോലെ തോന്നിയപ്പോൾ ഭക്തവത്സലം തല കുടഞ്ഞു.

കുമാറിന്റെ കൈകളിൽ ചായങ്ങൾ ഉണങ്ങാതെ കിടന്നിരുന്നു. പോക്കുവെയിൽ ആ ചായങ്ങളെ അവന്റെ കൈകളിൽ ഇനിയും മിനുക്കിക്കാണിച്ചു.

“പോകാം ചേട്ടാ....അപ്പൂപ്പന് തീരെ വയ്യാതായിരിക്കും. അല്ലെങ്കിൽ ഇങ്ങനെ കിടക്കുന്ന ആളല്ല. പുതിയ ചെസ്സ്ബോർഡ് വാങ്ങാൻ അടുത്താഴ്ച പണം തരാമെന്നു പറഞ്ഞിരുന്നതാണ്.”

വയ്യാതായ അപ്പൂപ്പനേയും മിന്നിത്തിളങ്ങുന്ന പുതിയ ചെസ്സ്ബോർഡിനേയും കുമാർ തന്റെ മനസിൽ ഒന്നിച്ചുചേർത്തു കൂട്ടിവായിച്ചു.

മുപ്പത്തിയെട്ട്

മുടിപിൻ വളവിൽ മൂന്നു ഫർലോങ് ദൂരത്തിൽ പുതിയ പാലം നീണ്ടു നിവർന്നു കിടന്നു.

പാലം അവസാനിക്കുമ്പോൾ വലതുഭാഗത്തായി കുമരൻ വൈൻഷോപ്പ്. രാത്രികളിൽ വൈൻഷോപ്പിന്റെ ബോർഡ് ദീപങ്ങളുടെ പ്രകാശവൃത്തത്തിൽ തെളിഞ്ഞു കാണും. അതേ നിരയിൽ അൽപ്പമകലെ രജിസ്ട്രാർ ഓഫീസ്. രജിസ്ട്രാർ ഓഫീസിന്റെ നേരെതിരിൽ പെട്രോൾബങ്ക്. രജിസ്ട്രാർ ഓഫീസിലെത്തുന്നവർ കാത്തിരിപ്പിന്റെ മുഷി

ച്ചിൽ ഒഴിവാക്കാൻ ഓഫീസ് കെട്ടിടത്തിന്റെ കാണാമറയത്തു പുകയൂതി രസിച്ചു നിൽക്കും. തീയും പുകയും കാറ്റിൽ പടർന്നു പെട്രോൾ ബങ്കിലേക്ക് കടന്ന് ബങ്ക് അഗ്നിഗോളമായി മാറാതിരിക്കുന്നതിൽ പലരിലും ആശ്ചര്യം തുടരുന്നു. പെട്രോൾ ബങ്കിൽ നിന്നും ലഭിക്കുന്ന ദ്രാവകം മോന്താൻ അവിടെ വാഹനങ്ങൾ കാത്തുകിടക്കുന്ന കാഴ്ച സുലഭം.

"ഡ്രൈക്ലീനിങ്" എന്നൊരു കൈചൂണ്ടിപ്പലക തൂങ്ങിയാടിക്കൊണ്ടിരുന്നു. പലക ഏതുഭാഗത്തേക്കാണ് കൈചൂണ്ടുന്നതെന്ന് ആർക്കും മനസിലാകാതെയുമിരുന്നു. വർഷങ്ങളായി അവിടെയുള്ള ഒരേയൊരു ഡ്രൈക്ലീനിങ് കട. ഡ്രൈക്ലീനിങ് ചെയ്യപ്പെട്ടു ചില്ലലമാരയിലെ ഹാംഗറിൽ തൂങ്ങിയാടുന്ന പട്ടുപുടവകളുടെ കാഴ്ച ഇമ്പമുള്ളതായിരുന്നു. കുമിഞ്ഞുകിടക്കുന്ന അഴുക്ക് തുണികൾക്ക് മുകളിലായി ചുമരിൽ ചിരിച്ചുല്ലസിച്ചിരിക്കുന്ന ഒരാണിന്റേയും പെണ്ണിന്റേയും ചിത്രം അൽപ്പം മങ്ങലോടെ കാണപ്പെട്ടു. കൈചൂണ്ടിപ്പലക മറികടന്നുപോയാൽ "ഡ്രൈവിംഗ് സ്കൂൾ" എന്നൊരു ബോർഡ് ആണിതറച്ചുവച്ചിരിക്കുന്നു. വാഹന നിയമങ്ങളുടെ വ്യവസ്ഥകൾ, പോലീസ് ബൊമ്മകളും സ്ത്രീപുരുഷ ബൊമ്മകളായും വരച്ച്, റോഡ് കടന്നുപോകുന്ന ആർക്കും കാണത്തക്കവിധത്തിൽ വച്ചിരുന്നു. തെളിഞ്ഞു കാണാത്ത മനുഷ്യമുഖങ്ങളോടെയുള്ള ഈ ബൊമ്മകൾക്കൊപ്പം നിയമക്കുറിപ്പുകളും എഴുതിവച്ചിരിക്കുന്നു. ഇവകൾക്കിടയിൽ ഒരു ചായക്കടയും. വിവിധ പേരുകളിൽ, വെവ്വേറെ കാലങ്ങളിൽ, ചായക്കട നിരന്തരമായി നിൽക്കുന്നു. ചിലസമയം ചില പേരിനോടൊപ്പം "മെസ്സ്" എന്നു കാണാം. ചിലപ്പോൾ മെസ്സിന് പകരം ഹോട്ടലാകും. അതുമല്ലെങ്കിൽ "ടീഷോപ്പ്" എന്നും കണ്ടിരിക്കും. പക്ഷെ എങ്ങും ചായക്കട ഉണ്ടായിരിക്കും.

മൂന്ന് നിരത്തുകൾ ചേരുന്നിടത്തുനിന്നും അൽപ്പം താഴോട്ടിറങ്ങിയാൽ ഒരു നക്ഷത്രഹോട്ടലും ലോഡ്ജും. നക്ഷത്രഹോട്ടലിന്റെ പേർപലക രാത്രികാലങ്ങളിൽ പ്രകാശവലയത്തിൽ അത്യുഗ്രമായി ജ്വലിച്ചു നിൽക്കും. കണ്ണും മുഖവും കാട്ടി വാടകക്കാരെ ക്ഷണിക്കുന്ന അഭിസാരികയെപ്പോലെ കണ്ണുകൾ ചിമ്മിയും തുറന്നും വിളക്കുകൾ പ്രകാശിച്ചു നിൽക്കും. തീക്ഷ്ണശ്രദ്ധയിൽ പരിശീലനം ലഭിച്ചവരെപ്പോലെ ഹോട്ടൽ കവാടത്തിന് മുന്നിൽ കാവൽക്കാർ ജാഗരൂകരായി നിൽക്കും. ഹോട്ടലിന്റെ അകത്തളങ്ങൾ രാത്രികളിൽ ആരവങ്ങളുടേയും ആർത്തുല്ലസിക്കുന്ന ചിരികളുടേയും വാദ്യതാളങ്ങളുടേയും തിമിർപ്പിൽ പുതിയൊരു ഭാവം സൃഷ്ടിച്ചു നിൽക്കും.

നക്ഷത്ര ഹോട്ടലിനടുത്തായുള്ള നാലഞ്ചു കെട്ടിടങ്ങൾ കടന്നാൽ ഇൻഡസ്ട്രിയൽ എസ്റ്റേറ്റ് എന്ന തൊഴിൽപ്പേട്ട ആരംഭിക്കുകയായി. തൊഴിൽപ്പേട്ടയിൽ അമ്പതിലും കുറയാത്ത തൊഴിൽശാലകൾ. നിരന്തരമെന്നോണം ഇവിടെയെത്തുന്ന വാഹനങ്ങൾ തുപ്പിവിടുന്ന കരിയും പുകയും ഏറ്റുവാങ്ങി പേട്ടയുടെ വലിയ കവാടവും കവാടത്തിൽ കാവൽ നിൽക്കുന്നവരും അൽപ്പം കറുത്തുപോയോ? സംശയം. മത്സരക്കാരെ

പ്പോലെ നക്ഷത്ര ഹോട്ടലിന്റെ പാർശ്വങ്ങളിലായി ചെറിയ ചെറിയ ചായക്കടകളും ബേക്കറികളും ഹോട്ടലുകളും.

പാലത്തിന് താഴെയായി റെയിൽപ്പാത. സമീപത്തുള്ള റെയിൽവേ ഷെഡ് കരിയും പുകയുമേറ്റ് അഴുക്കായി കിടക്കും- കുളിച്ചു മാറാത്ത ചില ലോറി ജീവനക്കാരെപ്പോലെ-റെയിൽവേ ഷെഡിൽ അങ്ങുമിങ്ങും പണിയായുധങ്ങളുമായി അലയുന്ന തൊഴിലാളികളെ കണ്ടാൽ അന്യഗ്രഹങ്ങളിൽ നിന്നും എത്തിപ്പെട്ടവരാണോയെന്ന് തോന്നിക്കും. കാലുറയും ഷർട്ടും ഒന്നിച്ചുചേർത്തുവച്ചു തുന്നിയ യൂണിഫോം എപ്പോഴും കറുത്തിരുണ്ടിരിക്കും.

പാലത്തിന്റെ വലതുഭാഗത്തുനിന്നും നോക്കിയാൽ റെയിൽവേ സ്റ്റേഷൻ പൂർണമായും കാണാം. റെയിൽവേസ്റ്റേഷൻ പരിസരങ്ങൾ കാരമുള്ളുകൾ പടർന്നുകയറിയ മുൾപ്പടർപ്പുകളായിരിക്കും. ആളുയരത്തിൽ വളരുന്ന മുൾച്ചെടികൾ. മുൾപ്പടർപ്പുകളിലെ ഒഴിഞ്ഞസ്ഥലങ്ങളിൽ അവിടവിടെയായി ചെറിയ ചെറിയ വീടുകളും കുടിലുകളും കാണാം. വില കുറഞ്ഞ അഴുക്ക് വസ്ത്രങ്ങൾ ധരിച്ച സ്ത്രീകളും പുരുഷന്മാരും കുട്ടികളും ആ വീടുകളിൽ നിന്നും ഇടയ്ക്കിടെ പുറത്തുവന്നുകൊണ്ടിരിക്കും. പാലത്തിന്റെ ഇറക്കത്തിൽ പലയിടങ്ങളിലായി ക്രമമല്ലാത്ത രീതിയിൽ കോൺക്രീറ്റ് കെട്ടിടങ്ങളുമുണ്ട്. പല വർഷങ്ങളായി പൂട്ടപ്പെട്ടു കാടും പടലവും പിടിച്ചുകിടക്കുന്ന ടൗൺഹാൾ കെട്ടിടവും കാണാം. പാലം ഇറങ്ങിക്കഴിയുമ്പോൾ വലതുഭാഗത്തായി കുമരൻ സ്മാരകമണ്ഡപം. അൽപ്പമകലെയായി ത്യാഗികുമരൻ ബ്രിട്ടീഷ് പോലീസിന്റെ മർദ്ദനമേറ്റു മരിച്ചുവീണ ഇടത്തിൽ സ്ഥാപിച്ച സ്മാരകത്തൂണും കാണാം. നേർ എതിരിൽ പോലീസ്സ്റ്റേഷൻ.

പാലത്തിന്റെ ഇടതുഭാഗത്തായി പ്രധാനറോഡും കുറുക്കുവഴികളും ചേരുന്ന സ്ഥലം നിത്യ അപകടനിലമായി മാറിക്കഴിഞ്ഞിരുന്നു. കുത്തനെയുള്ള ഇറക്കവും കുറുക്കുവഴികളും വിപത്തുകൾക്ക് കാരണമാകുന്നു. ഇരുചക്രവാഹനങ്ങളിൽ വരുന്നവർക്ക് ഈ സ്ഥലം ഒരു മരണക്കിണറാണ്. വാഹനങ്ങൾ പരസ്പരം കാണാൻ പറ്റാത്ത രീതിയിലുള്ള വളവ് പ്രധാന അപകടകാരിയാണ്. തൊഴിൽരഹിതർക്കും പെൻഷൻകാർക്കും അലസന്മാർക്കും ഇരുന്നു സൊറപറയാൻ അക്കൂട്ടർ തന്നെ സ്വയം ഉണ്ടാക്കിയ ഇരിപ്പിടങ്ങളും അവിടെ കാണാം. ഇവർതന്നെയായിരിക്കും രക്തവെള്ളത്തിൽ പിടഞ്ഞ അപകടങ്ങളിൽ ചീറ്റിത്തെറിക്കുന്ന ചോരത്തുള്ളികൾ ഇരുന്നു സൊറപറയുന്ന ഇക്കൂട്ടരുടെ ശരീരങ്ങളിൽ പടർന്നു കയറി രക്താഭിഷേകവും നടക്കുക പതിവാണ്. ചീറിപ്പായുന്ന ഇരുചക്രവാഹനങ്ങളിൽ അഭ്യാസം കാണിക്കുന്നവരുടെ ഓർമയ്ക്കായി തകർന്ന കൈവരികൾ, പൊട്ടിപ്പൊളിഞ്ഞ തിട്ടകൾ, വളഞ്ഞുകൂനിനിൽക്കുന്ന വിളക്ക് മരങ്ങൾ, അരയും മുക്കാലും തകർന്ന തൂണുകൾ ഇവകളും കാണാം. പാലത്തിന്റെ കൈവരികൾ തകർത്തു താഴേയ്ക്ക് കുതിച്ചെത്തി തകർന്നു തരിപ്പണമായി കിടക്കുന്ന വാഹനങ്ങൾ, റോഡിൽ അവിടവിടെയായി

ചിതറിയും ഉറഞ്ഞും കിടക്കുന്ന ചോരപ്പാടുകൾ, അപകടത്തിൽപ്പെട്ട ആൾ വീണുകിടന്ന ഇടത്തിൽ പോലീസിന്റെ ചോക്ക് കൊണ്ടുള്ള അടയാളങ്ങൾ എല്ലാം തന്നെ പാലത്തിന്റെ ഇടതുഭാഗത്തെ കാഴ്ചകളാണ്.

ഇവകളൊക്കെ കണ്ടിട്ടും കാണാത്തമാതിരിയും, അനുഗ്രഹങ്ങൾ നൽകിയും നൽകാതെയും, ഒന്നുമൊന്നും അറിയാത്തവണ്ണം ഇരുപ്പുറപ്പിച്ച പിള്ളയാർശിലയും അവിടെയുണ്ട്. അത്യാഹിതങ്ങൾക്കും അപകടമരണങ്ങൾക്കും നിരന്തരസാക്ഷിയായി ശ്രീകോവിലിൽ കണ്ണുകളടച്ചു ഗണപതിയിരിക്കുന്നു. കോവിലിന് മുകളിലായി ഒരു ഭാഗത്തു മഹാലക്ഷ്മിപീഠം എന്നൊരു ബോർഡും കാണാം. പല ഭാഷകൾ ആലേഖനം ചെയ്തമട്ടിലാണ് ബോർഡിന്റെ നിൽപ്പ്. അതിന് സമീപമുള്ള ചായക്കട ഗജമുഖ ഭക്തന്മാർക്കും മഹാലക്ഷ്മിപീഠം വായനക്കാർക്കും മരണാനന്തര അഞ്ജലികൾ നടത്താനെത്തുന്നവർക്കും ദാഹശാന്തിയേന്തി നിലകൊള്ളുന്നു.

രാത്രികളിൽ വൈദ്യുതി ദീപ പ്രഭയിൽ പാലം മിനുങ്ങി നിൽക്കും. കുമരൻ വൈൻഷോപ്പ് ഈ സമയങ്ങളിൽ വിലസി വിലസി നിൽക്കും. വൈകുന്നേരം മുതൽ പാതിരാത്രി വരെ "നല്ല പൗരന്മാരെ" എതിരേൽക്കുകയും യാത്രയാക്കുകയും ചെയ്തുകൊണ്ട് ആ സ്ഥാപനം ചുറുചുറുക്കോടെ പ്രവർത്തിക്കും. പ്രായവ്യത്യാസമില്ലാതെ, ജാതിമതവർഗവ്യത്യാസമില്ലാതെ, വൃത്തിയുള്ളവനേയും വൃത്തിയില്ലാത്തവനേയും വേർതിരിക്കാതെ, പാമര പണ്ഡിതഭേദമെന്യേ നാനാത്വത്തിൽ ഏകത്വം എന്ന ഐക്യബോധത്തിന്റെ വിളക്കുമരമായി വൈൻഷോപ്പ് മിനുത്തു നിൽക്കും. നിത്യ സന്ദർശകരായെത്തി ഇരുത്തം വന്നവർ പക്വതയോടും പാകതയോടും ആവശ്യം കഴിഞ്ഞെഴുന്നേറ്റ് പോകും. കിട്ടിയാൽ കൊള്ളാമെന്ന ആഗ്രഹം മനസിൽ ഉണ്ടെങ്കിലും നിർബന്ധത്തിന് മാത്രം വഴങ്ങിയതാണെന്ന ഭാവം കാണിച്ചു, കീഴ്ജോലിക്കാരുടെ സൗജന്യത്തിനായെത്തുന്ന മേലുദ്യോഗസ്ഥർ കള്ളഗൗരവവും നടിച്ചു മസിലു പിടിച്ചു കൂടെ വന്നവരുടെ സന്തോഷവും സ്വാതന്ത്ര്യവും തടസപ്പെടുത്തി കഴിച്ചിറങ്ങിപ്പോകുന്ന കാഴ്ചകളും ഉണ്ട്. ചില ചെറുപ്പക്കാരുടെ ആഹ്ലാദത്തിമിർപ്പും ഒച്ചവെപ്പും ബഹളവും കണ്ടാൽ അവർ ഈ ഫീൽഡിൽ പുതിയവരാണെന്നു മനസിലാക്കാം. തീരാത്ത പകയും വിരോധവും മനസിൽവച്ചു രണ്ടെണ്ണം വീശിയിട്ടു നാലെണ്ണം പറയണമെന്നു കച്ചകെട്ടി വരുന്നവർ, പകയാളിയുടെ നാവിൽ നിന്നും വരുന്നതെന്താണെന്നും, അതിന് മറുപടിയായി തീക്കല്ലുകൾ എറിയണമെന്നും കാത്തിരിക്കും. സൗമ്യതയിലും സൗഹാർദ്ദത്തിലും ആരംഭിച്ചു പടിപടിയായി ഉയർന്നു വിവാദങ്ങളും തർക്കങ്ങളുമായി "നിന്നെപ്പിന്നെ കണ്ടോളാം" എന്ന വെല്ലുവിളിയുമായി തിരിച്ചുപോകുന്നവരും ഉണ്ട്. കയ്യിലുള്ള അവസാനത്തെ ചില്ലിക്കും ചരക്ക് വാങ്ങിചേർത്തു കുടിക്കാൻ മിശ്രിതത്തിനും കഴിക്കാൻ മറ്റുള്ളവരുടെ മിച്ചത്തിനും കാത്തു കൈനീട്ടി നിൽക്കുന്നവർ പതിവു

കാഴ്ചകളാകുന്നു. കയ്യിലെ കാശ് തീർന്നിട്ടും, ഇനിയും വാങ്ങി കഴിക്കണമെന്ന ചിന്ത തലയ്ക്ക് പിടിച്ചു, മാന്യവേഷധാരികളാണെങ്കിലും പത്തുരൂപാ മുതൽ രണ്ടു രൂപാവരെ യാചനം നടത്തുന്ന അപൂർവം ചിലരുമുണ്ട്. ശനിയാഴ്ചകൾ ഉത്സവദിനങ്ങളായിരിക്കും. വീര്യമുള്ള ചരക്ക്, വീര്യമില്ലാത്ത ചരക്ക്, മൃദുചരക്ക്, മുന്തിയ ചരക്ക്, ഗന്ധമില്ലാചരക്ക് എന്നീ മദ്യപാനീയങ്ങൾക്ക് ചേരുവകളായി പൊരിച്ച മീൻ, രക്തപ്പൊരിയൽ, ആടുമാടുകളുടെ തലച്ചോറ്, കുടൽക്കറി, മുളകുപൊടിയും സവാളയും, കിഴങ്ങ്, മുട്ട, കടല, സോഡ, ശീതളപാനീയങ്ങൾ എന്നിവകളും പറപറക്കും. മഞ്ഞക്കരുവിന്റെ മിച്ചം ഒട്ടിക്കിടക്കുന്ന മുട്ടത്തോടുകൾ. സ്ഥലകാലബോധമില്ലാതെ അതുവഴി കടന്നുപോകുന്നവർ മുട്ടത്തോടുകൾ ചവുട്ടി മെതിക്കുമ്പോൾ ഉണ്ടാകാവുന്ന അളിഞ്ഞ നാറ്റം. ഇത്രയൊക്കെയായാലും നമ്മളെല്ലാം ഒന്നാണ് എന്ന ഐക്യബോധത്തിൽ അടിയുറച്ചുവിശ്വസിച്ചു വരുന്നവരോടൊത്തു ഗാംഭീര്യമായി വൈൻഷോപ്പ് നിലകൊള്ളും.

വേലുസ്വാമിയുടെ ജ്യേഷ്ഠന്റെ മകൻ ഇതേയിടത്തിൽ മരണമടഞ്ഞിരുന്നു. ഒരു അപകടമരണം. ബൈക്കിന്റെ ഉച്ചപടവേഗതയിൽ പറന്നുകൊണ്ടിരുന്ന അവൻ വളവ് തിരിഞ്ഞുവന്ന ലോറിയുടെ കനത്ത ടയറുകൾക്കടിയിലായി.

അന്നു വേലുസ്വാമി മൂക്കറ്റം കുടിച്ചു. ഇതേ കുമരൻ വൈൻഷോപ്പിൽ നിന്നും. സന്തോഷത്തിലും സന്താപത്തിലും ഉറ്റതുണയായ വൈൻഷോപ്പ് ശരീരമാസകലം വ്യണങ്ങൾ കൊത്തിപ്പറിക്കുമ്പോൾ വേലുസ്വാമി കുമരൻ വൈൻഷോപ്പിനെ ഓർമിക്കും. ഈ പുണ്ണുകളാണ് വേലുസ്വാമിയെ കുമരൻ വൈൻഷോപ്പിന്റെ നിത്യസന്ദർശകനാക്കി മാറ്റിയത്. ശരീരത്തിൽനിന്നും പുണ്ണുകൾ വിട്ടുമാറാത്ത കാലത്തോളം വേലുസ്വാമിക്ക് കുമരൻ വൈൻഷോപ്പുമായി നിരന്തര സമ്പർക്കം ഉണ്ടായിരിക്കും.

പതിനേഴാം തവണയും പാലത്തിന്റെ ഗ്ലോബ് വിളക്കുകൾ മാറ്റപ്പെട്ടു.

വേലുസ്വാമി ഫുൾകൈചന്ദനകളർ ഷർട്ട് ധരിച്ചിരുന്നു. മനസിൽ സന്തോഷം നുരകുത്തുമ്പോഴൊക്കെയും വേലുസ്വാമി ചന്ദനകളർഷർട്ടിടും. വൈൻഷോപ്പിൽ എത്തുന്നതുതന്നെ സന്തോഷമുള്ള കാര്യം. ഇന്നും ചന്ദന കളർഷർട്ട് തന്നെ. പുണ്ണുകൾ ഇന്ന് അധികവേദന നൽകുന്നു. എന്നാലും സാരമില്ല. വൈൻഷോപ്പിൽ എത്തിയല്ലോ.

വേദനയുള്ള ഭാഗത്തു വിരൽവച്ചമർത്തിയാൽ ചോരയും ചലവും ചീറ്റുമെന്നയാൾക്കറിയാം. അതുകൊണ്ടയാൾ വിരൽവച്ചമർത്തിയില്ല.

ഈ ആളെക്കൊല്ലി വളവിൽ ചീറിപ്പാഞ്ഞെത്തുന്ന ഏതെങ്കിലും കനത്ത വാഹനത്തിനടിയിൽ തന്റെ ശരീരം വീശിയെറിഞ്ഞാലോ? അയാൾ ദു:ഖിതനായി. സ്നേഹിച്ചു ലാളിച്ച സ്വന്തംശരീരത്തെ ഇപ്പോൾ കഠിനമായി വെറുക്കുന്നു.

അമിതമായി മദ്യപിച്ചാൽ തന്നെ ദേഹത്തെ, മദ്യം സ്വയം ഉരുട്ടി

ത്തള്ളി തരുമോ, ഓർമയില്ലായ്മയിൽ, ബോധമില്ലായ്മയിൽ തന്റെ നാറുന്ന ശരീരം മദ്യം തള്ളിയുരുട്ടി ഏതെങ്കിലും കനത്ത വാഹനത്തിന്റെ ടയറുകൾക്കുള്ളിൽ എത്തിച്ചുതരുമോ?

മുപ്പത്തിയൊൻപത്

അരവ് മെഷീനുകളിൽ നിന്നും ചിലമ്പിച്ച ശബ്ദം കേട്ടുകൊണ്ടിരുന്നു. പഞ്ഞിക്കഷണങ്ങൾ മഞ്ഞുതുള്ളികൾപോലെ പാറിനടന്നു. ചെട്ടിയാർ കിടന്നിരുന്നതിന്റെ എതിർഭാഗത്തായുള്ള മതിലിന്റെ വിള്ളലിൽ ഒരു ചെടി ആളുയരത്തിൽ വളർന്നു പച്ചപിടിച്ചു നിന്നിരുന്നു. മതിലിൽ അവിടവിടെയായി ഉണ്ടായിരുന്ന വിള്ളലിൽ കൂടി പ്രകാശകിരണങ്ങൾ ഒലിച്ചിറങ്ങി.

ചെട്ടിയാർ വായ പിളർന്നമട്ടിൽ കിടന്നിരുന്നു. അയാളുടെ മുഖത്തെ ശ്മശ്രുക്കൾ അമർന്നുപറ്റിപ്പിടിച്ചിരുന്നു. കറുപ്പും അധികവെളുപ്പുമായി അൽപ്പം വൈകൃതം തോന്നിയിരുന്നു. കാലുകൾ ചലിപ്പിച്ചപ്പോൾ അയാൾ പുതച്ചിരുന്ന പുതിയ പുതപ്പ് മുഴുവനായും ശരീരത്തിൽ നിന്നും വിലകി.

"അലക്കുന്നവൾ വന്ന് അഴുക്ക്തുണികൾ കൊണ്ടുപോയല്ലോ... അല്ലേ"

"ങ്ഹാ....കൊണ്ടുപോയി"

ചായ ആറ്റിക്കൊണ്ട് പയ്യൻ പറഞ്ഞു.

"ബിരിയാണി വാങ്ങിക്കൊണ്ടുവാ എന്നും പറഞ്ഞു എന്നെ ശല്യപ്പെടുത്തുകയാണ്."

"അതൊന്നും വാങ്ങിക്കൊടുത്തുപോകരുത്. ഇപ്പോൾ തന്നെ കണ്ടില്ലേ വയറ്റിൽ നിന്നും വെള്ളംപോലെയാണ് പോകുന്നത്. ബെഡ്ഷീറ്റും തുണിയുമൊക്കെ നാറിക്കിടക്കുന്നു. അവളത് അലക്കുമോയെന്നു തന്നെ സംശയം. കണ്ടില്ലേ തീണ്ടാരിത്തുണിപോലെ വടി കൊണ്ട് തോണ്ടിയെടുത്താണവൾ കൊണ്ടുപോകുന്നത്. അരക്കുപ്പി മണ്ണെണ്ണയൊഴിച്ചു കത്തിക്കുമെന്നാണവൾ അന്നു പറഞ്ഞത്."

"ങ്ഹാ....കത്തിക്കട്ടെ. അപ്പോഴെങ്കിലും നാല് പുതിയ തുണി വാങ്ങുമല്ലോ. എന്തിനിങ്ങനെ പിശുക്ക്."

ചെട്ടിയാരുടെ കണ്ണുകൾ അടഞ്ഞുകിടന്നു. ഇമകൾ ചുരുങ്ങിയ മട്ടിൽ കാണപ്പെട്ടു. ചുണ്ടുകൾ വരണ്ടുണങ്ങിയിരുന്നു. കാതുകൾ എഴുന്നുനിന്നു. വലതു കൈ ഉയർത്തി നോക്കിയെങ്കിലും കുഴഞ്ഞു വീണു. വയറ്റിൽ മേൽ വീണ കൈ "ടപ്" എന്നൊരു ശബ്ദമുണ്ടാക്കി. വളർന്നു കൂർത്ത നഖങ്ങളിൽ അഴുക്ക് പുരണ്ടിരുന്നു. കാലുകൾ ഉണങ്ങിയ വിറകിൽ കൊള്ളികൾ പോലെ കാണപ്പെട്ടു. കൈകൾ വീണ്ടും വീണ്ടും ഉയർത്താൻ ശ്രമിച്ചുകൊണ്ടിരുന്നു കഴിയുന്നില്ല.

"ആ മെഷീൻ ഒന്നു നിർത്തെടാ....എന്തൊരു ശബ്ദം"

ഒരു കനത്ത ശബ്ദം

മെഷീൻ നിറുത്തപ്പെട്ടില്ല.

കിളിവാതിലിലൂടെ ഒരു ശിരസ്സ് പുറത്തുവന്നു. അവന്റെ ചുണ്ടിൽ നിന്നും മൂക്കിൽ നിന്നും പഞ്ഞിക്കഷണങ്ങൾ പാറിത്തെറിച്ചു. അവന്റെ മുഖത്തും തലമുടിയിലും പഞ്ഞിക്കഷണങ്ങൾ ഒട്ടിപ്പിടിച്ചിരുന്നു. കിളി വാതിലിലൂടെ ഒരു പെൺശിരസ്സ് പ്രത്യക്ഷപ്പെട്ടു. അവളുടെ മുഖത്തും തലയിൽ ചുറ്റിവെച്ച തുണിയിലും സാകൂതം നോക്കി തല ഉള്ളിലേക്ക് വലിച്ചു.

മുൻഭാഗത്തെ വൈൻഡിംഗ് മെഷീനുകളിൽ നിന്നും ഉച്ചത്തിലുള്ള ഒരു വല്ലാത്ത ശബ്ദം. പെട്ടെന്നു കുറെ തകരപ്പാട്ടകൾ തറയിൽ വീണു ചിതറി. അവകൾ വീണിടത്തുനിന്നും ഉരുണ്ടോടി വീണ്ടും വീണ്ടും ശബ്ദം പെരുപ്പിച്ചു. പെട്ടെന്നു മെഷീനുകൾ നിലച്ചു.

വൈൻഡിംഗ് മെഷീനുകൾ നിന്നയുടനെ അവിടെ നിന്നും ഒരു സ്ത്രീ തലയും മുഖവും തുടച്ച ശേഷം ഇറങ്ങിവന്നു. അവൾ ചേലത്ത ലപ്പ് വായിൽ കടിച്ചു പിടിച്ചിരുന്നു. കടും പച്ച പുടവയിൽ അവളുടെ ചുളിവുകൾ വീണമുഖം വിളറിയിരുന്നതായി തോന്നി. ചേലത്തലപ്പുകൾ പിടിച്ച വലതുകൈ മെല്ലെ നടുങ്ങിക്കൊണ്ടിരുന്നു.

അവൾ ചെട്ടിയാരെ സൂക്ഷിച്ചുനോക്കി. ഇതൊന്നും ചെട്ടിയാർ അറി യുന്നില്ല. അവളുടെ ചുളുങ്ങിയ മുഖത്തു വിതുമ്പലുകളുടെ നേർത്ത ചലനം.

“അയ്യാ....അയ്യാ......ഇങ്ങനെയായല്ലോ....ഇങ്ങനെ ആക്കിയല്ലോ.... അയ്യാ”

അവൾ ഇതും പറഞ്ഞു പൊട്ടിപ്പൊട്ടിക്കരഞ്ഞുകൊണ്ടിരുന്നു. രണ്ട് സ്ത്രീകൾ പുറത്തുവന്നു കരയുന്നവളെ തറപ്പിച്ചു നോക്കി. രണ്ടുപേരും മുഖത്തോടു മുഖം നോക്കി കരയുന്നവളെ വീണ്ടും നോക്കി.

വൈൻഡിംഗ് മെഷീനുകൾ വീണ്ടും പ്രവർത്തിക്കുവാൻ തുടങ്ങി.

ആ സ്ത്രീ തിണ്ണയിൽ വന്നു നിന്നു ചേലത്തലപ്പുകൊണ്ടു കണ്ണു കൾ തുടച്ചു. ചെട്ടിയാർ കിടന്ന ഭാഗത്തെ പഞ്ഞിക്കഷണങ്ങളും പൊടിപ ടലങ്ങളും അവൾ തുടച്ചു മാറ്റി. ചെട്ടിയാരുടെ തുപ്പൽപ്പാട്ട പുറത്തുകൊ ണ്ടുപോയി വൃത്തിയാക്കി പഴയപടിവെച്ചു. പുതപ്പെടുത്തു നന്നായി കുടഞ്ഞു അയാളെ പുതപ്പിച്ചു. ഇതൊന്നുമറിയാതെ ചെട്ടിയാർ നിശ്ച ലനായി കിടന്നു. അവൾ അയാൾക്കരികിലായിരുന്നു.

ചെട്ടിയാരുടെ ശരീരം മെല്ലെ ഉയർന്നു പൊങ്ങി വീണ്ടും പഴയപടി യായി. അവൾ തിടുക്കത്തോടെയെഴുന്നേറ്റ് “അയ്യാ....അയ്യാ....”എന്നു പതർച്ചയോടെ വിളിച്ചു. ചെട്ടിയാരുടെ നെഞ്ചിന് മുകളിലായി തൂങ്ങിയാ ടുന്ന കയറിന്റെ അഗ്രം അയാൾക്കെഴുന്നേൽക്കാൻ പാകത്തിലെന്നവണ്ണം അവൾ പിടിച്ചു.

ചെട്ടിയാർ അപ്പോഴും മയക്കത്തിൽ തന്നെ.

“ആ മെഷീനൊക്കെ ഒന്നു നിർത്തെടാ.”

കനത്ത ശബ്ദം പുറപ്പെടുവിച്ചുകൊണ്ടു തന്നെയിരുന്നു.

നാൽപ്പത്

വഹിക്കാവുന്നതിലുമധികം ഭാരം ചുമക്കുന്ന ലോറി കുത്തനെയുള്ള പാലം കടക്കുന്ന ആയാസത്തോടെയെന്നപോലെ സ്വാമിയപ്പന്റെ പഴയ സ്കൂട്ടർ തന്നെ പതിവുള്ള ഉറുമ്മൽ ശബ്ദത്തോടെ നീങ്ങിക്കൊണ്ടിരുന്നു. കുണ്ടും കുഴിയും താണ്ടുമ്പോൾ ശബ്ദതാളങ്ങൾക്ക് വ്യത്യാസവും വരുന്നുണ്ട്. സ്കൂട്ടറിന്റെ പിൻസീറ്റിലിരുന്ന ആൾ പൊടിപടലത്തിൽ നിന്നും രക്ഷപ്പെടാനെന്നവണ്ണം കയ്യിലെ ചെറിയ ബനിയൻ പായക്കറ്റുകൾ മൂക്കിനരികിൽ ചേർത്തു പിടിച്ചു. റോഡിന്റെ വലതു ഭാഗത്തായി നിരനിരയായും അവിടവിടെയായും മലം ഉണങ്ങിയും ഉണങ്ങാതെയും പല നിറങ്ങളിൽ ചിതറി കിടന്നു. ആ ദുർഗന്ധം ശ്വസിച്ചപോലെ അസഹ്യതയോടെ സ്കൂട്ടറും താറുമാറായി ഓടി. മുൻസിപ്പൽ ലോറികൾ ഇറക്കിവെച്ചുപോയ ചപ്പുചവറുകൾ കൂമ്പാരമായി കിടന്നു. അവകൾക്കിടയിൽ നിന്നും ചെറിയ ചെറിയ കടലാസുകളും ഇലകളും പറന്നു കളിച്ചിരുന്നു. അൽപ്പമകലെയായി നാലഞ്ചു കുപ്പലോറികൾ നിരനിരയായി നിന്നിരുന്നു. അതിനടുത്തായി ചപ്പുചവറുകൾ കത്തുന്നതിന്റെ പുകപടലം കാറ്റിൽ ദുർഗന്ധത്തോടെ പടർന്നുകൊണ്ടിരുന്നു. ദുർഗന്ധം അസഹ്യമെന്നവണ്ണം സ്കൂട്ടർ പറപറപ്പിച്ചുകൊണ്ട് സ്വാമിയപ്പൻ പിൻസീറ്റുകാരനോട് പറഞ്ഞു. “സോറി...സോറി”മുഖം ചുളിച്ചെങ്കിലും “ഓകേ.... ഓകേ....ഇറ്റ്സ് കോമൺഹിയർ” എന്ന് ആ വെളുത്ത മേനിക്കാരൻ മറുപടി പറഞ്ഞു.

അറുപതടി റോഡിലെത്തിയപ്പോൾ ഒരു ചെറിയ ആൾക്കൂട്ടം. സ്വാമിയപ്പന് അതൊരു പതിവ് കാഴ്ചയായിരുന്നുവെങ്കിലും പിൻസീറ്റുകാരൻ ആൾക്കൂട്ടത്തെ സാകൂതം നോക്കി. രാവിലെ ഈ സമയങ്ങളിൽ കെട്ടിട നിർമാണത്തൊഴിലാളികൾ ഇങ്ങനെ കൂട്ടംകൂടി നിൽക്കുക പതിവാണ്. സ്ത്രീകളും പുരുഷന്മാരും തിങ്ങിനിറഞ്ഞു നിൽക്കുന്ന ഇത്തരം കൂട്ടങ്ങളിൽ ആരെങ്കിലും ഒരാൾ മൈക്കും കയ്യിലേന്തി അവരോട് സംസാരിച്ചുകൊണ്ടിരിക്കും. പക്ഷെ ഇന്നങ്ങനെ ആയിരുന്നില്ലായെന്നത് സ്വാമിയപ്പന് വിസ്മയമായി. ചെറുചെറു കൂട്ടങ്ങൾ ചേർന്ന് ഒരു യോഗത്തിന്റെ പ്രതീതി. “വികസനമെന്നപേരിൽ നാടിനെ വിദേശരാജ്യങ്ങൾക്ക് വിൽക്കാതെ”.....“ഞങ്ങൾക്കാവശ്യം കുടിവെള്ളം....ചായം പുരണ്ട വെള്ളമല്ലാ....”എന്നീ ബാനറുകൾ ഒരിടത്ത് ഒരുമിച്ചു കാണപ്പെട്ടു.

അൽപ്പസമയത്തിനുള്ളിൽ ആൾക്കൂട്ടം ബാനറുകളേന്തിയ ഒരു ജാഥയായി മാറിക്കഴിഞ്ഞിരുന്നു. സ്വാമിയപ്പൻ അൽപ്പനേരം സ്കൂട്ടർ നിർത്തി. ദൂരെയായി ഭക്തവത്സലം നടന്നുവന്നുകൊണ്ടിരുന്നു. സ്വാമിയപ്പൻ അയാളെ നോക്കി കയ്യുയർത്തി കാണിച്ചു സ്കൂട്ടർ ഓടിച്ചുപോയി.

നടന്നുനീങ്ങുന്ന ജാഥയെനോക്കി ഭക്തവത്സലം നിന്നു.

“ഞങ്ങളുടെ ഭൂമി ഞങ്ങൾക്ക്.....പറിച്ചെടുക്കാൻ നോക്കേണ്ട”

“ജീവൻ വെടിഞ്ഞും ഭൂമി ഞങ്ങൾ രക്ഷിക്കും”

"ശ്വാസം മാത്രം ഞങ്ങൾക്ക്....ആഡംബരങ്ങൾ നിങ്ങൾക്ക്"

സൗണ്ടിയമ്മൻ കോവിൽവരെ ജാഥയിൽ തലകൾ തെളിഞ്ഞു.

ഭക്തവത്സലം ഒരു ടെലിഫോൺ കമ്പത്തിൽ ചാഞ്ഞു നിന്നു. അടുത്തൊരു കമ്പത്തിൽ കെട്ടിനിർത്തിയിരുന്ന എരുമ ജാഥയുടെ ബഹളങ്ങളിൽ അമറാൻ തുടങ്ങി. എരുമ കഴുത്തിലെ കയർ അങ്ങുമിങ്ങും വലിച്ചുമുറുക്കിക്കൊണ്ടിരുന്നു.

ഒരു പെണ്ണ് വന്ന് എരുമയുടെ കയർ തളർത്തി പിടിച്ചു. എരുമയുടെ കണ്ണുകൾ ഭീതിദമായിരുന്നു.

"ജാഥയിൽ പങ്കെടുക്കണോ"

പിറകിൽ നിന്നും ഒരു ശബ്ദം കേട്ട് ഭക്തവത്സലം നിവർന്നു നിന്നു. സിഗരറ്റ് പുക ഒരു പ്രത്യേക രീതിയിൽ ഊതിപ്പറപ്പിച്ചുകൊണ്ട് ഉയരം കുറഞ്ഞ ഒരാൾ നിന്നിരുന്നു. അയാളുടെ കണ്ണുകൾ ചുവന്നിരുന്നു. വിരിഞ്ഞ പൂക്കൾ ഡിസൈൻചെയ്ത അയാളുടെ ഷർട്ട് ഭക്തവത്സലത്തിൽ കൗതുകമുണർത്തി.

"ജാഥയിൽ കൂടിക്കോ"

വലതുഭാഗത്തായി ഒരാൾ വന്നുനിന്നു പറഞ്ഞു.

ഉയരമുള്ള അയാളുടെ വായിൽനിന്നും സിഗരറ്റ്പുകച്ചുരുളുകൾ വമിച്ചുകൊണ്ടിരുന്നു.

"ജാഥയോ"

ഭക്തവത്സലം ചോദിച്ചു.

"അതെ. ജാഥയല്ലെ പൊയ്ക്കൊണ്ടിരിക്കുന്നത്"

"എനിക്ക് സംബന്ധമില്ല"

"സാരമില്ല....സംബന്ധം...ഉണ്ടാക്കാം"

"അതെന്തിനാ"

"ആഹാരവും പണവും കിട്ടും...ചേർന്നോ"

"നിങ്ങൾ ചേർന്നോളൂ...ഞാനില്ല"

"ഞങ്ങൾ ചേരുന്നുണ്ട്. പക്ഷെ നിന്നേയും കൂട്ടിക്കൊണ്ടേ പോകുന്നുള്ളൂ"

ഉയരമുള്ളവർ പറഞ്ഞതിലെ ധാർഷ്ട്യം ഭക്തവത്സലത്തിന് രസിച്ചില്ല.

"നമുക്കങ്ങോട്ട് മാറി നിൽക്കാം" കുറിയവൻ ബലമായി ഭക്തവത്സലത്തിന്റെ കൈ കുടഞ്ഞു.

"വാടാ" ഉയരമുള്ളവൻ ഭക്തവത്സലത്തെ കഴുത്തിന് പിടിച്ചു തള്ളി നീക്കി ഇടവഴിയിലേക്കാക്കി.

ജാഥ പൊയ്ക്കൊണ്ടിരുന്നു. മുദ്രാവാക്യങ്ങൾ നേർത്തു നേർത്ത് അലിഞ്ഞലിഞ്ഞ് ഇല്ലാതായി. എതിർവീട്ടിൽ നിന്നും തള്ളി പുറത്തേക്ക് വിട്ട കക്കൂസുവെള്ളം ഒരു ശബ്ദത്തോടെ ഓവുചാലിൽ വീണു. മറ്റൊരു സ്ഥലത്തുനിന്ന് ചായംകലർന്ന വെള്ളവും ഒലിച്ചുകൊണ്ടിരുന്നു.

ഇടവഴി ആൾസഞ്ചാരമില്ലാതെ വിജനമായി കിടന്നു.

"സിഗരറ്റ് വലിക്കണോ"

കുറിയവൻ സിഗരറ്റ്പാക്കറ്റ് ഭക്തവത്സലത്തിന് നീട്ടി. അയാൾ അതു നിരസിച്ചു.

ഭക്തവത്സലം സിഗരറ്റ് നിരസിച്ചതും "കോലപ്പനെ അറിയുമോടാ..." എന്നാക്രോശിച്ചുകൊണ്ട് ഉയരമുള്ളവൻ ഭക്തവത്സലത്തിന്റെ ഇടതുകവിളിൽ ആഞ്ഞടിച്ചതും ഒരുമിച്ചായിരുന്നു.

ഭക്തവത്സലം ഇടറിവീഴാനാഞ്ഞു. കണ്ണിൽക്കൂടി പൊന്നീച്ച പറക്കുന്നതുപോലെ തോന്നി. എന്തിനെന്ന് മനസിലാവാതെ പകച്ചുനിന്ന ഭക്തവത്സലത്തിന്റെ നാഭിയിൽ ആഞ്ഞുചവിട്ടിക്കൊണ്ട് കുറിയവൻ അലറി.

"നിനക്ക് ജ്യോതിമണിയെ മാത്രമെ അറിയുകയുള്ളു. അല്ലേടാ"

ഭക്തവത്സലം വേദനയിൽ പുളഞ്ഞു കുനിഞ്ഞിരുന്നുപോയി.

നാൽപ്പത്തിയൊന്ന്

ആ നായയുടെ ശരീരം മുഴുവനും പുണ്ണായിരുന്നു. പുണ്ണുകളിൽ നിന്നും ഊറിവീഴുന്ന ചോരയും നീരും കലർന്ന നായയുടെ കറുപ്പ് നിറം കറുപ്പും ചുവപ്പും കലർന്നൊരു പ്രത്യേകനിറം ഉണ്ടാക്കിയിരുന്നു. മൂക്കിന് മകുടം എന്നപോലെ ഒരു പഴുത്ത വ്രണം രക്തവും പഴുപ്പും ഒലിപ്പിച്ചു കാണപ്പെട്ടു. രക്തവും പഴുപ്പും നായ നാക്കുകൊണ്ട് നക്കി തുടച്ചുകൊണ്ടിരുന്നു. നരച്ച മീശരോമങ്ങളിൽ അവ പറ്റിപ്പിടിച്ചുകിടന്നു.

ആ ചുമരിൽ ശരീരം ചേർത്തുരയ്ക്കും. ഉരയ്ക്കുമ്പോൾ പുണ്ണുകളിൽ നിന്നും ചലവും ചോരയും ഒലിക്കും. വേദന അസഹ്യമാകുമ്പോൾ അത് വായ് പിളർക്കും.

ചിലപ്പോഴത് മണ്ണിൽ കിടന്നു പുരളും. ചലം ഒലിക്കാൻ തുടങ്ങുമ്പോൾ എഴുന്നേറ്റോടും. തുടർന്ന് ഓടിക്കൊണ്ടേയിരിക്കും. കുട്ടികൾപോലും അതിനെ ഭയപ്പെട്ടിരുന്നില്ല. അത് ഊളയിടുമ്പോഴൊക്കെയും നാലഞ്ചു പിള്ളേർ ചുറ്റിലുമായി നിൽക്കും. വെറുതെ വെറുതെ ആ പാവത്തിനെ പിള്ളേർ കല്ലെറിഞ്ഞുകൊണ്ടിരിക്കും. കുട്ടികളെ കാണുമ്പോഴൊക്കെയും നായ പേടിച്ചു കൂനിക്കൂടിയിരിക്കും. നായ ഊളയിടുംപോലെ പിള്ളേരും ഊളയിടും. അൽപ്പനേരം അതുനോക്കി നിൽക്കും. പിന്നീട് അതും ഊളയിടും. അതു "ങ്ഹുംംം......ങ്ഹുംംം" എന്നു നിലവിളിച്ചുകൊണ്ടും ഊളയിട്ടുകൊണ്ടും പേടിച്ചോടുന്നതു കാണാൻ വേണ്ടി കുട്ടികൾ വീണ്ടും വീണ്ടും കല്ലെറിയും.

ആ വീടിന്റെ അടുക്കളഭാഗത്ത് അഴുക്കുവെള്ളവും അവശിഷ്ടങ്ങളും വീഴുന്നിടത്തുപോയി നിൽക്കും. അഴുക്കുവെള്ളം ഇറ്റിറ്റ് വീഴുന്ന ദ്വാരവും നോക്കി തറയിൽ കിടക്കും. ഭക്ഷണത്തിന്റെ അവശിഷ്ടങ്ങളും അഴുക്കുവെള്ളവും രുചിയോടെ നക്കും. പെട്ടെന്നെഴുന്നേറ്റ് എവിടേക്കെങ്കിലും ഓടിപ്പോയി വീണ്ടും വന്നു പഴയ സ്ഥലത്തു കിടക്കും. ചില സമയങ്ങളിൽ അഴുക്ക് വെള്ളം ചീറ്റിവരും. അപ്പോൾ അതിന്റെ ദേഹം മുഴു

വനായും നനയും. അങ്ങനെ വരുമ്പോൾ അതു ദേഹം നന്നായി കുലുക്കി കുതറും. അഴുക്ക് വെള്ളത്തോടൊപ്പം പുണ്ണുകളിൽ നിന്നും ചോരയും ചലവും തെറിക്കും. ഒരാശ്വാസമെന്നോണം നാക്ക് പുറത്തേക്ക് തള്ളി കുമരൻ തെരുവിൽ നിന്നും സൗണ്ടിയമ്മൻ കോവിൽവരെ വെറുതെ ഓടും.

ത്യാഗികുമരൻ ബ്രിട്ടീഷ് പൊലീസിന്റെ മർദനമേറ്റ് മരിച്ചുവീണ സ്ഥലത്ത് ആറിന് നാലടിയിൽ ഒരു സിമന്റ് തിട്ട ഉണ്ട്. ചപ്പുചവറുകളും എച്ചിലുകളും മാലിന്യങ്ങളും അതിന് ചുറ്റുമായി സമൃദ്ധിയായി കിടക്കും. നായ എച്ചിലുകൾ നക്കിത്തുടച്ചെടുക്കും. സിമന്റ് തിട്ടയിൽ വായ ഉരസി ഉരസി നിൽക്കും. ചിലപ്പോൾ തിട്ടയിൽ കയറി കിടക്കും. പെട്ടെന്നെഴുന്നേറ്റോടും. ഓട്ടം മുനിയപ്പൻ കോവിലിൽ നിർത്തും. എച്ചിലും അവശിഷ്ടങ്ങളും പരതി നടക്കും. അവിടത്തെ പന്തലിന്റെ നിഴലോരത്തിൽ പച്ച മണ്ണ് മാന്തി കുഴിയുണ്ടാക്കി അതിൽ കിടക്കും. കുഴിക്ക് ചുറ്റും അതിന്റെ രോമങ്ങൾ പല നിറങ്ങളിൽ കിടക്കും. ചോരത്തുള്ളികളും ചലവും പഴുപ്പും ഒട്ടിച്ചേർന്നു പറ്റിപ്പിടിച്ച രോമങ്ങൾ അങ്ങിങ്ങായി കാണാം.

ചൊറിയും ചിരങ്ങും വീണ്ടുകീറി പൊട്ടിയൊലിച്ചു ചോരയും ചലവുമായി മരത്തിലും മതിലിലും ശരീരം തേച്ചുതേച്ചു നടക്കുന്ന നായയെ കാണുമ്പോഴൊക്കെയും ചെട്ടിയാർ വെറുപ്പോടെ പിറുപിറുക്കും.

"വേലുസ്വാമിയും ഇങ്ങനെതന്നെ. ചൊറിച്ചിൽ സഹിക്കാനാവാതെ മണ്ണിൽ കിടന്നു പുരളും. ഷർട്ടിടാതെ അവനെ കണ്ടാൽ അറപ്പാകും."

ഇതും പറഞ്ഞയാൾ നീട്ടിത്തുപ്പും.

നായ ഊളയിടുമ്പോഴൊക്കെയും അയാൾ ഭയപ്പെടും. ചിലപ്പോൾ അതു ഊളയിട്ട് വീടിന് ചുറ്റും ഓടും. ഭയത്തോടെ ചെട്ടിയാർ പിറുപിറുക്കും.

"നായ ഊളയിടാൻ പാടില്ലല്ലോ....ഊളയിട്ട സ്ഥലത്ത് ഒരു ജീവൻ പോകുമെന്നാണല്ലോ പ്രമാണം."

അയാൾ ഭയത്തോടെ കാതോർത്തുകിടക്കും. പകരത്തിന് മനുഷ്യനും ഊളയിട്ടാൽ പരിഹാരമാകുമോ! എന്തോ...! മരണഭയത്തിന്റെ മുക്തിക്കെന്നോണം ചെട്ടിയാരും ഊളയിടാൻ ശ്രമിക്കും....ങ്ഹും....ഇല്ല.... ഇല്ല....തൊണ്ട അടഞ്ഞു കിടക്കുന്നു.

അപശകുനമാണോ?

നാല്പത്തിരണ്ട്

മഴപെയ്യുന്നതു നോക്കിയപ്പോൾ നേർത്ത കമ്പികൾ മാനത്തുനിന്നും ഊർന്നിറങ്ങുന്നതുപോലെ തോന്നിച്ചു. കാർമേഘങ്ങൾ ആകാശത്തു കൂടിക്കിടന്നുകൊണ്ട് സൂര്യനെ മറച്ചുനിർത്തി. മേൽത്തളത്തിലെ മഴവെള്ളം വലിയ കുഴലിലൂടെ താഴെ പതിച്ചുകൊണ്ടിരുന്നു. തകരഡ്രമ്മിൽ കുഴൽവെള്ളം പതിക്കുമ്പോൾ ഇടിയുടെ ശബ്ദമായി തോന്നിച്ചു. തെരുവിൽ മഴവെള്ളം കനാൽവെള്ളം മാതിരി ഒഴുകി.

ഗേറ്റിന്റെ ഗ്രില്ലിൽ നാഗൻ മുഖമമർത്തി. ഹോ....തണുപ്പ്. തണുപ്പ് അരിച്ചരിച്ചു ദേഹം മുഴുവനായപോലെ തോന്നി. കഴുത്തിൽ ചുറ്റിയിട്ട മഫ്ളർ ഇറുക്കിക്കെട്ടി. കാതടച്ചപ്പോൾ തണുപ്പിനൊരാശ്വാസം. ഒരു സ്റ്റൂൾ നീക്കി ഗെയിറ്റിനരികിലിരുന്നു. ഇരുമ്പ് സ്റ്റൂളിലെ തുണുപ്പ് വീണ്ടും ശരീരത്തെ ആക്രമിച്ചു. അയാൾ ഉള്ളംകൈകൾ തിരുമ്മി തിരുമ്മി ചൂടാക്കി.

മഴത്തുള്ളികൾ കാഴ്ചകൾ മങ്ങിയതാക്കി. പൂവരശുമരം മഴയിൽ നനഞ്ഞുനിൽക്കുന്നതു കാണാൻ ചന്തമായിരുന്നു. എതിരെയുള്ള കെട്ടിടം ഒരു വലിയ കൂൺ നിൽക്കുന്നതുമാതിരി തോന്നിച്ചു.

ഈ മഴയിലും നാഗന് ദാഹം തോന്നി. എഴുന്നേറ്റുപോയി കൂജ യിൽ നിന്നും ഒരു ഗ്ലാസ്സ് പച്ചവെള്ളം മോന്തി. അവിടെയുണ്ടായിരുന്ന ടിന്നിൽ നിന്നും അൽപ്പം പഞ്ചസാരയും വായിലിട്ടു. ദാഹം തീരുന്നമട്ടില്ല. ഒരു പാത്രം ചൂടുള്ള ചായ കിട്ടിയാൽ ശരീരത്തിന്റെ തണുപ്പും മാറി ക്കിട്ടും.

കുടയെടുത്തു നിവർത്തി. കൂറകൾ അരിച്ച ശീലത്തുണിയിലൂടെ മഴച്ചാറൽ നാഗനേയും നനച്ചു. ചായക്കട കണ്ടപ്പോൾ തന്നെ കുളിരിന് ആശ്വാസം ലഭിക്കുമെന്നു നാഗന് തോന്നി. കുടമടക്കി കടയുടെ പുറത്തുവച്ചു. അവിടെ വേറേയും രണ്ടു കുടകൾ ഉണ്ടായിരുന്നു.

"എന്താ...മരിച്ചവീട്ടിൽ പോയില്ലേ?"

സ്വെറ്ററും മഫ്ളറും പുതപ്പുമായി ദേഹം മറച്ചു ബീഡിയും പുകച്ചു കൊണ്ടു ബെഞ്ചിൽ കൂനിക്കൂടിയിരുന്ന രാമസ്വാമി ചോദിച്ചു.

"മരിച്ച വീടോ...ആരുടെ"

നാഗൻ ഉദ്വേഗത്തോടെ ആരാഞ്ഞു.

"ചെട്ടിയാരുടെ വീട്ടിൽ"

"ആരാണ്"

"വേറെ ആര്....ചെട്ടിയാർ തന്നെ"

നാഗൻ അൽപ്പനേരം ഒന്നും സംസാരിച്ചില്ല. ആ മുഖത്ത് കടുത്ത വിഷാദത്തിന്റെ കറുത്ത നിഴൽ. അയാൾ മെല്ലെ കുടയെടുത്തു തിരിച്ചു നടന്നു. അപ്പോൾ രാമസ്വാമി:

"എന്താ ചായകുടിക്കുന്നില്ലേ."

"ഇല്ല....ഇല്ല....പോയിട്ട് വരാം"

"കുടിക്കാൻ കടയിൽ വന്നതല്ലേ"

രാമസ്വാമി നിർബന്ധിച്ചു.

നാഗൻ ഏതോ ഓർമയിൽ പറഞ്ഞു:

"അവിടെയും ചായ കുടിക്കാമല്ലോ"

"മരിച്ചതിലല്ല...നിനക്ക് ചായകുടിക്കാനാണ് തിടുക്കം അല്ലെ"

മുറിബീഡി എറിഞ്ഞുകൊണ്ട് രാമസ്വാമി പറഞ്ഞു.

"അയ്യോ.....അങ്ങനെയല്ല...വെറുതെ പറഞ്ഞുപോയതാണ്"

ഒരു നെടുവീർപ്പിന് ശേഷം നാഗൻ

"ങ്ഹാ....എന്നാലും നല്ല മരണം"

"ങ്ങേ....നല്ല മരണമോ...എങ്ങനെ...ചെട്ടിയാര് തൂങ്ങിച്ചത്തതാണെടാ..."

നാഗന്റെ ശരീരം വിറച്ചു.

വിശ്വസിക്കാനാവാത്ത മട്ടിൽ അയാൾ രാമസ്വാമിയെ നോക്കി. അതു മനസിലാക്കി രാമസ്വാമി.

"ഇത്രയും നാൾ ചത്തമാതിരി തന്നെ കിടന്നു. ഇപ്പോ....ഈ ധൃതി വേണമായിരുന്നോ...ങ്ഹാ...എങ്ങനെയോ....കഴിഞ്ഞു....പോട്ടെ....പോട്ടെ. നെഞ്ചിന് നേരെ പിടിച്ചെഴുന്നേൽക്കാൻ കെട്ടിവച്ച കയറിലാണ് തൂങ്ങിയത്. കാല് രണ്ടും നിലത്ത് മുട്ടിക്കിടക്കുന്നു"

മഴവെള്ളം ഒട്ടിൽനിന്നും ഇറ്റിറ്റ് വീണുകൊണ്ടിരുന്നു. നടപ്പാത നനഞ്ഞുകുതിർന്നിരുന്നു. നാലഞ്ചു കാലിച്ചാക്കുകൾ നിലത്ത് വിരിച്ചിട്ടിരുന്നു.

നാഗൻ മെല്ലെ അകത്തുകടന്നു. കതക് കനത്തതായി തോന്നിച്ചു. കതകിൽ അങ്ങിങ്ങായി ഭസ്മക്കുറികളും ചന്ദനക്കുറികളും കുങ്കുമക്കുറികളും കാണപ്പെട്ടു. ഈറനായ തറയിൽ അടുപ്പുകല്ലുകൾ കണ്ടു. പഞ്ഞിക്കഷണങ്ങളും ബനിയൻ തുണ്ടുകളും അവിടവിടെയായി ചിതറിക്കിടന്നു. ഹാളിന്റെ വലതു മൂലയിൽ വെളിച്ചം അധികമായി കണ്ടു. അയാൾ മുഖമുയർത്തി നോക്കിയപ്പോൾ പൊട്ടിയ ഓടുകളുടെ വിടവിൽക്കൂടി വെളിച്ചം തറയിൽ പതിച്ചുകൊണ്ടിരുന്നു. അടുത്തതായി പൊട്ടിപ്പൊളിഞ്ഞ ഒരു സിമന്റ് തൊട്ടിയിൽ മഴവെള്ളം നിറഞ്ഞുകിടന്നു. വെള്ളത്തിന് മീതെ പഴുത്ത ഇലകളും ചെറുചെറു പുഴുക്കളും ഉലഞ്ഞുകൊണ്ടിരുന്നു. വെള്ളം ചെമ്മണ്ണ് നിറത്തിലായിരുന്നു. ഉപയോഗിക്കപ്പെടാത്തയിടം എന്നു തോന്നുമാറ് മേൽക്കൂര മുഴുവനായും മാറാല നിറഞ്ഞുകിടന്നിരുന്നു.

ജനലിനരികിലായി ഒരു ചെറിയ മുളപ്പെട്ടി ഉണ്ടായിരുന്നു. ചെറിയ ചെറിയ മണികൾ കോർത്ത ഒരു രുദ്രാക്ഷമാലയും കറുത്തുമങ്ങിയ ഒരു നാമക്കട്ടിയും കുങ്കുമം പടർന്ന ഒരു ഈർക്കിൽ കഷണവും ഭംഗിയുള്ള ഒരു ചെറിയ കുങ്കുമഡപ്പിയും മുളപ്പെട്ടിക്കടുത്തായി കിടന്നിരുന്നു. തീരെ വയ്യാതായി കിടക്കുന്നതിന് മുമ്പുവരെയും എല്ലാ ശനിയാഴ്ചകളിലും ചെട്ടിയാരുടെ നെറ്റിയിൽ നാമക്കുറിയും കുങ്കുമപ്പൊട്ടും ഉണ്ടായിരുന്നതായി നാഗൻ ഓർമിച്ചു.

മുളപ്പെട്ടിയുടെ അരികിലായി ഒരു ശംഖ് കിടന്നിരുന്നു. നാഗൻ അതെടുത്ത് അൽപ്പനേരം അതിനെ നോക്കി. പിന്നീട് അത് തന്റെ മുണ്ടിൽ തുടച്ചുവൃത്തിയാക്കി. ഒടുവിൽ ശംഖ് വായിൽവച്ച് ഊതാൻ ആരംഭിച്ചു. എത്ര ശ്രമിച്ചിട്ടും അതിൽനിന്നും ശബ്ദം വരുന്നില്ല. നാഗൻ ശംഖ് തിരിച്ചും മറിച്ചും നോക്കി. ശബ്ദം വരാതിരുന്നതും നന്നായെന്ന് അയാൾ മനസിൽ കണക്കുകൂട്ടി.

ശംഖൊലി കേട്ടാൽ ആരെങ്കിലും എത്തിനോക്കും. വേണ്ട....അതെന്തിന്. കീഴ്ജാതിക്കാരന്റെ കുലത്തൊഴിൽ എന്ന നിന്ദ മനസിലുറപ്പിച്ച് ഒരു പരിഹാസച്ചിരി ഉള്ളിലൊതുക്കി കടന്നുപോകും.

നാൽപ്പത്തിമൂന്ന്

മഴ. തോരാത്ത മഴ. തുള്ളിക്കൊരു കുടം എന്ന മട്ടിൽ പെയ്തുകൊണ്ടിരിക്കുന്നു. മഴപെയ്യട്ടെ...നല്ലതുതന്നെ. കറുപ്പും വെളുപ്പും കലർന്ന ഒരു സ്വെറ്റർ നാഗൻ അണിഞ്ഞിരുന്നു. നെഞ്ചിന്റെ കറുപ്പ് നിറത്തിൽ മനോഹരമായ വെള്ളത്താമര. ഈറൻ തറയിൽ നടന്നുനടന്ന് അയാളുടെ കാലുകൾ ചുക്കിച്ചുളുങ്ങിയും വെളുത്ത നിറത്തിലും കാണപ്പെട്ടു.

"ഇപ്പോ....നാട്ടിൽ പോയാൽ കാണാൻ നല്ല ചേലായിരിക്കും. എല്ലായിടത്തിലും പച്ചപ്പുതന്നെയായിരിക്കും. പോകുന്നതല്ല. പോയാൽ വീട്ടിലെന്തെങ്കിലും കൊടുക്കാൻ കയ്യിൽ പണമില്ലല്ലോ. അതല്ലെ കഷ്ടം."

നാഗൻ ആരോടെന്നില്ലാതെ പറഞ്ഞു.

ഭക്തവത്സലം നിലത്തിരുന്ന് എന്തൊക്കെയോ വെട്ടിത്തിരുത്തി എഴുതിക്കൊണ്ടിരുന്നു. ഒരുവശത്ത് എഴുതിത്തീർത്ത കടലാസുകളും പിച്ചിച്ചീന്തപ്പെട്ടവയും കിടന്നിരുന്നു.

"എന്തായിത്ര ആലോചിച്ച് എഴുതിക്കൊണ്ടിരിക്കുന്നത്. വീട്ടിലേക്ക് കത്തെഴുതാറില്ലയെന്നറിയാം. പിന്നെ ഇതെന്താ."

ഭക്തവത്സലം നിവർന്നിരുന്നു നാഗനെ അലക്ഷ്യമായി നോക്കി. നാഗൻ ബനിയൻ തുണ്ടുകൾ കത്തികൊണ്ട് നൂലാക്കി മാറ്റിക്കൊണ്ടിരുന്നു.

"കത്തെഴുതിയാൽ വീട്ടുകാർ സന്തോഷിക്കുമെന്നതു ശരിതന്നെ. വെറുതെ കത്തെഴുതിയാൽ മാത്രം മതിയോ! പണവും അയച്ചുകൊടുക്കേണ്ടതല്ലേ. പണമെവിടെ. അടുത്ത തെരുവിലെ പാർട്ടിഓഫീസിലെ സെക്രട്ടറിക്ക് വേണ്ടി എഴുതുന്നതാണ്. അവരുടെ വനിതാ നേതാവിനെ പുകഴ്ത്തുന്ന രീതിയിൽ ഒരു കവിത വേണമെന്നു പറഞ്ഞു. വലിയൊരു കവിത. ആഴ്ചപ്പതിപ്പിലോ മറ്റോ സെക്രട്ടറിയുടെ പേരിൽ അച്ചടിച്ചു വരാനാണ്. എഴുതിക്കൊടുത്താൽ അമ്പതോ നൂറോ എനിക്ക് കിട്ടും."

ഭക്തവത്സലം പറഞ്ഞുനിർത്തി.

"കുഞ്ഞിന്റെ അച്ഛൻ ആരോ ഒരാൾ. കൊട്ടിഘോഷിക്കാൻ വേറൊരച്ഛൻ. അല്ലേ!"

നാഗൻ ചിരിച്ചുകൊണ്ടു പറഞ്ഞു.

"ങ്ഹാ...എന്തോ ആകട്ടെ. പണം കിട്ടിയാൽ മതി. മനസാകെ മരവിച്ചുപോയി നാഗാ."

ഭക്തവത്സലം വിഷാദത്തോടെ പറഞ്ഞു.

സ്കൂട്ടർ ശബ്ദം ഉച്ചസ്ഥായിയിൽ നിന്നും കുറഞ്ഞു കുറഞ്ഞു പിന്നെ നിലച്ചു. മഴക്കോട്ടുകൊണ്ട് ദേഹം മുഴുവനായി മറച്ചു സ്വാമിയപ്പൻ വന്നു. ഈറനായ കോട്ടിന്റെ മുൻഭാഗത്തുനിന്നും വെള്ളത്തുള്ളികൾ ഇറ്റിറ്റ് വീണുകൊണ്ടിരുന്നു. തൊപ്പി തലയിൽനിന്നുമൂരിയപ്പോൾ അതിൽനിന്നും വെള്ളത്തുള്ളികൾ സിമന്റു തറയിൽ പതിച്ചു.

മഴക്കോട്ട് ഊരിക്കൊണ്ട് സ്വാമിയപ്പൻ ഭക്തവത്സലത്തോട്

"എന്താ...ഭക്ത്...ആളെ കാണുന്നില്ലല്ലോ....എന്തുപറ്റി"

ഭക്തവത്സലം കോട്ട് വാങ്ങി ചുമരിലെ വലിയ ആണിയിൽ തൂക്കിയിട്ടു. അതിന് താഴെയായി ഒരു ചാക്കും വലിച്ചിട്ടു. ഉണങ്ങിയ ചാക്കിൽ വെള്ളത്തുള്ളികൾ ഇറ്റിറ്റ് വീണ് ചാക്കിന്റെ നിറം മാറ്റിക്കൊണ്ടിരുന്നു. അതുറ്റുനോക്കിക്കൊണ്ട് ഭക്തവത്സലം മെല്ലെ പറഞ്ഞു.

"ഓ....പറയത്തക്ക വിശേഷങ്ങൾ ഒന്നുമില്ല"

"ങ്ഹാ....വിശേഷം എന്നുപറഞ്ഞപ്പോഴാണ് ഓർമവന്നത്. എനിക്കൊരു വിശേഷമുണ്ട്. നാളെ മേട്ടുപ്പാളയം കറുപ്പരായൻ കോവിലേക്ക് ഒരാടിനെ കൊണ്ടുവരുന്നു. കെടാവെട്ട്. നിങ്ങൾ രണ്ടുപേരും വരണം. രണ്ട് വാൻ പോകുന്നുണ്ട്. കമ്പനിയിലേക്ക് വാൻ അയക്കാം. രണ്ടുപേരും തീർച്ചയായും വരണം."

നാഗൻ ഫ്ളാസ്ക് എടുത്തു ചായവാങ്ങാൻ പോയി.

"എന്തെങ്കിലും വിശേഷമുണ്ടോ."

"വിശേഷമുണ്ട്. ഒന്നു സെറ്റിലാകണം. ബിസിനസ്സ് സെറ്റിലായില്ല. ആകെ പൊളിഞ്ഞു. ഇനി കുടുംബമെങ്കിലും ഒന്നു സെറ്റിലാകണമെന്നുണ്ട്. എനിക്ക് വീണ്ടും ഒരു കല്ല്യാണ ആലോചന വന്നിരിക്കുന്നു. വീട്ടുകാർ നിശ്ചയിച്ചതാണ്. വിധവയാണ്. ഒരു ചെറിയ കുഞ്ഞുണ്ട്. നിശ്ചയിച്ചുറപ്പിച്ചു. കുറെ സ്വത്തൊക്കെയുള്ള കൂട്ടത്തിലാണ്. ബിസിനസിനും സഹായിക്കും. ഇനിയെങ്കിലും മന:സമാധാനത്തോടെ ജീവിക്കണം. അതുകൊണ്ടാണ് വീട്ടുകാർ ക്ഷേത്രങ്ങളിൽ പൂജയും ആടറുക്കലുമൊക്കെ നടത്തുന്നത്. നിങ്ങൾ കണിശമായും വരണം."

സ്വാമിയപ്പൻ സന്തോഷത്തോടെ പറഞ്ഞുനിർത്തി. വെട്ടി വൃത്തിയാക്കിയ അയാളുടെ കൈനഖങ്ങളിൽ രക്തച്ഛവി കലർന്നിരുന്നു.

ഭവാനിപ്പുഴ നിറഞ്ഞുകവിഞ്ഞ് ഓടുന്നുണ്ടാകുമെന്നു ഭക്തവത്സലം വെറുതെ വിചാരിച്ചു. ഇല്ല....അങ്ങനെയായിരുന്നില്ല. ക്ഷേത്രത്തിലേക്ക് വരുന്നവർക്ക് കുളിക്കാൻ പ്രത്യേക കുളിക്കടവുകൾ ഒന്നുമുണ്ടായിരുന്നില്ല. കരയിലെവിടെയെങ്കിലും നിന്നിട്ടുവേണം ഒരു കാക്കക്കുളി പാസാക്കാൻ. കരയും ഈറനായി കിടക്കും. ഒഴുകുന്ന വെള്ളം കണ്ടാൽ ഒന്നു സുഖമായി നീന്താൻ തോന്നും. നീന്തിക്കൊണ്ടിരുന്നാൽ എല്ലാ മന:ക്ലേശവും മറക്കാനാവും. ഒന്നും ഓർമ വരികയില്ല. കരയിൽ കയറി കഴിഞ്ഞാൽ ദു:ഖങ്ങളുടെ സഞ്ചി വീണ്ടും തുറക്കപ്പെടും. മഴവെള്ളം കുത്തിയൊലിച്ച് അട്ടഹാസത്തോടെ വരുമ്പോൾ എതിരെ ഒന്നു നിന്നുകൊടുത്താൽ മതി. തൂക്കിയെടുത്തുകൊണ്ടുപോകും. വെള്ളത്തിൽ മുഴുകി ശിരസ്സ് മേലോട്ടു പൊന്തുമ്പോൾ ജീവിക്കണമെന്ന ആഗ്രഹം ഒന്നു മറന്നുകൊടുത്താൽ മതി. എല്ലാ ദുരിതങ്ങളും അതോടെ തീരും. ചീറിപ്പാഞ്ഞുവരുന്ന വെള്ളത്തിന്റെ അലർച്ച ഭക്തവത്സലം ഓർമയിലെടുത്തു രസിച്ചു.

മഴ തുടർച്ചയായി പെയ്തുകൊണ്ടിരുന്നു. നാഗൻ ധൃതിയിൽ കടന്നുവന്നു കുടമടക്കി ഫ്ളാസ്ക് ഭദ്രമായി ഒരിടത്തു വച്ചു.

“ഈ വർഷത്തെ ഡിസംബർ ഓർഡറുകൾ ആർക്കും യഥാസമയം നൽകാൻ സാധിക്കുമെന്നു തോന്നുന്നില്ല. ഇനിയും മഴ തുടരും. യൂണിറ്റുകളിൽ തുണി ഒന്നും ഉണങ്ങി കിട്ടുകയില്ല. ഇത്തവണ എക്സ്പോർട്ട് ഓർഡറുകൾ എല്ലാംതന്നെ ക്യാൻസലാകും. എന്നെപ്പോലെതന്നെ പലരും ഒന്നുമല്ലാതാകും.”

നാഗൻ സ്വാമിയപ്പന് ചായ നൽകി. ഭക്തവത്സലത്തിനും തനിക്കുമായി കുറച്ചു ചായ ഫ്ളാസ്കിൽ കരുതി.

“മഴവന്നോട്ടെ മുതലാളി. നല്ലതല്ലേ.”

“നീയൊരു വിവരംകെട്ടവനാണ്. തനി പട്ടിക്കാട്ടുകാരൻ.”

സ്വാമിയപ്പൻ ചായകുടിച്ചു ഭക്തവത്സലത്തോടും നാഗനോടും ആംഗ്യത്തിൽ വിടപറഞ്ഞു. മഴക്കോട്ടെടുത്തു സ്കൂട്ടറിൽ പാഞ്ഞു.

ഭക്തവത്സലം കവിത വീണ്ടും വായിച്ചുനോക്കി. തികഞ്ഞ സംതൃപ്തി തോന്നി. വർണ്ണനകളും അലങ്കാര പദങ്ങളും അവാസ്തവങ്ങളായിരുന്നുവെങ്കിലും കവിതാരൂപത്തിന് അഭംഗി ഉണ്ടായിരുന്നില്ല. തന്റെ കോളേജ് സാഹിത്യവിചാരങ്ങൾ അയാളുടെ മനസിൽ പടർന്നുകയറി. കവിതാ മത്സരങ്ങളും കഥാമത്സരങ്ങളും ഒന്നാം സമ്മാനങ്ങളും.

ഭക്തവത്സലത്തിന്റെ മനസിൽ പെട്ടെന്ന് ഒരുൾഭീതി. ഈ കവിത പാർട്ടി സെക്രട്ടറിക്ക് കൊടുത്താൽ അയാളിതു സ്വീകരിക്കുമോ! സംശയം. കവിത പാർട്ടിയുടെ വനിതാ നേതാവിനെപ്പറ്റിയായിരുന്നില്ല. ജ്യോതിമണിയെ മാത്രം ഓർമിച്ചെഴുതിയതാണ്.

നിന്റെ നേർത്തചൂടും സാമീപ്യവും
എനിക്കത്യാവശ്യമായി വന്നിരിക്കുന്നു.
നനവ് ഊറി ഉറഞ്ഞുപോയാലും
നിന്റെ മേനിയും ഈ തെരുവീഥിയും
നീ തൊട്ടു പൊന്നാക്കും എൻ മേനിയും
നിന്റെ പള്ളിയറയിൽ മേഞ്ഞ ഓടുകളിൽ
തൊട്ടു തൊട്ടില്ലാവണ്ണം ഇറ്റിറ്റ് വീഴും
മഴത്തുള്ളികൾ ഈറനാക്കിയ തറയിൽ
നിന്റെ നേർത്തചൂടും സാമീപ്യവും
എനിക്കത്യാവശ്യമായി വന്നിരിക്കുന്നു.
തുരുമ്പിച്ചടർന്ന തകരക്കതവുകളോരോന്നും
ഭയാനക ദൃശ്യങ്ങളായി മാറിയാലും
വീശിയടിച്ചെത്തും മഴച്ചീളുകൾ
മർമ്മരസ്വനവും കുളിരും നൽകും
അടുപ്പ് കല്ലുകൾതോറും ഈറൻ നനവ്
അടുത്തു നീയുണ്ടായാൽ എന്നിൽ കുളിര്
നിന്റെ നേർത്ത ചൂടും സാമീപ്യവും
എനിക്കത്യാവശ്യമായി വന്നിരിക്കുന്നു.

വീട്ടിൽ വരരുതെന്നും ഇനിയും കാണരുതെന്നും കണിശമായും

വിലക്കിയിരുന്നു ജ്യോതിമണി. ആളയച്ചു വിവരമറിയിച്ചപ്പോൾ വ്യാകുലതയും നാണക്കേടും ഒരുമിച്ചനുഭവിച്ചു. അമ്പതിനും നൂറിനും വില പേശാനുള്ള കവിതാതാളിലേക്ക് നോക്കിയപ്പോൾ കറുത്ത മറുകുള്ള ജ്യോതിമണിയുടെ വെളുത്ത മുഖം ഭക്തവത്സലം തെളിഞ്ഞു കണ്ടു.

നാൽപ്പത്തിനാല്

മേൽക്കൂരയിൽ നിന്നും ഇറ്റുവീഴുന്ന മഴത്തുള്ളികളെ മുമ്പൊരിക്കലും കണ്ടിട്ടില്ലാത്തവണ്ണം ഭക്തവത്സലം ഉറ്റുനോക്കിയിരുന്നു. മഴത്തുള്ളികളിലും കടുത്ത ആലോചനയുണ്ടോ! മഴത്തുള്ളികൾ മെല്ലെ മെല്ലെ ഇറങ്ങിവന്നപ്പോൾ ഭക്തവത്സലം അങ്ങനെ ഓർത്തുപോയി. ഈറനായ തറ തന്റെ ശരീരത്തിൽ വേദനയുളവാക്കുന്നതായി അയാൾക്ക് തോന്നി. അതോ മനസിനോ! അറിയില്ല. മഴയിൽ നനഞ്ഞു നടക്കാമോ! ഒരു ഉൾവിചാരം.

വിശപ്പ് ശരീരത്തെ തളർത്തിയിരുന്നു. കൊടുംവിശപ്പിൽ വയറ് കത്തിക്കാളി. തോളിന്റേയും കഴുത്തിന്റേയും മധ്യേ ഒരു മുഴ. അയാൾ മുഴ തടവിനോക്കി. ഒരു നെല്ലിക്കവലിപ്പം. വേദനയും. നെല്ലിക്ക് മാമ്പഴ വലിപ്പത്തിലാകും. വേദനയും ഇരട്ടിക്കും. ആ ആലോചനയിൽ ഭക്തവത്സലം ഭയചകിതനായി. തീർന്നില്ല. തന്റെ മുഖത്ത് ഇടതുഭാഗത്തായി വളർന്നുവരുന്നൊരു കറുത്ത മറുക്. മുമ്പ് ചെറിയൊരു പുള്ളി മാത്രമായിരുന്നത് ഇപ്പോൾ അരയിഞ്ച് വലിപ്പത്തിലായി. ഇതു വീണ്ടും വീണ്ടും വളർന്നുവളർന്നു മുഖംതന്നെ മുഴുവനായി കറുപ്പാക്കിക്കളയുമോ! ഭക്തവത്സലം ഭയപ്പെട്ടു. ചില സമയങ്ങളിൽ ഉറക്കത്തിൽ ഞെട്ടിയുണർന്നു മുഖം തടവിനോക്കും. എഴുന്നേറ്റുപോയി വേവലാതിയോടെ കണ്ണാടി നോക്കും. മറുക് ആ വലിപ്പത്തിൽ തന്നെയുള്ളത് ആയാൾക്ക് ആശ്വാസമാകും.

പല പല വർഷങ്ങൾക്കുശേഷം നൊയ്യൽ നദിയിൽ വെള്ളം കരകവിഞ്ഞു നിന്നതായി പറഞ്ഞുകേൾക്കുന്നു. ഭക്തവത്സലം കാണാൻപോയില്ല. ഇരു കരകളിലേയും കുടിലുകൾ അപ്രത്യക്ഷമായിക്കൊണ്ടിരിക്കുന്നു.

വൃന്ദാവൻ പൂന്തോട്ടം മുക്കാൽഭാഗവും വെള്ളത്തിനടിയിലായി. കുട്ടികളുടെ ഊഞ്ഞാലുകൾ വെള്ളത്തിലാടി. മൃഗശാലയിൽ നിന്നും മൃഗങ്ങളെ മാറ്റിപ്പാർപ്പിച്ചു. പീച്ചാംകുഴലിൽ വെള്ളം ചീറ്റിക്കൊണ്ടുതന്നെയിരുന്നു. ചെമ്മണ്ണിന്റെ ചായം കലക്കിയ വെള്ളം. പൂച്ചെടികളും ചപ്പുചവറുകളും വെള്ളത്തിൽ ഒഴുകിനടന്നു. അലകളായി വെള്ളം പാലത്തിന്റെ മേൽഭാഗത്തു മുട്ടിയുരുമ്മി കടന്നുപൊയ്ക്കൊണ്ടിരുന്നു. കാറ്റ് വീശിയടിക്കുമ്പോൾ വെള്ളം കൂറ്റൻ തിരമാലകളായി ഉയർന്നു പൊന്തി.

ചായം പുരണ്ട തിരകൾ

ചായങ്ങൾ പല വർണങ്ങളിൽ ഉണങ്ങിപ്പിടിച്ചു കിടന്നതൊക്കെയും നൊയ്യൽ തുടച്ചുമാറ്റി. ആദ്യമാദ്യം ചായങ്ങൾ വർണങ്ങളായി കുത്തി

യൊലിച്ചു പോകും. ശുദ്ധീകരിച്ചപോലെ പിന്നീട് ചെമ്മണ്ണുനിറത്തിലും വെള്ളം കുത്തിയൊലിച്ചുപോകും. ഉണങ്ങിവരണ്ട് നിന്നിരുന്ന പലവർണ ചായങ്ങളെ നൊയ്യൽ ചുമന്നുകൊണ്ടുപോകുന്നതു കാണണമെന്നു ഭക്ത വത്സലത്തിന് തോന്നിപ്പോയി. ദൃഷ്ടികൾക്കെത്താത്ത ദൂരത്തിൽ ചെമ്മ ണ്ണുനിറത്തിലെ വെള്ളം പാഞ്ഞുകൊണ്ടിരുന്നു. ചായശാലകളിലെ മാലി ന്യങ്ങളും ഓവുചാലുകളിലെ വൃത്തികെട്ട അഴുക്കുകളും തേങ്ങി നിന്നി രുന്ന അണക്കെട്ടിന്റെ ഗതി എന്തായിരിക്കും. ആ ഉയരങ്ങളിൽ ചായം കലർന്ന വെള്ളം അണക്കെട്ടിൽ തേങ്ങി നിൽക്കും. യാതൊരു മുന്നറി യിപ്പുമില്ലാതെ കഴിഞ്ഞവർഷം അണക്കെട്ട് തുറന്നപ്പോൾ പല ഗ്രാമങ്ങ ളിലും കുടിവെള്ളം ചായം പുരണ്ട വെള്ളമായി മാറി. പാടശേഖരങ്ങ ളിൽ ഈ വിഷ വെള്ളം വിളവുകളെ ഉന്മൂലനം ചെയ്തു. ഒരു പേപ്പർ മിൽ മൊത്തമായും അടച്ചുപൂട്ടേണ്ടതായി വന്നു.

മുന്നറിയിപ്പുകൾ ഇല്ലാതെ അണക്കെട്ട് തുറന്നുവിട്ടതിൽ എല്ലായി ടത്തുനിന്നും എതിർപ്പുകൾ പ്രകടിപ്പിച്ചു ജനം ആശ്വസിച്ചു.

ചായങ്ങൾ പൊതിഞ്ഞ നെൽക്കതിരുകൾ പച്ചനിറം മാറ്റി. കറുപ്പ് നിറത്തിൽ നിന്നു. പാടവരമ്പുകളിൽ കരിക്കട്ടകൾ പോലെ തിട്ടകൾ ഉണ്ടായി. തെങ്ങിൻതോപ്പുകളിൽ കുലുങ്ങിയാടുന്ന നാളികേര കുല കൾക്കും വർണവ്യത്യാസമോ! ചായം കലർന്ന വെള്ളം കിണറുകളിൽ നിറഞ്ഞു നിന്നപ്പോൾ പാവം ജനം വേദനയോടെ നോക്കിനിന്നു.

ശബ്ദം കുറഞ്ഞു മെല്ലെ വന്നു നിന്ന ബസ്സിന്റെ അടിഭാഗം ചേറും ചളിയും നിറഞ്ഞതായിരുന്നു. ഭക്തവത്സലം ശ്രമപ്പെട്ടു ബസ്സിനുള്ളിൽ കയറി ഊർന്ന് ഊർന്നു നടുഭാഗത്തെത്തി. ടിക്കെറ്റെടുപ്പിക്കാനുള്ള കണ്ട ക്ടറുടെ കൂക്കിവിളിയിൽ പിശറടിക്കുന്നുണ്ടായിരുന്നു. ഒരു തളർച്ചഭാവം ബസിനുള്ളിൽ പടർന്നു നിന്നു. തിങ്ങിഞെരുങ്ങി നിന്നിരുന്ന യാത്രക്കാർ എല്ലാവരും ഈറൻമരങ്ങളായി തോന്നി.

ബസിൽ സ്ത്രീകൾ കുറവായിരുന്നു. വീടുകളിൽ കൂനിക്കൂടി ഇരിക്കു ന്നുണ്ടാകും. അടുക്കള ചൂടിൽ പെൺശരീരങ്ങൾ ആശ്വാസം കണ്ടെത്തും.

ജ്യോതിർമണിയും അടുപ്പിനരികെ അവളുടെ ദേഹം ചൂടാക്കിക്കൊ ണ്ടിരിക്കുന്നുണ്ടാവും. വീട്ടിലേക്ക് ഇനി വരരുതെന്നും കാണരുതെന്നും അവൾ വിലക്കിയതോർത്തപ്പോൾ ഭക്തവത്സലത്തിന്റെ മനസിൽ ഉള്ള റകളിൽ വിള്ളലുകളുണ്ടായി. അവൾക്കതെങ്ങനെ പറയാൻ തോന്നി. താനിത്രയ്ക്കും നികൃഷ്ടനായോ!

ബസിന്റെ സഡൻബ്രേക്കിൽ ഭക്തവത്സലത്തിന്റെ ചിന്തകൾക്കും കടിഞ്ഞാൺ വീണു.

"ഈ ബസ് അണക്കെട്ടിലേക്ക് പോകുമോ." തടിച്ചൊരു ജെർക്കിൻ ധാരിയോട് ഭക്തവത്സലം ചോദിച്ചു.

"എന്തിനാണിപ്പോൾ അണക്കെട്ടിലേക്ക്. മീൻപിടിക്കാനോ....അതോ ചായം കലർന്ന വെള്ളത്തിൽ നീന്താനോ."

പരിഹാസച്ചിരിയോടെ അയാൾ മറുചോദ്യം ചോദിച്ചു. ഭക്തവത്സലം

ഒന്നും മിണ്ടിയില്ല. ജെർക്കിൻകാരൻ കമ്പിയിൽ മുറുകെ പിടിച്ചിരുന്നു. അവന്റെ ജെർക്കിനിൽ വരച്ചുവെച്ചിരുന്ന റോസാപ്പൂവിന്റെ നിറം വിളറിയതായിരുന്നു.

ഭക്തവത്സലം ബസ്സ് വിട്ടിറങ്ങി. ടിക്കറ്റ് വാങ്ങാത്ത വെപ്രാളത്തിൽ ഇറങ്ങിപ്പോയതാണ്. ങ്ഹാ! ടിക്കറ്റിന്റെ കാശിന് ചായകുടിക്കാം. ഈ മഴയിൽ ടിക്കറ്റ് പരിശോധകർ വരില്ലായെന്ന ഉറപ്പിൽ ടിക്കറ്റ് വാങ്ങാതിരുന്നതാണ്. കണ്ടക്ടറും തന്നെ ശ്രദ്ധിച്ചില്ല.

ചെരുപ്പിൽ നിന്നും തുടങ്ങിയ ചേറും ചളിയും പാന്റിന്റെ അടിഭാഗത്തും പടർന്നു കിടന്നു.

നൊയ്യലിൻ വെള്ളം പാഞ്ഞുകൊണ്ടിരുന്നു. നൊയ്യലിന് സമീപമായി ബസ്സ് ഓടിക്കൊണ്ടിരുന്നപ്പോൾ തന്നെ തിരക്കിനിടയിലൂടെ വെള്ളപ്പാച്ചിൽ കണ്ടിരുന്നു. ഉയർന്ന മതിലുകളിലൂടെ അണക്കെട്ടിന്റെ അടയാളം മനസിലാക്കാമായിരുന്നു. ഉയർന്നചുമരുകളുടെ മുക്കാൽഭാഗങ്ങളും വെള്ളം കയറിക്കിടന്നു. അണക്കെട്ടിന്റെ ചീപ്പുകൾ തുറക്കപ്പെട്ടിരുന്നില്ല. മറ്റൊരു ഭാഗത്തു വെള്ളം തുളുമ്പി ഒഴുകിക്കൊണ്ടിരുന്നു.

ചെമ്മണ്ണിന്റെ നിറമുള്ള ചായം കലർന്ന വെള്ളം അണക്കെട്ടിൽ ഒരു ഇരുണ്ട അഴുക്ക്ചാൽപോലെ കെട്ടിക്കിടന്നു. വെവ്വേറെ നിറങ്ങൾ എളുപ്പത്തിൽ കണ്ടുപിടിക്കാവുന്ന രീതിയിൽ നഗരത്തിൽ ഒഴുകിക്കൊണ്ടിരുന്ന ചായം പുരണ്ട വെള്ളം, എല്ലാ നിറങ്ങളും ഒന്നിച്ചായതുപോലെ ഒരു പ്രത്യേക ഇരുണ്ട നിറത്തിൽ കാണപ്പെട്ടു. ചിലയിടങ്ങളിൽ തികച്ചും കറുപ്പായും കാണപ്പെട്ടു. ചായക്കൂട്ടുകളുടെ ചേരുവയായ ഈ വെള്ളത്തിൽ മുങ്ങിയെഴുന്നേറ്റാൽ എങ്ങനെയുണ്ടാകുമെന്നു ഭക്തവത്സലം ഓർത്തുനോക്കി. മുഖത്തും കൈകാലുകളിലും വസ്ത്രങ്ങളിലും ഇഷ്ടത്തിനൊത്തു വർണങ്ങൾ പൂശുന്നതുപോലെയിരിക്കില്ല. വലിയൊരു വീപ്പയിൽ കലക്കിവെച്ച കറുത്തചായത്തിൽ മുങ്ങിയെഴുന്നേൽക്കുന്നതുപോലെയായിരിക്കും.

ചെട്ടിയാരുടെ എച്ചിൽപ്പാട്ടയുടെ വിശ്വരൂപമാണോ ഈ അണക്കെട്ട്. ഭക്തവത്സലം ചിന്തിച്ചുനോക്കി. നിരവധി തകരപ്പാട്ടകൾ ഒന്നിച്ചു തറയിൽ ചിതറിവീഴുന്ന ശബ്ദം ഉച്ചത്തിൽ ഭക്തവത്സലത്തിന്റെ കാതുകളിൽ മുഴങ്ങി.

ഗാന്ധിനഗർ ബസ്സപകടത്തിൽ ജ്യോതിമണി തന്നെ ഇറുകെ കെട്ടിപ്പിടിച്ചു അലറിക്കരഞ്ഞതു ഭക്തവത്സലം ഓർമിച്ചുപോയി. അയാളുടെ കാതുകളിൽ വിവിധ ശബ്ദങ്ങൾ എന്തിനോ പെരുമ്പറയടിച്ചു. ജ്യോതിമണി ഇനിയൊരിക്കൽ തന്നെക്കെട്ടിപ്പിടിച്ചു പേടിച്ചലറുമോ! ഒരുപക്ഷെ തന്റെ മൃതശരീരത്തിൽ കെട്ടിപ്പിടിച്ച് അലറി കരഞ്ഞേക്കാം. ആഗ്രഹങ്ങൾ, വെറും ആഗ്രഹങ്ങൾ.

ചായം കലർന്ന ജലത്തിന്റെ മിനുമിനുപ്പ് കരയിലും ഒട്ടിക്കൊണ്ടിരുന്നു. ചായങ്ങളുടെ എണ്ണപ്പശയിൽ മിനുമിനുപ്പ് അധികരിച്ചതായി തോന്നിച്ചു. തിരകൾ അലയടിക്കുമ്പോൾ വെവ്വേറെ വർണങ്ങൾ കാണ

പ്പെട്ടു. ഓരോരോ തിരകളും ഓരോരോ നിറങ്ങളിൽ വന്നു ചേരുന്നതായി ഭക്തവത്സലത്തിന് തോന്നി. ജലകുമിളകൾ വർണക്കുമിളകളായി വികസിച്ചു പൊട്ടിത്തകർന്നു കൊണ്ടിരുന്നു. വർണതിരമാലകൾ വിരാമമെന്യെ അലയടിച്ചുകൊണ്ടിരുന്നു.

ഈ വർണക്കുമിളകളിലും വർണതിരമാലകളിലും താനും മുഴുകി ഇഴുകി ചേർന്നാലോ!

ആർത്തട്ടഹസിച്ചു വരുന്ന നൊയ്യലിനെ നോക്കി കുറച്ചു നേരം ഭക്തവത്സലം ചിന്തയോടെ നിന്നു. കരയിൽ നിന്നും നോക്കുമ്പോൾ നൊയ്യൽ നദിയുടെ ഈ പുതിയ സംഹാരതാണ്ഡവം കൗതുകകരമായി തോന്നി. ഈ കൗതുകം ഭക്തവത്സലത്തിൽ ഒരു വിരക്തിയുടെ ഉൾച്ചിരി ഉയർത്തി. അയാൾ തന്റെ വലതുകാൽ മെല്ലെ കരയിൽ നിന്നും മുന്നോട്ടു നീക്കി. പെട്ടെന്ന് ഒരു വികൃതശബ്ദത്തോടെ കാൽ നൊയ്യലിന്റെ ചായം പുരണ്ട വെള്ളത്തിൽ മുങ്ങി നിലതെറ്റി. അയാളുടനെ അടുത്തുകണ്ട പാറയിൽ ബലമായി പിടിച്ചു ശരീരം ഉയർത്തി. ഭക്തവത്സലത്തിന്റെ വലതുകാൽ കറുത്തിരുന്നു. ഇതിനകം ആ കാലിലെ ചെരുപ്പ് നഷ്ടപ്പെട്ടിരുന്നു. ഇടതുകാലിലെ ചെരുപ്പ് അയാൾ വലിച്ചൂരി ആവേശത്തോടെ ചായവെള്ളത്തിൽ ശക്തിയായെറിഞ്ഞു. ഒരു വല്ലാത്ത ശബ്ദം പുറപ്പെടുവിച്ച് ചെരുപ്പ് ചായവെള്ളത്തിൽ മുങ്ങി. തന്റെയീ ശരീരവും ഈ അഴുക്കുവെള്ളത്തിൽ മുങ്ങിത്താഴുമോ! അടയാളം കാണാത്തവിധത്തിൽ ചെരുപ്പ് മുങ്ങിപ്പോയിരുന്നു. തന്റെ ശരീരം താണുപോയാൽ അടയാളം കാണിക്കുമോ! നൊയ്യലിന്റെ ചായം കലർന്ന തിരമാലകൾ തന്റെ ശരീരത്തെ മൂന്നുപ്രാവശ്യം ജലത്തിന് മീതെ ഉയർത്തുമോ!

അയാൾ അൽപ്പം നീങ്ങി കറുത്തു മിനുത്തു കിടന്നിരുന്ന മൺതിട്ടയിൽ കയറിനിന്നു.

നൊയ്യൽ ഈറനാക്കി നിർത്തിയിരുന്ന മൺതിട്ട ചരിഞ്ഞ് അയാൾ ചായം കലർന്ന വെള്ളത്തിൽ മുങ്ങി.

നൊയ്യലിന്റെ ചായം പുരണ്ട തിരകൾ ഭക്തവത്സലത്തെ ഏറ്റുവാങ്ങി.

നാൽപ്പത്തിയഞ്ച്

അണക്കെട്ടിന്റെ ചീപ്പുകൾ ദ്രവിച്ചുപോയിരുന്നു. ചായം അരിച്ചരിച്ചു മീനുകൾ കൊത്തിവലിച്ച മൃതദേഹം പോലെ ദ്രവിച്ചുപോയിരുന്നു. ചുമരിന്റെ പാർശ്വങ്ങൾ വെവ്വേറെ നിറങ്ങളിൽ കണ്ടു. വെള്ളത്തിന്റെ ഒഴുക്ക് ചീപ്പ് കതകുകളെ അധികശബ്ദത്തോടെ ആക്രമിച്ചുകൊണ്ടിരുന്നു.

കണ്ണെത്തും ദൂരംവരെ കാണാവുന്ന വെള്ളത്തിൽ പല പല നിറങ്ങൾ മിനുമിനുത്തുകൊണ്ടിരുന്നു.

ഇരുട്ട് തന്റെ പുതപ്പുമായി മെല്ലെ മെല്ലെ കടന്നുവരുന്നു. ചുവപ്പുനിറം മങ്ങലായി മാറി കറുത്തുകൊണ്ടിരുന്നു. കറുപ്പിന്റെ മിനുപ്പിൽ ഒരു തവള മലക്കം മറിഞ്ഞു. തത്രപ്പെട്ടു പറക്കുകയും ജലനിരപ്പിൽ കാലു

കൾ ഉരസി പറന്നുപൊങ്ങുകയും ചെയ്ത ഒരു പറവയുടെ കാലുകൾ നീലനിറത്തിൽ കാണപ്പെട്ടു.

ചീപ്പു കതകുകൾക്ക് ഇരുപുറങ്ങളിലും വേപ്പുമരങ്ങൾ വരിവരിയായി വളർന്നു നിന്നിരുന്നു. കരുവേപ്പിന്റെ മുള്ളുകൾ തത്തുല്യമായി ജലത്തിൽ പ്രതിഫലിച്ചിരുന്നു. നിലത്തുവീണുകിടന്നിരുന്ന പഴുത്ത ഇലകൾ ഇലയുതിരും കാലത്തെ ഓർമിപ്പിച്ചു. ശാഖകളിൽ പച്ചപ്പും ഇളം ചുവപ്പും കലർന്നു പടർന്നിരുന്നു. വെള്ളത്തിൽ വീണുകിടന്നിരുന്ന മരശാഖകൾ അവകളുടെ പച്ചപ്പുകൾ നഷ്ടപ്പെട്ട വെറും വിറകുകകളായി കിടന്നു. മുണ്ഡനം ചെയ്തമട്ടിൽ വരിവരിയായി കാണപ്പെട്ട മരങ്ങൾ ചീപ്പുകൾക്ക് കാവൽക്കാരെപ്പോലെ നിന്നു. ഇരുട്ടിലും ആകാശനീലിമയുടെ കീറുകൾ അവ്യക്തമായി വെള്ളത്തിൽ പ്രതിഫലിച്ചു. എണ്ണപ്പശയുള്ള അഴുക്കുകൾ ചീപ്പുകതകുകളിൽ ഇരുമ്പ് നിറത്തിലും പറ്റിപ്പിടിച്ചു.

കാറ്റുവീശിയടിച്ചപ്പോൾ ചീപ്പുകതകുകൾക്ക് അനക്കം തോന്നി. ജലപ്പരപ്പിൽ കാറ്റിന്റെ താരാട്ട്. ചീപ്പ് കതകിന്റെ സമീപം ഉണ്ടായിരുന്ന മുല്ലപ്പൂമാല അലമകളുടെയിളക്കത്തിലാടിയാടി ചുമരോട് ചേർന്നുകിടന്നു. അലയിളക്കം ഇല്ലാത്തതിനാൽ മുല്ലപ്പൂമാല അധികനേരം ചുമരിനോടൊട്ടി നിന്നു.

ജലനിരപ്പിന് മേൽ പറന്നുപൊന്തിയ രണ്ടുപക്ഷികൾ ഉച്ചത്തിൽ കൂകിവിളിച്ചു. ശ്വാസനാളത്തിൽ ആരോ അമർത്തിയതുപോലെയായിരുന്നു അവകളുടെ കരച്ചിൽ. വൃത്താകാരത്തിൽ അവകൾ ചുറ്റിപ്പറന്നു. കൂകിവിളിച്ചുകൊണ്ടുള്ള അവകളുടെ വട്ടംചുറ്റൽ അവിടത്തെ നിശ്ശബ്ദതയെ ഇല്ലാതാക്കി. അണക്കെട്ടിന്റെ മറുവശത്തേക്ക് കടക്കുന്നതിന് മുമ്പ് അവകൾ ചായം കലർന്ന വെള്ളത്തിൽ തലമുക്കി വർണമാക്കി.

വെള്ളത്തിൽ പൊന്തിക്കിടന്നിരുന്ന ഒരു കീറപ്പായിൽ ചെറിയൊരു ബൊമ്മ ഒട്ടി നിന്നിരുന്നു. ബൊമ്മ പല വർണങ്ങളിൽ കാണപ്പെട്ടു. ബൊമ്മയുടെ വലിയ തുറിച്ച കണ്ണുകൾ പ്രകാശമാനമായിരുന്നു. വിളറിയതും നിറം മങ്ങിയതും കീറിയതുമായ കുറെ തുണ്ടു തുണികൾ അണക്കെട്ടിന്റെ ചുമലിൽ ഒരു ബോർഡർ മാതിരി കിടന്നു. അവയുടെ കൂട്ടത്തിൽ മൂന്നോ നാലോ ആണുറകളും കിടന്നിരുന്നു. ചോളത്തട്ടുകളും കമ്പുകളും പച്ചിലച്ചെടികളും ചായം കലർന്ന വെള്ളത്തിൽ പൊന്തിക്കിടന്നു. തിരകളുടെ ഇളക്കങ്ങളിൽ അവകൾ ചാഞ്ചാടിക്കൊണ്ടിരുന്നു.

വീശിയടിക്കുന്ന ശക്തിയായ കാറ്റിൽ ചീപ്പിന്റെ കതകുകൾ "പട പട" ശബ്ദങ്ങൾ ഉതിർത്തുകൊണ്ടിരുന്നു. ഒരു ചീപ്പ് കതകിൽ ഒരു ചെറിയ വിള്ളൽ. വിള്ളലിലൂടെ ചായം കലർന്ന വെള്ളം ചീറ്റിയടിച്ചുകൊണ്ടിരുന്നു. അലയടിക്കുന്ന ജലത്തിൽ വർണങ്ങൾ കൂടിക്കലരുന്നതു കൗതുകക്കാഴ്ചകളായിരുന്നു.

ചീപ്പ് കതകിലെ ചെറിയ വിള്ളൽ പെട്ടെന്നു വലിയൊരു ദ്വാരമായി മാറി വെള്ളം ശക്തിയായി ചീറ്റിയടിച്ചു. അൽപ്പ നിമിഷങ്ങൾക്കകം

മറ്റൊരു ചീപ്പു കതകിലും വിള്ളലുണ്ടായി വെള്ളം ചീറ്റിയടിക്കാൻ തുടങ്ങി. ചീറ്റിയടിച്ച ഒരു കാറ്റിന്റെ ഭീകരശബ്ദത്തോടൊപ്പം തിരകളുടെ അതിശക്തിയായ തള്ളലിൽ ദ്വാരമുണ്ടായിരുന്ന ചീപ്പ് ഭയാനക ശബ്ദ ത്തോടെ തകർക്കപ്പെട്ടു. ചായം കലർന്ന വെള്ളം അസുരവേഗത്തിൽ ചീറിപ്പാഞ്ഞു. മലവെള്ളപ്പാച്ചിൽപോലെ ഭീമാകാരമായി.

കുടിലുകളുടെ വെളിപ്പുറങ്ങളിൽ ഉറങ്ങിക്കൊണ്ടിരുന്നവർ തപ്പിപ്പി ടഞ്ഞെഴുന്നേറ്റു പകച്ചുനിന്നു. നിമിഷങ്ങളിൽ കുടിലുകളിലേക്ക് വെള്ളം ഇരച്ചുകയറി. അലുമിനിയപാത്രങ്ങളും മരസാമാനങ്ങളും പ്ലാസ്റ്റിക് കുട ങ്ങളും കൂടകളും ടിന്നുകളും ചായം കലർന്ന അഴുക്ക് വെള്ളത്തിന് മേൽ ചിതറിക്കിടന്നു.

കുഞ്ഞുങ്ങളേയും ഒക്കത്തേന്തി വാരിച്ചുറ്റിയ ചേലത്തലപ്പുകളോടും അടിവസ്ത്രങ്ങളോടും അലമുറയിട്ടുകൊണ്ടു സ്ത്രീകൾ അങ്ങുമിങ്ങും കുതറിയോടി. കയ്യിൽ വാരിപ്പിടിച്ച വീട്ടുപകരണങ്ങളുമായി പുരുഷന്മാരും ചിതറിയോടിക്കൊണ്ടിരുന്നു. കോഴികളും മാടുകളും ആടുകളും നായ്ക്കളും ഓരിയിട്ടും കുരച്ചും പ്രാണരക്ഷയ്ക്കായി ലക്ഷ്യമില്ലാതെ ഓടി.

എല്ലാമെല്ലാം നിമിഷങ്ങൾക്കകം കഴിഞ്ഞിരുന്നു. ചായങ്ങൾ അപ്പി പ്പിടിച്ച വെള്ളം പരപ്പായി കിടന്നു. ഏകദേശമായി കുടിലുകൾ അപ്രത്യ ക്ഷമായിരുന്നു. കുടിലുകളുടെ അവശിഷ്ടങ്ങളായി ഓലയും മുളയും കമ്പുകളും കയറുകളുമായി ചായം പുരണ്ട തിരകളിൽ ഒഴുകി നടന്നു.

"ബേ....ബേ...."എന്നുച്ചത്തിൽ നിലവിളിച്ചുകൊണ്ട് തലമാത്രം നീട്ടി പ്പിടിച്ച ഒരാടിനെ ചായവെള്ളത്തിൽ തിരകൾ അടിച്ചടിച്ചുകൊണ്ടുവന്നു. അതിന്റെ ശിരസ്സിലും നിറക്കൂട്ടുകൾ നിറഞ്ഞിരുന്നു.

കാലുകൾ രണ്ടും നീട്ടിപ്പിടിച്ചമട്ടിൽ ഒരു ശിശുവിന്റെ ശരീരം ആടിയും ഉലഞ്ഞും ഒഴുകിയൊഴുകി വന്നു. പല നിറങ്ങളിലെ വർണ പ്പൊട്ടുകളിൽ അച്ചു കുത്തിയപോലെ ശിശുവിന്റെ മുഖം തെളിഞ്ഞിരു ന്നു. ആകാശം നോക്കിയ മട്ടിൽ ആ കുഞ്ഞിക്കണ്ണുകൾ തുറന്നിരുന്നു. മനോഹരമായ ആ കൊച്ചരിപ്പല്ലുകളിൽ ആ വായും പിളർന്നിരുന്നു.

നാൽപ്പത്തിയാറ്

രണ്ടാം നിലയിലെത്തിയപ്പോൾ സ്വാമിയപ്പൻ നന്നായി കിതച്ചു. നെഞ്ചിടിപ്പ് വേഗത്തിലായി. പ്രാണന് പോരാടുന്ന പക്ഷിയെപ്പോലെ അയാൾ വായ തുറന്നു ശ്വാസം കഴിച്ചു. മുഖത്തു വിയർപ്പുമണികൾ.

നെറ്റിയിൽ അലങ്കാരമായി വീണുകിടന്നിരുന്ന ചുരുണ്ട മുടിച്ചുരുളു കൾ ഒതുക്കി തേൻമൊഴി അയാളുടെ അരികിൽ വന്നുനിന്നു മന്ദഹാസ ത്തോടെ ചോദിച്ചു.

"എന്താ....വയസായോ!"

അവളുടെ മുഖത്തും നേരിയ ചെറിയ വിയർപ്പുമണികൾ പൊടി ഞ്ഞിരുന്നതു ശ്രദ്ധിച്ചുകൊണ്ട് സ്വാമിയപ്പൻ പറഞ്ഞു

"വയസായതുകൊണ്ടല്ല. ദേഹത്തിന് ഒരു അസ്കിത"

സ്വാമിയപ്പൻ പിടിവിട്ടില്ല.

കുസൃതിയും ശൃംഗാരവും കലർത്തിയ ചിരിയോടെ തേൻമൊഴി.

"ങ്ഹാ...ങ്ഹാ...അതിന്റെ പേരാണ് വാർധക്യം"

"ആയിക്കോട്ടെ! വയസായി....പോരെ"

അൽപ്പം നീരസത്തിൽ സ്വാമിയപ്പൻ പറഞ്ഞതു മനസിലാക്കി തേൻമൊഴി.

"അയ്യോ.....സോറി....ഞാൻ ചുമ്മാ പറഞ്ഞതാ"

പുതിയ കെട്ടിടത്തിന്റെ വാസന അവിടെങ്ങും പരന്നുകിടന്നു. പെയിന്റിന്റേയും വാർണീഷിന്റേയും പോളീഷിന്റേയും ഗന്ധം. ഒന്നാം നിലയിലും രണ്ടാം നിലയിലും മൂലകളിലായി ബേബിജെല്ലി കൂട്ടിവെച്ചിട്ടുണ്ടായിരുന്നു. പെയിന്റ് ചെയ്യാത്ത ചില ജനലുകളും വാതിലുകളും ഏണിപ്പടിപ്പിടികളും മരത്തിന്റെ വിളർച്ച നിറത്തോടെ കാണപ്പെട്ടു. മുകളിൽ പലയിടങ്ങളിലും ഇരുമ്പുകമ്പികൾ പുറത്തേക്ക് നീട്ടപ്പെട്ടുവച്ചിരുന്നതു ഭയമുളവാക്കി. കെട്ടിടത്തിന്റെ മുൻഭാഗമുറ്റം കളിസ്ഥലംപോലെ വിശാലമായി കിടന്നു. മുറ്റത്തിന്റെ പാർശ്വങ്ങളിൽ തെങ്ങിൻതൈകൾ വച്ചുപിടിപ്പിച്ചിരുന്നു. അതിരുമൂലകളിൽ വളർച്ചയെത്തിയ അശോകമരങ്ങളും ഉണ്ടായിരുന്നു. വെട്ടിനിരപ്പാക്കാത്ത പുൽച്ചെടികൾ മുറ്റത്തു സമൃദ്ധിയായി വളർന്നു നിന്നിരുന്നു. കുളിർമ്മയുള്ള ഒരുവിധ പച്ചപ്പുമായി മുറ്റം നിറഞ്ഞുനിന്നതു സ്വാമിയപ്പൻ കൗതുകത്തോടെ നോക്കിനിന്നു. അതുകണ്ടു തേൻമൊഴി പറഞ്ഞു.

"ശുദ്ധവായു കിട്ടാൻ ഇത്തരം മരങ്ങളും ചെടികളും പച്ചപ്പും ആവശ്യമാണ്"

"എന്റെ അച്ഛന്റെ തെങ്ങിൻതോപ്പിലുള്ള വീടും ഇത്തരത്തിലായിരുന്നു"

"അത് വിറ്റുകളഞ്ഞില്ലേ"

"വിറ്റു എന്നു പറയുന്നതിലും ഭേദം സർക്കാർ ഏറ്റെടുത്തു എന്നു പറയുന്നതാവും. ങ്ഹാ....സാരമില്ല. ആ പണം ഈ കെട്ടിടത്തിന്റെ ഒരു ചെറിയ പോർഷനെങ്കിലും പച്ചപിടിക്കാനിടയാക്കിയതിൽ സന്തോഷം."

'സന്തോഷം' എന്ന പദം ഉപയോഗിച്ചുവെങ്കിലും സന്തോഷവും സന്താപവുമല്ലാത്ത രീതിയിലാണ് സ്വാമിയപ്പൻ പറഞ്ഞുനിർത്തിയത്.

നഗരവികസനപദ്ധതികൾക്കനുകൂലമായി സുമാർ ഇരുന്നൂറ് ഏക്കറോളം ഭൂമി സർക്കാർ ഏറ്റെടുത്തിരുന്നു. കുറഞ്ഞ വിലയ്ക്ക് ഭൂമി വാങ്ങി, കറ്റുമതി ബനിയൻകമ്പനി സംഘത്തിന് നൽകി, അതിലും നഗരവികസനപ്രഹസനം നടത്തുന്ന, പ്രസ്തുത പദ്ധതിയോട് എതിർപ്പും വിവാദങ്ങളും സമരമുറകളും തുടക്കക്കാലംതൊട്ടേ ഉണ്ടായിരുന്നു. അയാളുടെ അച്ഛന്റെ വീടും നാലേക്കർ ഭൂമിയും സർക്കാരിന് കുറഞ്ഞ വിലയ്ക്ക് നൽകേണ്ടതായി വന്നു.

"വീടും സ്ഥലവും എന്നെയും കാണിക്കാമായിരുന്നു."

തേൻമൊഴി ഒരു കൃത്രിമകോപം കാണിച്ചു.

“അതിനെന്താ......എപ്പോൾ വേണമെങ്കിലും പോകാമല്ലോ. ഇപ്പോൾ അതിർത്തിയിൽ കമ്പിവേലി കെട്ടിയിട്ടുണ്ട്. പഴയ വീടാണ്. ഇപ്പോൾ ഇടിഞ്ഞു പൊളിഞ്ഞിട്ടുണ്ടാകും. എപ്പോഴാണ് ബുൾഡോസർ വെച്ച് ഇടിച്ചുകളയുന്നതെന്നറിഞ്ഞുകൂടാ. ഒരുപക്ഷെ നമ്മൾ കാണാൻ പോകുന്ന അന്നായിരിക്കാം. കൺമുന്നിൽ വച്ചു അച്ഛന്റെ പ്രിയപ്പെട്ട കെട്ടിടം ഇടിഞ്ഞുവീഴുന്നതു കാണാൻ വയ്യ.....അത്രമാത്രം....”

അവസാനവാചകം പറയുമ്പോൾ അയാളുടെ തൊണ്ട ഇടറിയിരുന്നു.

“വേണ്ടാ....വേണ്ടാ....പോകേണ്ടാ....ഇടിയാത്ത കെട്ടിടമായിതന്നെ അതു നിങ്ങളുടെ മനസിൽ ഇരിക്കട്ടെ.”

തേൻമൊഴി ഒരു നല്ല ഭാര്യയുടെ റോളിലായിരുന്നു.

മൂന്നാം നിലയിലെത്തിയപ്പോൾ ആകാശദൂരം കുറഞ്ഞതായി സ്വാമിയപ്പന് തോന്നി. ചുമരിൽ ചാരിനിന്നുകൊണ്ട് ആകാശത്തേയും താഴെ പച്ചപുതച്ചു കിടന്ന മുറ്റത്തേയും അയാൾ മാറിമാറി നോക്കി.

പോർഷൻ വാതിൽക്കൽ വൃദ്ധയുടെ ഒക്കത്തിരുന്ന കുഞ്ഞ് ചിരിച്ചുകൊണ്ടു തേൻമൊഴിയെ നോക്കി കൈനീട്ടി. ആ കുഞ്ഞിക്കൈകൾ തേൻമൊഴിയുടെ മുഖത്തു ഉരസിനിന്നു.

“വളരെ ബുദ്ധിമുട്ടിപ്പിച്ചോ”

കുഞ്ഞിനെ വാങ്ങിക്കൊണ്ട് തേൻമൊഴി ചോദിച്ചു.

“ഇല്ല...അങ്ങനെയൊന്നുമില്ല. രണ്ടു തവണ വെളിക്ക് പോയി. പുതിയ വീടല്ലേ. അൽപ്പം പരിഭ്രമിച്ച മട്ടുണ്ട്”

തേൻമൊഴി തുപ്പൽ പടർന്ന കുഞ്ഞിന്റെ അധരങ്ങളിൽ ചുംബിച്ചു.

അകത്തെ വിശാലമായ മുറിയിൽ പോസ്റ്ററുകൾ ഒട്ടിച്ചു കഴിഞ്ഞിരുന്നു. സോഫാസെറ്റുകളും കസേരകളും മേശകളും സ്ഥാനം മാറി കിടന്നിരുന്നെങ്കിലും ഭംഗിക്കേട് തോന്നിയില്ല. മുറിയുടെ മൂന്നു ഭാഗങ്ങളിലുമായി മനോഹരമായ പോസ്റ്ററുകൾ, ആകാശം മുട്ടിനിൽക്കുന്നുവെന്നു തോന്നിപ്പിക്കുന്ന മരങ്ങൾ, നീലത്തടാകം, പച്ചിലച്ചെടികൾ, പച്ചപ്പട്ടുപുതച്ചുനിൽക്കുന്ന പുൽത്തകിടികൾ, കണ്ണെത്താദൂരങ്ങളിൽ നെഞ്ചുവിരിച്ചു കിടക്കുന്ന പച്ചച്ച നെൽപ്പാടങ്ങൾ, വീട്ടുമൃഗങ്ങൾ തുള്ളിക്കുതിക്കുന്നതും, പറന്നു പറന്ന് അലിഞ്ഞില്ലാതാകുന്ന പറവകളും എന്നിങ്ങനെ കമനീയമായ പോസ്റ്ററുകളാൽ മുറി അലങ്കരിക്കപ്പെട്ടിരുന്നു.

“പ്രകൃതിയുടെ യഥാർഥ മുഖസൗന്ദര്യം കാണാവുന്ന സ്ഥലത്ത് ഇവളെ വളർത്തണമെന്നാണ് എന്റെ ആഗ്രഹം. പക്ഷെ നമുക്കിപ്പോൾ ഈ ചിത്രങ്ങൾ കാണിച്ചുകൊടുത്ത് ഇവളെ തെറ്റിദ്ധരിപ്പിക്കാനെ സാധിക്കുകയുള്ളു.”

സ്വാമിയപ്പൻ ആലങ്കാരികമായി പറഞ്ഞുനിർത്തി.

വശ്യമായ ഒരു മന്ദഹാസത്തോടെ തേൻമൊഴി അയാളെ നോക്കി.

സ്വാമിയപ്പൻ മൃദുവായി കുഞ്ഞിന്റെ വലതു കവിളിൽ കിള്ളി.

കുഞ്ഞിന്റെ നിഷ്കളങ്കമായ ചിരി അവിടെങ്ങും പൊട്ടിച്ചിതറി.

ആ നിഷ്കളങ്കച്ചിരി പരിഹാസച്ചിരിയായിരുന്നോ!

www.ingramcontent.com/pod-product-compliance
Lightning Source LLC
LaVergne TN
LVHW090055241026
850936LV00013B/509
* 9 7 8 8 1 2 6 2 0 2 5 9 1 *
9 788126 202591